अस्वस्थ मी, अशांत मी

नीरजा यांचे प्रकाशित साहित्य

कविता
निरन्वय (१९८७)
वेणा (१९९४)
स्त्रीगणेशा (२००३)
निरर्थकाचे पक्षी (२०१०)

कथासंग्रह
जो दर्पणी बिंबले (२००१)
ओल हरवलेली माती (२००६)
पावसात सूर्य शोधणारी माणसे (२०१२)

ललितलेखन
बदलत्या चौकटी (२००७)
चिंतनशलाका (२०१०)

संपादन
निद्राहीन रात्रीच्या कठोर कातळावर (२०११)
(निवडक रजनी परुळेकर)
कविता मुंबईच्या (२०११)

अस्वस्थ मी, अशांत मी

नीरजा

पॉप्युलर प्रकाशन, मुंबई

अस्वस्थ मी, अशांत मी
(म - १२७२)
पॉप्युलर प्रकाशन
ISBN 978-81-7991-904-0

ASWASTHA MEE, ASHANT MEE
(Marathi : Short Story)
Neeraja

पहिली आवृत्ती : २०१८/१९३९

मुखपृष्ठ : सरदार जाधव

प्रकाशक
हर्ष भटकळ
पॉप्युलर प्रकाशन प्रा. लि.
३०१, महालक्ष्मी चेंबर्स
२२, भुलाभाई देसाई मार्ग
मुंबई ४०० ०२६

अक्षरजुळणी
स्वाती अमरे
२५९/३, निर्मल को-ऑप. सोसायटी
सेक्टर - २, चारकोप
कांदिवली (पश्चिम)
मुंबई ४०० ०६७

या संग्रहातील काही कथा
'हंस', 'दीपावली', 'आपलं महानगर'
'चतुरंग अन्वय', 'मिळून साऱ्याजणी'
'परिवर्तनाचा वाटसरू', 'इत्यादी'
'लोकसत्ता' या नियतकालिकांतून व
दैनिकांतून यापूर्वी प्रकाशित झाल्या आहेत

धार्मिक उन्माद, असहिष्णुता, झुंडशाही,
अभिव्यक्तिस्वातंत्र्याची पायमल्ली
अशा गोष्टींनी अधोरेखित झालेल्या
कोणत्याही काळात आणि अवकाशात
जगणारे अस्वस्थ आणि अशांत
लेखक, कवी, कलावंत व
सर्वसामान्य लोक यांना...

आभार

रामदास भटकळ
डॉ. अविनाश सप्रे
संजय भास्कर जोशी
अस्मिता मोहिते
मेघा भगत
सरदार जाधव

अनुक्रमणिका

श्रीकांत विनायकची गोष्ट

आजूबाजूला घडणाऱ्या अमानुष, अंदाधुंद, अतर्क्य, आकस्मिक तसंच माणसाला अपमानित करणाऱ्या घटना मला अस्वस्थ करतात. सारासार विचार करणाऱ्या, माणसातल्या माणूसपणावर विश्वास असणाऱ्या कोणत्याही माणसाला त्या तशा करत असतातच. विशेषत: वर्तमानपत्रात काही वाचलं, न्यूज चॅनलवर काही पाहिलं किंवा ऐकलं की मी उद्विग्न होतो. डोकं गरगरायला लागतं. जीव घुसमटतो. पोटात मळमळायलाही लागतं काही अमानुष घटनांमुळे. अगदी भडाभडा उलटी काढावीशी वाटते. आजूबाजूच्या वाढत चाललेल्या सर्वच प्रकारच्या प्रदूषणाचे तवंग मनावरही पसरणारच. त्या तवंगाला बाजूला सारून सूर मारून बाहेर पडावंसं वाटतं. मनात येईल ते बोलून पोटासारखंच मनही साफ करावंसं वाटतं. पण अडचण ही आहे, की मी लेखक नाही. कोणत्याही पक्षाचा प्रवक्ता नाही. सामाजिक कार्यकर्ता नाही. पत्रकार नाही की एखाद्या वृत्तपत्राचा अथवा वाहिनीचा संपादकही नाही. त्यामुळे मनात उमटलेल्या प्रतिक्रिया लेखणीच्या एका फटक्यासरशी कागदावर उतरवून टाकता येत नाहीत की एखाद्या न्यूज चॅनलवरच्या कॅमेऱ्यासमोर त्या व्यक्तही करता येत नाहीत.

सामान्य माणसाच्या मागे कोणतंही वलय नसतं. कोणतीही राजकीय, सामाजिक, साहित्यिक अथवा सांस्कृतिक पार्श्वभूमी नसते. आणि मी असा सामान्य माणूस असल्याने माझ्याकडे कोणताही वार्ताहर प्रतिक्रिया घ्यायला येत नाही. बाहेरच्या गर्दीत मी सहसा मिसळत नसल्याने कोणत्याही वाहिनीच्या प्रतिनिधीला मी प्रतिक्रिया देऊ शकत नाही.

पण मला प्रतिक्रिया द्यायची असते. सगळ्या प्रथितयश आणि वलयांकित लोकांच्या त्याच त्या बोथट, बेचव प्रतिक्रियांपेक्षा वेगळी, झणझणीत आणि अगदी मनापासून प्रतिक्रिया द्यायची असते. मला राजकीय स्थित्यंतराविषयीचं माझं मत मांडायचं असतं. जागतिक मंदीविषयी पोटतिडकीने बोलायचं असतं. दहशतवादी

हल्ल्यानंतर लोकांच्या मनात दडलेल्या भयाविषयी बोलायचं असतं. लोकांच्या मनात उठलेल्या हजारो प्रश्नांना उत्तरं द्यायची असतात. त्यावर राजकीय पुढाऱ्यांनी केलेल्या भाष्यासाठी त्यांना फैलावर घ्यायचं असतं. अवाढव्य धरणांच्या बांधकामाविषयी चाललेल्या वादात पडायचं असतं. सेझविषयी मला काय वाटतं हे प्रांजळपणे सांगायचं असतं. नॅनो बाजारात यावी की नाही? स्कायवॉकची गरज आहे की नाही? आपलं पब्लिक ट्रान्सपोर्ट कसं आहे? आरोग्य आणि शिक्षण ह्याविषयी लोकांचं धोरण काय असावं? गुटखा खाऊन सगळ्या शहराचीच पीकदाणी करणाऱ्या लोकांना कोणती शिक्षा करावी? इत्यादी गोष्टींविषयी माझे विचार स्पष्ट करायचे असतात. मराठीच्या प्रश्नावर अगदी आतड्यातून बोलायचं असतं. साहित्य संमेलनांतील अध्यक्षांच्या निवडणूक प्रक्रियेविषयी आणि महामंडळाच्या घोळाविरोधात निषेध नोंदवायचा असतो. अभिव्यक्तिस्वातंत्र्यावर घाला घालणाऱ्यांना जाब विचारायचा असतो. देवाला रिटायर्ड करा म्हणणाऱ्यांनाच रिटायर्ड करा, असं ठणकावून सांगायचं असतं.

असे हजारो प्रश्न, त्यांची उत्तरं, त्यांविषयी माझी मतं केव्हाची साठून राहिली आहेत माझ्या मनात! हळूहळू पूरस्थितीच निर्माण होत चालली आहे म्हणा ना! एकूण ह्या वाढत्या प्रदूषणामुळे ह्या पृथ्वीची जी अवस्था होत चालली आहे अगदी तशीच अवस्था माझ्या मनाचीही होत चालली आहे. एकाच वेळी मनात इतकं काही साठल्याने, अरबट-चरबट खाल्ल्याने पोटाची जी स्थिती होते तशीच काहीशी स्थिती माझीही झाली आहे. दुर्गंधी सुटली आहे. माझं मन म्हणजे डंपिंग ग्राउंड झालं आहे. इतका कचरा साठला आहे की काही विचारू नका. मला एकदा हा सगळा कचरा फेकून द्यायचा आहे बाहेर आणि ताजा श्वास घ्यायचा आहे. मला खरंच खूप बोलायचं आहे आणि लिहायचंही आहे.

तुम्ही म्हणाल, उचल लेखणी आणि हो मोकळा. पण असं मनात आहे तसं अस्ताव्यस्त कसं पसरणार कागदावर? नेमका प्रश्न आला पाहिजे समोरून, मगच लिहिता येईल व्यवस्थित. माझे विचार काही आलतूफालतू नाहीत की टाकले खरडून आणि फेकले केराच्या टोपलीत. ते कोणत्याही साहित्यिकाएवढे किंवा कोणत्याही विचारवंताएवढेच प्रगल्भ आहेत. त्यामुळे त्यांना प्रसिद्धमूल्य असायलाच हवं, असा आग्रह आहे माझा.

पण फक्त माझा आग्रह असून काय उपयोग? मी आर. के. लक्ष्मणच्या चित्रातला सामान्य माणूस आहे शेवटी. अर्थात सामान्य असलो तरी बदलणाऱ्या परिस्थितीकडे निमूटपणे पाहत राहीन असं मात्र नाही. काहीही न बोलता, काहीही न करता आला दिवस ढकलत राहणाऱ्यातला मी नाही. माझ्या दृष्टीने प्रत्येक दिवस महत्त्वाचा आहे

आणि तो ह्या पृथ्वीतलावरील प्रत्येक माणसाला स्वच्छ, सुंदर आवरणात भेट म्हणून मिळायला हवा. मनापासून अंगावर घ्यावासा वाटायला हवा. जगायला हवा. त्यासाठी काहीही करण्याची माझी तयारी आहे. पण मला काही करता येत नाही, ह्या गोष्टीचं मला राहून राहून वैषम्य वाटत राहतं.

***

रात्रभर छातीत होणाऱ्या जळजळीमुळे अस्वस्थ असलेले श्रीकांत विनायक नवापूरकर अलार्म होण्याआधीच जागे होतात. बाजूला झोपलेल्या पत्नीकडे पाहण्याची त्यांना तशी विशेष गरज भासत नाही. एकेकाळी उठल्याबरोबर तिचा चेहरा पाहण्याची सवय होती त्यांना. पण हळूहळू ती मोडली. गेल्या छत्तीस वर्षांत तिच्या चेहऱ्यावरचं ते लोभस हसू अजूनही बदललेलं नव्हतं. फक्त काळानुसार चेहऱ्यावरच्या रेषा सुरकुतत चालल्या होत्या एवढंच. त्या रेषांमध्ये कधीच कुठं चिंतेची रेषा त्यांना दिसली नव्हती एवढ्या वर्षांत. नेहमी शांत, निवांत कशी काय झोपू शकते ती ह्याचं आश्चर्य वाटायचं त्यांना. त्यांच्या चेहऱ्यावर वाढत जाणाऱ्या काळजीच्या कोळिष्टकात ते अधिकाधिक गुरफटत चालले होते आणि बायको मात्र निवांत झोपून राहत होती ह्याचा अलीकडे त्यांना राग येत होता. म्हणूनच उठल्याबरोबर तिच्या चेहऱ्यावरच्या त्या शांत, स्वस्थ भावांकडे पाहण्याची सवय मोडून टाकली होती त्यांनी.

तिच्याकडे न पाहताच मनातल्या मनात आश्चर्य आणि हेवा असे दोन्ही भाव व्यक्त करून अलीकडे त्यांच्या दिवसाची सुरुवात होत होती.

श्रीकांत विनायक उठून दिवा लावतात. मग खळखळून चूळ भरतात. डोळ्यांवर पाणी मारतात खूप वेळ. थोड्याच वेळात मॉर्निंग वॉकला जाताना करावा लागणारा पोशाख करून ते तयार होतात.

श्रीकांत विनायक रोज पहाटे वॉकसाठी बाहेर पडतात. त्यांनी बाहेरून दार लावून घेतल्याचा आवाज ऐकल्याबरोबर त्यांची बायको जागी होते. गेली अनेक वर्षं हा बंद होणाऱ्या दाराचा आवाज म्हणजे तिच्यासाठीचा पहाटेचा गजर झालेला आहे. उठल्याबरोबर तोंड धुऊन ती केस विंचरते. अंबाडा घालते. मग केरवारा करून ती अंघोळीला जाते. अंघोळ करून आल्याबरोबर ती देवापुढे दिवा लावते. मग गॅसवर चहाचं आधण ठेवते. नेमके त्याच वेळी स्वत:कडच्या चावीने दार उघडून श्रीकांत विनायक आत येतात. म्हातारपणाकडे झुकलेल्या पण अजूनही चेहऱ्यावर प्रसन्नपणा राखलेल्या बायकोकडे पाहून ते हसतात. पोशाख न बदलताच ते तिच्यासोबत चहा घेतात. चहा घेताना ते तसे प्रसन्न असतात. मग वर्तमानतपत्र येतं. ते उघडून

वाचायला सुरुवात केल्यावर त्यांच्या चेहऱ्यात हळूहळू बदल होत जातो. तो पाहून एवढा वेळ प्रसन्न असलेली त्यांची बायको अस्वस्थ होत जाते. पण तिला अस्वस्थ व्हायला आवडत नाही. मग ती त्यांना नजरेआड करून सरळ स्वयंपाकघरात जाते. तिथे ती जास्त रमत असली तरी मनातल्या मनात तिला श्रीकांत विनायकांची काळजी वाटत राहते. खरंतर ती स्वत: काळजी किंवा चिंता करणाऱ्यांतली नाही. तिला वर्तमानपत्र वाचण्यातही विशेष रस नसतो. श्रीकांत विनायक ओरडतात म्हणून ती ठळक बातम्यांवर नजर फिरवते. करमणुकीच्या जाहिरातींवर जरा जास्त वेळ रेंगाळते. चित्रपट अथवा नाटक यांचं परीक्षण ती वाचते. अन्यथा जेवढ्या त्रयस्थपणे ती क्रिकेटची मॅच जिंकल्याची बातमी वाचते तेवढ्याच त्रयस्थपणे ती खुनाची अथवा बलात्काराची बातमी वाचते. देशात घडणाऱ्या घटनांशी तिला तसं काही देणंघेणं नसतं. महागाई वाढली तरी तिला तसा फरक पडत नाही. कारण जन्मत:च काटकसरीने संसार करण्याची सवय एक मुलगी म्हणून तिला लावून घ्यावी लागली आहे. आणि आता तर मुलं मोठी होऊन नोकरीनिमित्त दुसऱ्या शहरांत स्थायिक झाल्याने आणि नियमितपणे मनिऑर्डर करत असल्यामुळे पैशाची चणचण भासण्याचा प्रश्नच नाही. त्यात श्रीकांत विनायकांचं पेन्शनही सुरू झालेलं आहेच. व्यवस्थित पैसा मिळत असूनही काटकसरीने संसार चालवल्यामुळे पैसा गाठीशी राहतोच. तरीही श्रीकांत विनायक कशासाठी अस्वस्थ असतात हा प्रश्न तिला सतत पडत असतो. त्यांच्या सतत अस्वस्थ राहण्याच्या, चिडचिड करण्याच्या स्वभावाची सवय झाली असली तरी तिला काळजी वाटत राहते. त्याचं कारणही तसं वेगळं आहे. अनाठायी काळजी करण्याने रक्तदाब वाढतो, साखरही वाढते. मग त्याचा त्रास हृदयाला अथवा मूत्रपिंडाला होऊन ते बंद पडण्याची शक्यता असते. असं तिने कुठल्यातरी आरोग्यविषयक मासिकात वाचलेलं असल्यामुळे तिला टेन्शन येतं. समजा, पडलं त्यांचं हृदय बंद तर, काही कारण नसताना वैधव्य यायचं. आता कुठं अंगावर स्वस्थपणाचं सुख चढत चाललं होतं. तेही हिरावलं जाण्याचं भय तिच्या मनात होतं. त्यात तिच्या मुलांनी तिला एकटंही राहू दिलं नसतं. त्यांच्या भरल्या कुटुंबात आश्रितासारखं राहण्याच्या कल्पनेने तिला धडकी भरायची. तसं पाहिलं तर श्रीकांत विनायकांच्या घरातही तसं वेगळं स्थान नव्हतं तिला पण तरी एवढ्या वर्षांच्या संसारात श्रीकांत विनायकांना कधीतरी काहीतरी सुनावण्याची आणि स्वत:ला हवं तसं वागण्याची मुभा तिने स्वत:च मिळवली होती. त्यामुळे आता थोडंफार का होईना पण तिच्या हाताशी लागलेलं तिचं आयुष्य सुखाने जगावं असं तिला मनापासून वाटत होतं. दुसरी गोष्ट म्हणजे वैधव्यानंतर तिला साजशृंगार जाऊ देत पण चार फुलं माळता येणार नव्हती की एखाद दुसरा दागिनाही अंगावर घालता

येणार नव्हता. नटणंथटणं, नीटनेटकं राहणं आवडायचं तिला. ते आयुष्यात कधी आपल्यापासून हिरावलं जाऊ नये असंही वाटायचं. ह्या अशा अनेक कारणांमुळे निर्माण झालेली काळजी करत ती कणीक मळायला घेते.

श्रीकांत विनायकांचा पेपर वाचून होतो. ते उठून अंघोळीला जातात. मग बायकोने केलेले पोहे खाऊन सरळ आपल्या खोलीत जातात. कपडे चढवून काहीही न बोलता ते बाहेर पडतात. पण आता ते कुठे जाणार हे तिला माहीत असतं. अनेक वर्षं एकत्र राहिल्यामुळे नवऱ्याला समजून घेण्याचं जे शहाणपण बायकांत येतं ते तिच्यात आलं होतं. त्यामुळेच मग निर्धास्तपणे ती स्वयंपाकाचं पाहायला लागते. श्रीकांत विनायक घरी येण्याआधी तिला काल रात्री पाहता न आलेल्या मालिकांचा रीपिट टेलिकास्ट पाहायचा असतो.

***

माझ्या प्रत्येक दिवसाची सुरुवात अलीकडे अशीच होते. वर्तमानपत्रातल्या हेडलाइन्स वाचत गेलो की मला मळमळायला लागतं. आपल्या देशातील बऱ्याच वर्तमानपत्रांची पहिली आणि आतलीही काही पानं निराशाजनक आणि विध्वंसक बातम्यांनी भरलेली असतात. दहशतवाद, स्फोट, हल्ले, भूकबळी, आत्महत्या, अपघात, घोटाळे, भ्रष्टाचार, बलात्कार, खून, दरोडे आणि काय काय! एकही चांगली गोष्ट होत नाही का आपल्या देशात? की चांगल्या गोष्टींची बातमी होत नाही? की झाली तरी ती इतर वाईट गोष्टींमुळे झाकोळली जाते? मनाला आनंद देणाऱ्या बातम्या म्हणजे दहीहंडी, गणपती उत्सवाचं आयोजन किंवा एखादं पुस्तकप्रकाशन; ह्या पलीकडे काही नाहीच की काय आपल्याकडे?

आज सकाळी सकाळी माझे मित्र माधवराव जॉगर्स पार्कमध्ये नेहमीप्रमाणे भेटले. आम्ही सात-आठजण एकत्र फिरतो. चालता चालता गप्पाही मारतो. चालून थकल्यावर सीनिअर सिटिझन्ससाठी खास बनवण्यात आलेल्या नाना-नानी पार्कमध्ये पंधरा-वीस मिनिटं गप्पा मारत बसतो. खरंतर माझ्या मनातली मळमळ दूर करण्याची ही योग्य जागा आहे. पण का कुणास ठाऊक मला इथेही मोकळं होता येत नाही. सुरुवातीला मी बोलण्याचा प्रयत्न करायचो, पण माझे मुद्दे मला व्यवस्थित मांडता येत नसावेत. अनेकदा माझे हे मित्र माझी टिंगल करायचे. त्यांचा म्होरक्या माधवराव! माधवराव स्वत: काहीतरी टवाळी करणारं निरर्थक लेखन करत असतात. त्यामुळे माझ्या मनात वाढत चाललेल्या प्रदूषणाचं गांभीर्य त्यांना कळत नाही. एकदा सहज त्यांना ह्या प्रदूषणाबद्दल मी बोललो तर म्हणाले, 'सकाळची ताजी हवा पोटात गेली की प्रदूषणावर मात करता येते.' तेव्हा मी म्हटलं, 'पण ह्या हवेतही प्रदूषण असलं

तर?' तर ते म्हणाले, 'साहजिकच आहे. ते असणारच. सगळेच काही पोट साफ करून फिरायला येत नाहीत.' ह्या त्यांच्या विनोदावर बाकीचे सगळे हसले. त्यांचे असले पाणचट विनोद सगळ्यांना आवडतात. मनातल्या अस्वस्थतेवर हा चांगला उतारा वाटतो सगळ्यांना. आजच्या अधिकाधिक बिकट होत जाणाऱ्या आपल्या जगण्यात माधवरावांसारखी माणसं थोडीतरी हिरवळ घेऊन येतात असं अनेकांना वाटत असलं तरी मला मात्र ह्या अशा गंभीर गोष्टी थट्टेवारी नेणाऱ्या स्वभावाची अत्यंत चीड येते.

ते असो! तर आज मी माधवरावांना म्हटलं, 'तुम्हाला पटलं का असं दबावाला बळी पडून आपण लिहिलेलं, प्रकाशित केलेलं पुस्तकच मागे घेणं?'

खरंतर हा प्रश्न मलाच कोणीतरी विचारावा असं मला फार वाटत होतं. पण कोणीच विचारला नाही. मला आमच्या ग्रूपमध्ये कोणीच प्रतिक्रिया विचारत नाही. कारण मला मुद्देसूद उत्तरं देता येत नाहीत असं मध्यंतरी कोणीतरी म्हणालं होतं. त्यामुळे प्रतिक्रिया विचारायची असेल तर आमच्या ग्रूपमधले सगळेच माधवरावांची विचारतात किंवा फारच झालं तर गंगाधरपंतांची! कारण हे दोघेही थोडक्यात आणि नेमकेपणाने आपली मतं मांडतात असं सर्वांना वाटतं. अर्थात मलाही तसंच वाटतं. माधवराव थोडा विनोद पेरून मार्मिक उत्तर देतात तर गंगाधरपंत अतिशय गंभीरपणे आपले विचार मांडतात. ते स्वत: गंभीर लेखन करणारे लेखक आहेत. मितभाषीही आहेत. त्यामुळे लोक त्यांना आदराने वागवतात. मला स्वत:लाही माधवरावांपेक्षा गंगाधरपंत आवडतात. मी त्यांचा एकेकाळचा वर्गमित्र. त्यामुळे माझा त्यांच्यावर इतरांपेक्षा जास्त हक्क आहे असं मला वाटतं. पण हा हक्कही अलीकडे डावलला जातोय, असं मला राहून राहून वाटतं. गंगाधरपंतांच्या मात्र हे लक्षात आलेलं नाही. ते मला इतरांमधलाच एक समजून वागवतात. त्याचं मला दु:ख होतं.

असो! सांगायचा मुद्दा हा की मी माधवरावांना प्रश्न विचारला आणि नंतर चर्चा रंगली ती माधवराव आणि गंगाधरपंत यांच्यात! माधवराव म्हणाले, 'चुकलं म्हणजे काय? एकशे एक टक्का चुकलं. आपल्या लेखनाची जबाबदारी आपण स्वीकारायला नको का? स्वत: पळपुटेपणा करायचा आणि मग माझ्या मागे कोणीच उभं राहिलं नाही म्हणून बोंबाबोंब करायची. ह्याला काही अर्थ आहे का?'

खरंतर माधवराव माझ्या मनातलंच बोलत होते. पण मी काही बोलण्याआधी गंगाधरपंत म्हणाले, 'चूक तर झाली आहेच. पण प्रत्येक माणूस—मग तो लेखक का असेना—परिणामांना सामोरं जाण्याएवढा कणखर असतोच असं नाही. अनेकदा माणसांचे स्वार्थ त्यात गुंतलेले असतात. त्यामुळे अशी धरसोड करण्याची वेळ येते.' ह्यावर माधवराव पुढे म्हणाले, 'पण पुस्तक मागे घेण्याऐवजी आधीच राजीनामा दिला

असता तर मानहानी झाली असती का अशी? नको मला तुमचं अध्यक्षपद. माझी कादंबरी, माझं अपत्य मला जास्त प्रिय आहे. ती नाही घेणार मी मागे असं आधीच जाहीर केलं असतं तर मानात दिला असता ना राजीनामा?' ह्यावर गंगाधरपंत म्हणाले, 'तुम्ही म्हणता ते बरोबर आहे. पण तरीही अशा दबावगटांपुढे माणसं कमकुवत पडतात.' 'हे मला पटत नाही गंगाधरपंत. जे काही लेखन आपण करू ते अभ्यासपूर्ण, जबाबदारीने केलेलं असावं; नाहीतर करू नये. आणि एकदा का केलं तर त्याची जबाबदारीही घ्यायला हवी. नसेल जमत तर मग सोडून द्यावं स्वत:ला लेखक म्हणवून घेणं. बसावं सामान्य मध्यमवर्गीय पांढरपेशा माणसासारखं बिळात लपून.'

माधवराव तंतोतंत माझ्या मनातलं बोलत होते तरी त्यांच्या त्या शेवटच्या वाक्याने मी संतापलोच. मी म्हटलं, 'आम्ही काय बिळात बसणारी माणसं आहोत माधवराव?'

तर माधवराव हसायला लागले. म्हणाले, 'मी तुम्हाला कुठं बिळात बसणारी माणसं म्हणालो? हं, पण जर तुम्ही स्वत:ला मध्यमवर्गीय पांढरपेशे समजत असाल तर ठीक.'

माधवरावांकडे ही हातोटी चांगली आहे. प्रत्येक वाक्य ते स्वत:ला हवं तसं वळवतात. मी माझ्या नकळत स्वत:ला पांढरपेशा, मध्यमवर्गीय म्हणालो होतो, हे त्यांनी अगदी सहज अंडरलाइन केलं होतं. मग मात्र केवळ वैतागाने मी म्हणालो, 'पांढरपेशी मध्यमवर्गीय माणसं कायम बिळात लपून बसतात, असं विधान तुम्ही कोणत्या आधारावर करता माधवराव?'

तर ते म्हणाले, 'हे अधोरेखित सत्य आहे.'

मग मी अगदी ठासून म्हणालो, 'हे मला मान्य नाही. ह्या सामान्य माणसानेच क्रांती केली आहे. स्वातंत्र्य मिळवलं आहे.'

तर माधवरावांकडे उत्तर तयारच होतं. 'त्यासाठी त्यांना एखादा गांधी, लेनिन, नाहीतर लिंकन लागतो. त्यांना लीड करणारा कोणीतरी हवा असतो. मग त्याच्या मागे जाण्याची तयारी असते त्यांची. पण नेता नसेल तर बीळ सोडून नाही बाहेर पडत तो. सुरक्षित राहणं आवडतं त्याला आणि स्वातंत्र्य मिळवण्यासाठी मध्यमवर्गीयांचं योगदान किती होतं ते तपासून पाहा एकदा.'

माधवरावांचं म्हणणं खरं असलं तरी माझा राग शांत झाला नव्हता अजून. मी मांडणारच होतो माझं मत; तर मला थांबवून गंगाधरपंत म्हणाले, 'माधवराव, श्रीकांतला नेमकं सांगता येत नाही. मी सांगतो त्याला काय म्हणायचं आहे ते. सामान्य माणसामध्ये ऊर्जा असते. त्यालाही स्वत:ची मतं असतात. अनेक गोष्टींत

पुढाकार घ्यावासा वाटतो त्यांना. पण प्रत्यक्षात जमत नाही. तुम्ही म्हणता तसं त्याला नेता लागतो, हे खरं आहे. कारण त्याच्यात नेतृत्वगुणांचा अभाव असतो. त्यासाठी लागणारी रणनीती त्याला आखता येत नाही. त्याच्यापाशी अनेक कल्पना असतात पण त्या प्रत्यक्षात उतरवण्यासाठी लागणारी बुद्धिमत्ता, कौशल्य त्याच्यात असतंच असं नाही. पण ह्या मध्यमवर्गातून अनेक नेते जन्माला आले आहेत, हेही लक्षात घ्या.'

'ह्या मताशी मी सहमत नाही.' माधवरावांचं सुरूच होतं. 'परिस्थितीशी झगडत, दारिद्र्याशी दोन हात करत, व्यवस्थेविरोधात बंड करत वर आलेल्या लोकांमध्ये जास्त ऊर्जा असते. जास्त आच असते. सारी व्यवस्था उलटवण्याची जिद्द असते. तुपाची धार भातावर घेण्यासाठी काटकसरीने संसार करणारी माणसं, नाकासमोर चालत जमवलेला पैसा बँकेत टाकून चार टक्के व्याजावर समाधान मानणारी माणसं व्यवस्था उधळवून नाही टाकू शकत. जमलं तर एखादं पद मिळवायचं, जमलं तर प्रमोशनसाठी प्रयत्न करायचे, जमलं तर उडी मारायची. पण कोणी धमकी दिली, 'याद राख उडी मारलीस तर...,' की लगेच पाय मागे घेऊन लंगडी घालायची तयारी दाखवणारी माणसं आहेत ही गंगाधरपंत. 'माघार घ्या' म्हटल्यावर घेणार माघार. नाहीतर साहित्य संमेलन असो की नाट्य संमेलन, हल्ली कोणते अध्यक्ष नवा विचार मांडतात? आपलं चरित्रच तर सांगतात बहुतेक सगळे. अध्यक्षाविना झालं संमेलन तरी चालेल आणि नाही झालं तरी चालेल. तेवढाच पैसा वाचेल जेवणावळी आणि मानधन यांच्यावर होणारा!'

हे नेमकं माझ्या मनातलं बोलले माधवराव. फक्त सामान्य माणसाविषयी जे बोलले त्याच्याशी मात्र मी अजिबात सहमत नाही. पण माझं मत नेमकेपणाने नाहीच मांडता आलं मला. असंच होतं अनेकदा. एवढं पोटात साठलेलं असतं आणि चार शितंही उलटून नाही येत.

***

श्रीकांत विनायक घरातून निघतात ते थेट कोपऱ्यावरच्या गणेश मंदिरात येतात. रोज ह्याच वेळी अगदी नियमितपणे श्रीकांत विनायक इथे येतात. सभामंडपात बसून समोरच्या गणेशाच्या मूर्तीकडे पाहत बसतात. एकटक पाहिलं तर आपण जे पाहत असतो ते दृश्य आपल्या डोळ्यांत साठवलं जातं, असा त्यांचा विश्वास आहे. एकदा का त्या मूर्तीचं प्रतिबिंब त्यांच्या डोळ्यांत उतरलं आहे ह्याची खात्री पटली की ते उठतात आणि मग प्रदक्षिणा घालायला सुरुवात करतात. ते प्रदक्षिणा मोजत नाहीत. देवावरची श्रद्धा मोजून दाखवायची नसते, असं त्यांचं स्पष्ट मत आहे. त्यामुळे

कंटाळा येईपर्यंत असं म्हणता येणार नाही त्यांच्या बाबतीत, पण थकून जाईपर्यंत किंवा जेवढा वेळ शक्य आहे तितका वेळ ते प्रदक्षिणा घालतात. कधी ते दहा मिनिटांतच आटोपतात, तर कधी एक तास किंवा त्याहीपेक्षा जास्त वेळ झाला तरी थकत नाहीत. एकदा तर त्यांनी दोन तास दहा मिनिटं प्रदक्षिणा घातल्या होत्या. चक्कर येऊन पडले तेव्हाच ते थांबले होते.

आजही ते निवांतपणे गणेशाची मूर्ती त्यांच्या डोळ्यांत साठवत बसतात. ती डोळ्यांत साठवत असतानाच त्यांच्या चेहऱ्यावरचे भाव भराभर बदलत जातात. त्यात श्रद्धा असते. राग, चीड, अस्वस्थता असते. भक्तिभाव असतो. संमिश्र भावनांचा कोलाज त्यांच्या चेहऱ्यावर तयार होतो. हळूहळू ते डोळे मिटून घेतात. एखाद्या हिंदी मसाला चित्रपटात ज्या झपाट्याने प्रेम, माया, ममता, राग, क्रौर्य, हाणामारी वगैरे गोष्टी आपल्या डोळ्यांसमोर येतात त्याप्रमाणेच त्यांचा चेहरा विविध भावभावना व्यक्त करणारा चित्रपटगृहातील पडदा होत जातो.

***

माणसाला श्रद्धा बळ देते का? श्रद्धेमुळे त्याचे प्रश्न सुटतात का? अशा अनेक प्रश्नांची उत्तरं शोधण्यात मी अनेक वर्षं घालवली. माझे आईवडील भक्तिभावाने पूजा करायचे. सारी कर्मकांडं पार पाडायचे. घरात तर अनेक देवदेवतांचे फोटो भिंतीवर लावलेले होते. सकाळी उठल्यापासून ते ह्या देवदेवतांच्या गराड्यात स्वत:हून घुसायचे. फोटो पुसणं, देव्हाऱ्यातल्या देवांना ताम्हणात बसवणं, त्यांना अंघोळ घालणं, धूप-अगरबत्ती पेटवून पूजा करणं, सोबत सारी स्तोत्रं, आरत्या म्हणणं हे सारं नेहमीचंच होतं त्यांचं. ते पाहून असेल कदाचित पण माझ्याही मना-शरीराला लागलं वळण! मीही लागलो पूजाअर्चा करायला. कुठेही मंदिर दिसलं, दगडाचा देव दिसला किंवा अगदी कळसही दिसला तरी नकळत हात जोडले जाऊ लागले. चार माणसं फेकतात पैसे म्हणून घाट चढताना घाटाच्या मध्यावर असणाऱ्या देवळात किंवा एखाद्या नदीवरच्या पुलावरून प्रवास करताना नदीच्या विशाल पात्रात मीही पैसे फेकू लागलो. पण आपण हे का करतो आहोत, कोणासाठी करत आहोत असा साधा प्रश्नही स्वत:ला विचारला नाही. बाबा सांगायचे श्रद्धा माणसाला बळ देते. विशेषत: आपण अडचणीत असलो, मनात भय दाटून आलं की श्रद्धेमुळे आपला भार देवावर टाकून मोकळं होता येतं. त्या वेळी नाही कळायचा ह्याचा अर्थ. पण मी तिसरीत असताना मला प्रत्यय आला त्या वाक्याचा. मास्तर शिकवत होते वर्गात आणि माझं लक्ष नव्हतं शिकवण्याकडे. मी भिंतीवर चित्रविचित्र आकार काढत होतो. पूर्वीपासूनच मला असं अर्थशून्य काहीतरी करायला आवडायचं. मी एक

चौकोन काढला. त्यावर त्रिकोण काढला. त्याखाली सरळ रेषा काढून पुढे वर्तुळ काढलं. त्यातून काहीच निर्माण झालं नाही. खरंतर मला शाकारलेलं घर, बाजूला वाहणारी नदी, त्याच्या बाजूचा डोह असं काहीतरी काढायचं होतं. पण त्याऐवजी भूमितीतले आकार अस्ताव्यस्त मांडले मी. मला जे सांगायचं असतं, मांडायचं असतं ते नेमकेपणाने नाही सांगता किंवा मांडता येत, हे खरंतर तेव्हाच लक्षात यायला हवं होतं माझ्या. पण नाही आलं. तर माझे हे उद्योग चालू असतानाच मास्तरांनी पाहिलं आणि वीज कडाडावी तसे कडाडले ते. मी तर इतका घाबरलो की चड्डीत धारच लागणार होती. आता हाताच्या तळव्याची आणि मास्तरांच्या छडीची भेट अटळ होती. मी देवाचा धावा करायला लागलो. मास्तरांनी मार दिलाच तर तो सहन करायचं बळही मागितलं देवाकडे. आणि काय आश्चर्य! दारात शाळेचा शिपाई आला आणि हेडमास्तरांनी मास्तरांना ताबडतोब बोलावलंय म्हणून सांगितलं. हातातली छडी तशीच ठेवून 'थांब तुला नंतर पाहतो' म्हणून मास्तर गेले ते तास संपला तरी परत आले नाहीत आणि दुसऱ्या दिवसापर्यंत तर मी त्यांच्या स्मरणातूनच गेलो.

देवावरची श्रद्धा बळकट करणारा तो दिवस माझ्या आयुष्यातला महत्त्वाचा दिवस होता. पुढे असे श्रद्धा बळकट करणारे अनेक छोटे छोटे प्रसंग आले. प्रत्येक वेळी मला बळ मिळालं किंवा सुटका झाली असं नाही. पण तरी श्रद्धेला बळकटी मिळत गेली, हे मात्र नक्की! नामस्मरण केल्याने मनाला शांती मिळते असं आई म्हणायची. मी करायचो तेही. ते करताना सारं विसरून जायचो. अगदी अभ्यास, परीक्षा, शाळा सगळंच! अर्थात पुढे वयात आल्यावर हे मन:शांती मिळण्याचे प्रसंग कमी होत गेले. ज्याचा विचार करायचा नाही असं ठरवायचो तेच विचार मनात यायचे. अगदी नामस्मरण करतानाही. मग अपराधी वाटायचं. पण थोडा वेळ. वर्गातल्या सुमनचा चेहरा आठवणं ही नामस्मरणापेक्षा अर्थपूर्ण गोष्ट वाटण्याचं वय होतं ते.

पुढे अभ्यास, उच्च शिक्षण, नोकरी, लग्न, बायको, शरीरसंबंध, मुलंबाळं, संसार ह्यात इतकं रमणं झालं की नामस्मरणाला वेळही मिळेना. पण आता आयुष्यातल्या सगळ्या व्यवहारांतून मुक्त झालोय मी. आजूबाजूला घडणाऱ्या गोष्टींशिवाय काही घडायचंही बंद झालंय माझ्या आयुष्यात. त्यामुळे इतरांच्या आयुष्यात घडणाऱ्या गोष्टी तरी सुरळीत घडू देत, ह्यासाठी प्रार्थना करतो मी. माझ्यापेक्षा इतरांचा, ह्या जगाचा विचार जास्त करतो मी. त्यामुळे मनात वाढत जाणारा गोंधळ, अस्वस्थता कमी करण्यासाठी ही श्रद्धा मला उपयोगी पडते. स्वत:ला एवढं रमवतो मी परमेश्वराच्या सान्निध्यात तरी अलीकडे मन:शांती मात्र मिळत नाही. डोळे बंद केले की अन्याय, अपराधांचं चलच्चित्र सरकायला लागतं

डोळ्यांसमोरून. डोकं भणभणायला लागतं. तरी नेटाने मी ह्या श्रद्धेच्या जोरावर जगण्यासाठी बळ आणत असतो.

***

श्रीकांत विनायक घरी येतात तेव्हा उन्हं अगदी डोक्यावर आलेली असतात. देवळापासून घर फक्त सात-आठ मिनिटांवर असलं तरी दुपारच्या उन्हात कोसो मैल दूर असल्यासारखं वाटायचं. डोक्यावर रुमाल बांधून सावली आणता येत नाही, हे त्यांना माहीत असलं तरी रुमाल बांधून आपल्यापरीने उन्हाच्या झळा थोड्या कमी करण्याचा प्रयत्न ते नेहमीच करायचे. आजही रुमाल बांधून ते घरी येतात. पण त्यांचा काटकुळा देह उन्हाच्या झळांमुळे चांगलाच तापून निघालेला असतो. घरात शिरतात तेव्हा ते चांगलेच घामाघूम झालेले असतात. सोफ्यावर अंग टाकून बायकोला पंखा लावायला सांगतात. बायको चिडचिडत म्हणते, 'ह्या वयात दुपारच्या उन्हात अशी वणवण करण्याची आवश्यकता आहे का? तुमच्या प्रदक्षिणा घालण्याने काय होणार आहे? महागाई कमी होणार आहे की राजकारणी सुधारणार आहेत? अतिरेकी हल्ले थांबणार आहेत की शेअर मार्केट वर चढणार आहे? की शेजाऱ्यापाजाऱ्यांचे प्रश्न सुटणार आहेत?'

कोणत्या गोष्टींमुळे श्रीकांत विनायक अस्वस्थ होतात, हे गेल्या छत्तीस वर्षांत बऱ्यापैकी कळलेल्या त्यांच्या बायकोनेही अलीकडे वर्तमानपत्रातील ठळक बातम्या वाचायला सुरुवात केली आहे. त्यामुळे त्या दिवशी ते नेमके कशामुळे बेचैन आहेत, ते तिला बऱ्यापैकी कळू लागलंय.

श्रीकांत विनायक तिच्या ह्या प्रश्नांकडे दुर्लक्ष करतात. त्यांच्या दृष्टीने असे प्रश्न केवळ संवेदनशून्य आणि मठ्ठ माणसं करू शकतात. आणि श्रीकांत विनायकांचा आपल्या बायकोच्या मठ्ठपणावर विश्वास असल्याने ते थोडं गार वाटल्यावर सरळ उठून बाथरूममध्ये जातात. अंगावर दोन तांबे थंड पाणी टाकल्यावर त्यांना तात्पुरतं बरं वाटतं. मग अंग पुसून धुतलेला मलमलचा सदरा घालून ते बायकोने वाढलेल्या ताटासमोर बसतात.

आजूबाजूच्या घटनांमुळे तोंडाची चव जात असली तरी गरम गरम वाफाळत्या भातावर पडलेलं वरण आणि तुपाची धार त्यांना नेहमीच मोहवते. ते चवीने पोळी-भाजी, कोशिंबीर इत्यादी पदार्थांचा आस्वाद घेतात. गरम गरम लुसलुशीत पोळीचा घास घशाखाली सरकन उतरतो. दहीभाताच्या शेवटच्या घासाने त्यांना शांत वाटतं. सोबत ताक असेल तर आणखीन थंडावा मिळतो. हातावर पाणी घेऊन बायकोने घरी कुटलेल्या सुपारीची चव तोंडात घोळवत ते टीव्ही लावतात.

पूर्वी ते जेवतानाही बातम्या पाहायचे. पण त्यांच्या प्रकृतीवर होणारे परिणाम पाहून त्यांच्या बायकोने जेवताना टीव्ही न लावण्याचा आदेश जारी केला. विशेषत: बातम्यांवर बंदी आणली. ती स्वत: मात्र जेवताना पाककृतींवर आधारित कार्यक्रम पाहते. तिच्या म्हणण्यानुसार 'बातम्या पाहण्यापेक्षा पाककृती पाहणं केव्हाही चांगलंच! आपल्या रसनेला पाझर फुटल्याने चार घास जास्त खाल्ले जातात आणि पचतातही.'

श्रीकांत विनायक दुपारची डुलकी काढण्याआधी बातम्या मात्र पाहतातच. ते शक्यतो सह्याद्री वाहिनीवरच्या बातम्या पाहतात. ह्या बातम्यांनी त्रास कमी होतो, अशा निष्कर्षाला ते आले आहेत. इतर वाहिन्यांवर ज्या नाट्यपूर्ण पद्धतीने बातम्या दाखवल्या जातात त्यामुळे रक्तदाब वाढतो. घटनांचं अमानवीय पद्धतीने केलेलं सादरीकरण त्यांना अस्वस्थ करतं. सह्याद्री वाहिनीवर अत्यंत थंडपणे आणि निर्विकार चेहऱ्याने दिलेल्या बातम्यांमुळे त्या घटनांची तीव्रता जाणवत नाही आणि मग रक्तदाबावरही नियंत्रण राहतं. अर्थात ह्या निष्कर्षालाही त्यांना त्यांच्या बायकोनेच आणलेलं असतं.

श्रीकांत विनायकांना कोणकोणत्या गोष्टींचा त्रास होतो, ह्याचा सतत अभ्यास करण्याचा नवीन छंद त्यांच्या बायकोला लागला आहे. आणि हा छंद ती मनापासून जोपासते आहे. श्रीकांत विनायकांवर त्यामुळे काही बंधनं आलेली आहेत. ती तोडण्याची, बायकोवर चिडण्याची इच्छा त्यांना अनेकदा होते. अधूनमधून ते चिडतातही. पण गेल्या छत्तीस वर्षांच्या सहवासात निबर झालेल्या त्यांच्या बायकोच्या चेहऱ्यावरची माशीही हलत नाही. तिचा स्थितप्रज्ञ चेहरा पाहून ते कमालीचे अस्वस्थ होतात. तो चेहरा त्यांना त्यांच्या सभोवताली असलेल्या सामान्य मठ्ठ माणसासारखा वाटतो. ज्याच्याविषयी त्यांच्या मनाच्या कोपऱ्यात कायम घृणा व्यक्त होत असते; तो अशा तऱ्हेने समोर आला तर ते त्याच्यावरचा राग बायकोला दोन-चार फटके मारून काढतात.

आताही त्यांची बायको त्यांना बातम्या लावू देत नाही. त्यांच्या हातातला रिमोट आपल्या हातात घेऊन ती चॅनल बदलते. इतकं चांगलं जेवल्यावर त्या बातम्या पाहून कशासाठी तोंड कडू करायचं, असा तिचा प्रश्न असतो. श्रीकांत विनायकांना ते पटतंही पण आपल्या हातातून रिमोटच काढून घेतल्यामुळे ते संतापतात. ते रिमोट मागतात. ती ठणकावून 'नाही' म्हणते.

देवळातून येतानाच खरंतर ते वैतागलेले असतात. त्यात आल्यावर बायकोच्या प्रश्नांचा भडिमार निमूटपणे सहन केलेला असतो. आणि आता तर हातातले अधिकारच काढून घ्यायला निघालेली. त्यांचा संयम सुटतो. 'अलीकडे हीही

आपल्यावर तुटून पडायला लागली आहे माधवरावांसारखी,' असा विचार मनात आल्याबरोबर त्यांच्या डोक्यात तिडीक जाते आणि ते त्यांच्या मनातल्या संतापाला वारंवार उद्युक्त करणाऱ्या तिच्या मठ्ठ चेहऱ्यावर चार-पाच थपडा मारून तिला तिच्या घरातल्या स्थानाची जाणीव करून देतात.

अचानक झालेल्या त्या हल्ल्याने ती आश्चर्यचकित होते. चेहऱ्यावरच्या निर्विकार भावांची जागा वेदना घेते. 'छत्तीस वर्षांच्या सहवासानंतर आजही आपला नवरा हिंसक बनतोच कसा?' असा प्रश्न तिच्या मनात येतो. तो ती विचारतेही आणि मग गेल्या छत्तीस वर्षांत ह्या माणसासाठी आपण काय काय केलं, ह्याचा पाढा वाचत सुटते. श्रीकांत विनायकांना अचानक अपराधी वाटतं. त्यांच्या चेहऱ्यावर उमटलेले अपराधी भाव ठळक होत जातात. विकलांग झाल्यासारखे ते बसून राहतात. तिची बडबड नेहमीची असली तरी निरर्थक नसते, ह्याची जाणीव त्यांना असल्याने ते खजील होतात. पण जसजसे ते खजील होत जातात तसतसे ते जास्त हिंस्र होतात. तिचा अंबाडा हातात धरून जोराने ओढतात आणि तिला तोंड बंद करायला सांगतात. बायकोच्या डोळ्यांत नवल पसरतं आणि ती एकदम गप्प होऊन जाते. ते पाहून ते पुन्हा शक्तिपात झाल्यासारखे बसून राहतात. त्यांना स्वत:ची खूप चीड येते. खूप वेळ तसंच बसून राहिल्यावर ते उठून चपला सरकवतात आणि बाहेर येतात. पुन्हा देऊळ गाठतात आणि प्रदक्षिणा घालायला सुरुवात करतात.

अशा प्रसंगी त्यांचं देवळात जाणं दिवसातून दोनदा होतं. अर्थात असं नेहमीच होत नाही. पण महिन्यातून दोन-तीन वेळा तरी अशी वेळ येतेच अलीकडे!

***

अलीकडे मी खूप हिंस्र होत चाललो आहे. पूर्वीही असणारच. म्हणजे होतोच. पण कृतीतून अलीकडेच दिसायला लागलं आहे.

उत्क्रांती वगैरेमुळे आपलं पशूमधून माणसात रूपांतर झालं. नागर संस्कृती आपणच भरभराटीला आणली. संस्कार, मानवता, दया, करुणा, शांती, प्रेम, विवेक, सदसद्विवेकबुद्धी अशा शब्दांचं अवडंबर माजवलं. त्या शब्दांच्या जोरावरच आपल्यात दडलेल्या पशूचं आपण दमन करू पाहतो आहोत. पण हे अगदी आत आत दडलेलं आदिम, हिंस्र जनावर आजही संधी मिळेल तेव्हा डोकं वर काढत असतंच. हे जनावर बायकांतही असतं. पण आपल्या व्यवस्थेने त्यांनी ते अजिबात बाहेर काढू नये, अशी व्यवस्था केली आहे. त्यामुळेच त्या नळावर भांडताना, शेजारणीशी भांडताना, ट्रेनमध्ये चढताना ते बाहेर काढतात. झोपडपट्टीतील काही बायका तर नवऱ्यासमोरही हिंस्र होतात. जेवढ्या जोरात नवरे लाथा घालत त्यांना

तुडवतात तेवढ्या जोरात त्या प्रतिकार करतात; त्याला मारतात आणि अत्यंत गलिच्छ शिव्याही घालतात. मी अनेकदा पाहिलं आहे. आमच्या समोरच्या झोपडपट्टीत तर रोजच तमाशा असतो. पण अगदी ह्याउलट मध्यमवर्गीय घरातलं दृश्य असतं. इथल्या बायका सहसा प्रतिकार करत नाहीत. शिव्या तर नाहीच देत. प्रतिकार केला तरी तो दुबळा असतो. विशेषत: घरातल्या वयाने मोठ्या असलेल्या व्यक्तीसमोर, मग तो पुरुष असो की स्त्री, त्या मर्यादेत राहतात. मध्यमवर्गीय पुरुषही कनिष्ठ वर्गातील पुरुषाएवढे हिंस्त्र होत नाहीत. ते आपल्या संतापावर काबू ठेवू शकतात. पण हा लपलेला पशू क्वचित प्रसंगी बाहेर येतोच. विशेषत: समूहात ते जास्त हिंस्त्र होतात. खरंतर घरात हिंस्त्र होणारे समूहात हिंस्त्र होतात का? किंवा समूहात हिंस्त्र होणारे घरात हिंस्त्र होतात का? ह्यावर संशोधन व्हायला हवं. पण मला व्यक्तिश: असं वाटतं की आत लपलेल्या पशूला संस्कारांच्या नावाखाली सतत दाबलं की माणूस घरात नसला तरी समूहात हिंस्त्र होत असावा. दंगली, मोर्चे, आंदोलनाच्या वेळी सभ्य वाटणारी माणसंही फार हिंस्त्र होताना दिसतात. घोषणा देतानाही त्यांचा चेहरा विचित्र दिसतो. ज्यांना समूहाचं भय वाटतं ते घरातच हिंस्त्र होत असावेत आणि व्यवस्थेने जास्तीचा अधिकार दिल्याने घरातल्या स्त्रियांसमोर, मुख्यत्वे बायकोसमोर, ते जास्त हिंस्त्र होत असावेत.

मी स्वत: समूहातला माणूस नाही. तसा घरकोंबडाच. आणि मला सतत अनेक गोष्टींचा, अनेक लोकांचा प्रचंड राग येत असतो. पण त्यांच्यासमोर मला तो व्यक्त करता येत नाही. त्या व्यक्तीच्या अथवा त्या गोष्टीच्या विरोधात मी बोलू शकत नाही. त्या लोकांना मारू शकत नाही. सार्वजनिक ठिकाणी तोडफोड करू शकत नाही. त्यामुळेच कदाचित मी घरात हिंस्त्र होत असेन. माझ्यासमोर एकच व्यक्ती कायम दुबळी राहिली आहे आणि ती म्हणजे माझी बायको. दुबळ्या माणसांवर सत्ता गाजवायला आपल्याला नेहमीच आवडतं. आपलं शौर्य आणि क्रौर्य दाखवण्यासाठी दुसरी कोणती व्यक्ती आपल्याला वापरता येईल? ह्या व्यक्तीपुढे काही काळ का होईना आपण आपल्यातल्या पशूला शांत करू शकतो. मला बाहेरच्या शक्तींशी लढता येत नाही, शौर्य दाखवता येत नाही. त्यामुळे मी घरातल्या घरात त्याचे प्रयोग करतो. बायकोवर हात उगारल्याने किंवा तिचा बुचडा धरून हलवल्याने मला बरं वाटतं. पण मग उदासही वाटतं. ह्यापेक्षा सबल माणसासमोर आपल्याला हिंस्त्र होता आलं पाहिजे आणि तसं होता येत नाही ह्याचं वैषम्य वाटतं. मग मी अधिकच हिंस्त्र होतो. माझ्यातला हिंस्त्रपणा अलीकडे वाढला आहे, असं माझी बायको म्हणते. तो पूर्वीही होता असंही ती सांगते. म्हणजे उदाहरणार्थ, प्रणयाच्या वेळी मी खूप आक्रमक व्हायचो. तिला ओरबाडून टाकायचो. तिच्या डोळ्यांत भय दाटून आलं की मला

गड काबीज केल्यासारखं वाटायचं. शरण आलेल्या सरदारांच्या डोक्यावर समशेर ठेवून त्यांना खिजवणाऱ्या राजाचा भाव माझ्या चेहऱ्यावर असायचा, असं बायको म्हणते. पण हळूहळू तिला त्याची सवय झाली आणि तिच्या डोळ्यांत भय दिसेनासं झालं. खरं सांगायचं तर तेव्हापासून स्त्रीला अंकित करण्याच्या आनंदाला मी पारखा झालो. आपल्याला साध्या साध्या गोष्टी जमत नाहीत, ह्या कल्पनेने मला खूप त्रास व्हायचा. ह्या त्रासामुळेच कधी कधी हिंसा माझ्या डोक्यात शिरायची. पण मग मध्यमवर्गीय सामान्य माणसाप्रमाणे मी माझ्यातला पशू हळूहळू दाबून ठेवायला शिकलो. पण दाबून ठेवल्यानेच तो बाहेर येण्यासाठी जास्त धडपडू लागला. ही धडपड, ही तगमग वेळीच थांबण्यासाठी देवाच्या दारी जाण्याशिवाय कोणता उपाय असू शकतो?

अर्थात देवाच्या दारी आपल्या मनातला पशू काबूत आणता येतो, असं माझं मत आहे असं मात्र मुळीच नाही. नाहीतर देवाच्या नावावर दंगली पेटल्या नसत्या. दुसऱ्या देवस्थानांचा विध्वंस आपण केला नसता. अगदी माझ्या बाबतीत सांगायचं तर अजूनही हा पशू मला काबूत आणता आला नव्हता. देवळात जाऊन दोन दोन, तीन तीन तास बसूनही माझ्या मनात असलेली हिंस्र भावना दूर करून तिथे दया, करुणा, शांती वगैरे वसतीला आणण्यात आजपर्यंत कोणताही देव यशस्वी झाला, असं मला वाटत नाही. उलट देवळात बसून देवांकडे पाहताना मला सुर-असुरांमध्ये झालेली युद्धं आठवतात. अमृताच्या पेल्यासाठी गनिमी कावा वापरणारे देव आठवतात. जमदग्नी ऋषींचा राग आठवतो. रेणुकेचा शिरच्छेद आठवतो. कृष्णाची रणनीती आठवते. असं बरंच काही आठवतं. मग देवांमध्ये लपलेला हा हिंस्रपणा, कपटीपणा मला जास्तच आक्रमक बनवतो. अशा वेळी मी सरळ उठून बाहेर पडतो. मग मार्केटमध्ये फिरत राहतो. कधी कधी उत्तुंग इमारतीत असलेल्या मॉल्समध्येही जातो. अधाशीपणे खरेदी करणारी माणसं पाहिली की मला बरं वाटतं. आपण स्वत:ला समजतो तेवढे वाईट नाही, ह्याचा आनंद होतो. त्या खरेदी करणाऱ्या माणसांच्या चेहऱ्याआड लपलेला पशू मला दिसतो. माणसं काहीही करताना हिंस्र होऊ शकतात, ह्याची खात्री पटते. माणूस बायकोच्या अंगावर हात उगारताना जेवढा हिंस्र होतो तेवढाच संभोग करतानाही होतो. दंगलीच्या वेळी लुटालूट करताना तो जेवढा हिंस्र होतो तेवढाच मॉलमध्ये खरेदी करतानाही होतो. आपले विचार व्यक्त करताना तो जेवढा हिंस्र होतो तेवढाच ते दाबून ठेवतानाही होतो. मीही माणूस आहे. त्यामुळे मी हिंस्र होणं स्वाभाविक आहे. अशी मी स्वत:ची समजूत काढतो. पण तरी माझ्या आत लपलेल्या हिंसक वृत्तीवर मात कशी करायची, हा प्रश्न अनुत्तरित राहतो. उत्तर न सापडल्याने मला पुन्हा देवाकडे जावंसं वाटतं. मग बाजारातून मी

पुन्हा मागे फिरतो पण देवळात जात नाही. कारण मुळातच आक्रमक असणाऱ्या आपल्या देवांकडे ह्याचं उत्तर सापडणार नाही, ह्याची मला खात्री असते. म्हणून मी चर्चच्या पायऱ्या चढतो. तिथे क्रुसावर लटकलेला येशू पाहून माझ्या डोळ्यांत थोड्या वेळासाठी का होईना पण कारुण्य दाटून येतं. इतरांच्या क्रौर्यालाही समजून घेऊन देवाला त्यांना माफ करायला सांगणाऱ्या देवाच्या ह्या मुलाकडे पाहून मला शांत वाटतं.

***

श्रीकांत विनायक चर्चमधून घरी येत असताना वाटेत त्यांना संध्याकाळी देवळाच्या पारावर बसणाऱ्या ग्रूपमधला मित्र भेटतो. संध्याकाळचा हा ग्रूप सकाळच्या ग्रूपपेक्षा वेगळा असतो. सकाळचा वैचारिक चर्चा करणारा तर संध्याकाळचा आध्यात्मिक! ह्या ग्रूपमधले अनेकजण कोणाकोणाचे भक्त आहेत. ह्यातले अनेकजण एकमेकांना भेटल्यावर 'हरि ओम' असं म्हणून नमस्कार करतात. अलीकडे वाढत चाललेल्या माँ, बाबा, बापू, बुवा, बाप्पा ह्यांच्या प्रस्थामुळे तसंच टीव्हीवरील अनेक मालिकांमुळे 'गुड मॉर्निंग' किंवा 'नमस्कार' ह्या शब्दाला अनेक पर्यायी शब्द प्रचलित झाले आहेत. त्यातले 'जय श्रीक्रिष्ण', 'जय जलाराम बाप्पा', 'सीताराम बाप्पा', 'शतरियाकार', 'हरि ओम' यांसारखे शब्द त्यांच्याही तोंडात रुळायला लागलेत. ह्या सर्व मित्रांच्या श्रद्धास्थानांना श्रीकांत विनायकांनी भेटी दिलेल्या आहेत. अर्थात त्यामागे त्यांच्यावर असलेली विशेष श्रद्धा आहे असं नाही. पण तेहेतीस कोटी देवांना भेटी देऊन अंतिमत: मन:शांती मिळते का, हे श्रीकांत विनायकांना पडताळून पाहायचं आहे. ह्या तेहेतीस कोटी देवांमध्ये आता त्यांनी ह्या बाबा-बापूंनाही सामील करून घेतलं आहे. त्यांच्या भाषणाची टेप लावून तन्मयतेने ऐकणाऱ्या लोकांच्या जमावात ते जाऊन बसले आहेत. एकदा तर महत्प्रयासाने राम, सीता आणि लक्ष्मणाचे साक्षात अवतार असल्याच्या वदंता पसरवून लोकांना मोठ्या संख्येने आकर्षित करणाऱ्या गृहस्थांनाही ते भेटले आहेत.

पण जो अनुभव देवासमोर येत होता तोच अनुभव ह्या लोकांसमोरही येत होता. मनातलं वादळ शांत होत नव्हतं. मनातलं क्रौर्य निमालं अशी अनुभूती येत नसल्याने श्रीकांत विनायकांच्या मनातली अस्वस्थता वाढत चालली होती. आपल्याला ह्या व्यवस्थेने उकिरड्यावर फेकलं आहे ही जाणीव पुसली जात नव्हती. ही सर्व आध्यात्मिक गुरूच्या पातळीवर पोचणारी माणसं सामान्य बुद्धिमत्तेच्या जोरावर प्रतिष्ठा मिळवत आहेत आणि लोकांना हिप्नोटाइझ करून केवळ त्यांच्या तालावर नाचायला लावत आहेत. ह्याउलट आपल्यासारखी बऱ्यापैकी बुद्धिमत्ता असलेली,

वाचनप्रिय, विचारी, चौकस बुद्धीची तसेच जनकल्याणाचा विचार करणारी माणसं मात्र लांबलचक रांग लावून किडामुंगीप्रमाणे ह्या बाबा-बापूंच्या दर्शनासाठी जीवाचा आटापिटा करतात, हे सत्य लक्षात आल्यावर तर श्रीकांत विनायक जास्तीतजास्त अस्वस्थ आणि त्याबरोबरच आक्रमक बनत चालले होते.

सामान्यपणाच्या गर्तेत फेकलं गेलेलं आपलं आयुष्य कशा तऱ्हेने असामान्याच्या किनाऱ्याला लावावं हे त्यांना कळत नव्हतं आणि त्याविषयी चर्चा करण्याएवढी संध्याकाळच्या ग्रूपमधली माणसं प्रगल्भ नसल्याने इथेही त्यांच्या मनाची घुसमट होत होती. एकूण कोंडी वाढत चालली होती. त्यातून सुटण्यासाठी श्रीकांत विनायक अलीकडे नाक्यावरच्या मारुतीलाही प्रदक्षिणा घालू लागले होते.

खरंतर चर्चमध्ये तात्पुरत्या का होईना पण मनाला मिळालेल्या शांतीला जपत निघाले असताना भेटलेल्या ह्या मित्रांशी बोलण्यात श्रीकांत विनायकांना अजिबात रस नाही. त्यामुळे केवळ 'हरि ओम' म्हणून न थांबता ते पुढे निघतात. घरी जाण्याआधी एकदा मारुतीच्या देवळात जाऊन प्रदक्षिणा घालण्याचाही त्यांचा विचार असतो.

श्रीकांत विनायकांचं हे असं एका देवळातून दुसऱ्या देवळात आणि तिथून तिसऱ्या देवळात जाणं अलीकडे वाढलं आहे. सारीच माणसं आपापल्या कामातून देवासाठी जमलं तर वेळ काढणारी असल्याने आणि त्यांच्या बुद्धिमत्तेशी बरोबरी करून त्यांच्याशी चर्चा करणारी नसल्याने श्रीकांत विनायकांना असा अनेक देवांचा आधार घ्यावा लागतो आहे. ही त्यांच्याबरोबरच इतरांच्याही चिंतेची गोष्ट होऊ लागली आहे.

***

हल्ली मी मनातल्या मनात प्रतिक्रिया देतो. मनातल्या मनात बोलतो. माझे मित्र, शेजारीपाजारी, बायको साऱ्यांनाच माझ्या ह्या वर्तनाविषयी काळजी वाटते. अंतर्मुख असणाऱ्या माणसांविषयी बहिर्मुख असणाऱ्या माणसांना वाटते तशीच. बायको मधून मधून माझ्या मनात साठलेल्या शेवाळावर खडा टाकून आतलं पाणी वर आणण्याचा प्रयत्न करते. त्यातून उठणारे तरंग तिच्यापर्यंत पोचतील असं तिला वाटतं. पण तसं होत नाही. वर एवढं गच्च शेवाळ साचल्यावर आतलं पाणी बाहेर येणं तसं कठीणच! माझे मित्रही हल्ली माझी काळजी करतात. माझ्या गप्प राहण्याने ते अस्वस्थ होतात. मध्यंतरी गंगाधरपंत माझी समजूत काढताना म्हणाले होते, 'जग असंच असतं श्रीकांत. आपण देवाच्या दारी जाऊन बसलो तरी ते बदलणार थोडंच आहे? त्यासाठी आपल्याला स्वत:ला बदलावं लागतं. काळाबरोबर बदलून ह्या

जगाचा एक भाग व्हावं लागतं. अशा अस्वस्थ करणाऱ्या बातम्या वाचण्यापेक्षा कथा, कादंबऱ्या वाच. काहीतरी मनाला उभारी देणारं वाच. लोकांची आत्मचरित्रं वाच. कोणत्या परिस्थितीत जगत ही माणसं मोठी झालीत ते पाहा. जमलं तर तूही लिहून टाक मनात येतं ते. मनातील भावनांचा निचरा होणं आवश्यक आहे हे लक्षात घे. बातम्या पाहण्यापेक्षा क्रिकेटची मॅच पाहा.' आणखी काय काय सांगत होते ते. गंगाधरपंत चुकीचं कधीच सांगत नाहीत. पण माझे विचार त्यांच्या विचारांशी जुळत नाहीत. माझं माधवरावांशीही जुळत नाही. ते तर मला 'हास्यसम्राट' पाहायला सांगतात नाहीतर व.पु. वाचायला सांगतात. म्हणतात, 'बघ आयुष्याकडे पॉझिटिव्हली पाहाशील. मध्यमवर्गीयांचे दोष दिसतात फक्त आपल्याला पण त्यांचे गुणही कळतील. चांगले संस्कार होतील ह्या दिवसांत.' आणि मग जोरजोरात हसतात.

खरंतर क्रिकेटची मॅच पाहताना मला आपण फुकट घालवत असलेला वेळ आठवतो. बेटिंग आठवतं. पैशासाठी खेळणारे खेळाडू आठवतात. मग एखाद्याने फोर किंवा सिक्सर मारला किंवा एखादा कॅच हातात देऊन आऊट झाला तर तेही पद्धतशीरपणे प्लॅन करून केलं आहे, असं वाटतं. त्यामुळे मी क्रिकेटचा आनंद घेऊ शकत नाही. 'हास्यसम्राट'मधली लोकांना हसवण्याची केविलवाणी धडपड पाहून तर मी जास्तच अस्वस्थ होतो. माणसांना मठ्ठ करत चाललेल्या ह्या कार्यक्रमाच्या निर्मात्यांना फोडून काढावंसं वाटतं. आणि मध्यमवर्गीय माणसाची काल्पनिक सुखं तुम्हाला किती काळ आनंद देणार हाही प्रश्न आहेच. मानवी मनाला उभारी देणारे सुविचार वहीत लिहिणं वेगळं आणि प्रत्यक्षात आचरणात आणणं वेगळं. आपल्या मनात दडलेला पशू कितीही संस्काराच्या गोष्टी केल्या तरी बाहेर येतोच. आणि मुख्य म्हणजे आजच्या जगात चाललेलं जीवघेणं राजकारण, अर्थकारण, भ्रष्टाचार आपल्या जगण्याच्या साऱ्या कक्षांना स्पर्शत असताना ह्या वाचनाबिचनाच्या पळवाटा शोधत कसं दुर्लक्षिणार आहोत आपण? भ्रष्ट व्यवस्थेत राहताना येणारं नैराश्य कसं कळणार ह्या चार भिंतीतल्या मोरपंखी आयुष्यावर बोलणाऱ्या लोकांना?

मी असं काही म्हटलं की सगळे हसतात आणि म्हणतात, 'इतके नका बुवा निराश होऊ. आनंदात जगा. काय कमी आहे तुम्हाला? आम्हीही करतो चर्चा रोज ह्या सगळ्याच प्रश्नांवर पण फक्त चर्चा. एकदा का घरात शिरलो की विसरतो सारं. ते विसरायलाच हवं नाही तर जगणं कठीण होऊन जाईल.'

त्यांचंही काही चुकीचं आहे असं नाही. पण त्यांच्या मनातल्या प्रश्नांचा जसा चर्चा केल्यावर निचरा होतो तसा माझ्या मनातल्या प्रश्नांचा होत नाही. हे कसं सांगणार त्यांना. हल्ली मी वादही घालत नाही. गप्पच बसतो. सवय लागली आहे

म्हणून बागेत शिरल्याबरोबर त्यांच्या ग्रूपकडे पाय वळतात. सवय लागली आहे म्हणून तिथून थेट घराकडे आणि पर्यायाने बायकोकडे परततो. सवय लागली आहे म्हणून घराबाहेर पडल्यावर पाय देवळाकडे वळतात आणि मग तिथल्या मित्रांकडे. अन्यथा आता माझा सगळ्यातला रसच संपला आहे. ह्या सगळ्या ठिकाणी मी मुकाट बसून राहतो. देवळातही तसाच बसून असतो. पण तिथे मात्र देवाशी थेट संपर्क साधण्याचा अलीकडे मी प्रयत्न करतो. ज्याने मला लहानपणापासून जमेल तसं बळ दिलं आहे; त्या देवाकडेच बळ मागायचं आहे. त्याच्याशीच वाद घालायचा आहे. इतर ठिकाणी सगळेच बोलत असतात आणि मला बोधामृत पाजत असतात. अगदी माझी बायकोही त्यांना सामील झाली आहे. फक्त हा माझा परमेश्वर मात्र काही बोलत नाही. त्यामुळे मनातल्या मनात का होईना पण इथे मला बोलायची संधी मिळते. आता ह्यापुढे जोपर्यंत माझ्या प्रश्नांची उत्तरं मिळत नाहीत तोपर्यंत त्यांच्याशी भांडायचं असं मी ठरवलं आहे. आणि केवळ एकाशी नाही. कारण इतर ठिकाणी बोलणारे अनेक असतात आणि ऐकणारा मी एकटा असतो. आता बोलणारा मी एकटा असणार आणि ऐकणारे अनेक असणार आहेत. म्हणूनच मी आता केवळ एका देवळात जात नाही तर मारुती, गणेश, येशू यांच्यासोबतच विष्णू, महादेव, दुर्गा, दत्त, राम आणि जे जे अनंतरूपात प्रकट झालेले देव आहेत त्या सगळ्यांकडे जातो. माझ्या परिसरातलीच नव्हे तर शहरातली सारीच मंदिरं मी शोधून काढली आहेत.

मला खरंतर एकदा ह्या सगळ्या देवांची महाचर्चा घडवून आणायची आहे. एवढे दिवस मूग गिळून गप्प बसलेल्या ह्या देवांना बोलतं करायचं आहे. त्यांना माझ्यासमोर बसवणार आणि आजपर्यंत मनात आलेले सारे विचार त्यांच्यासमोर व्यक्त करणार. त्या सगळ्याविषयी त्यांना काय वाटतं हे विचारणार आणि त्यांची मतं त्यांना व्यक्त करावीच लागतील, अशी व्यवस्था करणार. ही चर्चा एक-दोन दिवसांची विद्यापीठीय चर्चा असते तशी नसणार. ती अखंड हरिनामासारखी चालत राहणार. माझ्या मनातले प्रश्न संपेपर्यंत ती संपणार नाही. हा एक प्रकारचा महायज्ञच असेल माझ्या दृष्टीने. त्यात साऱ्या प्रश्नांच्या समिधा एक एक करून टाकल्या जातील आणि त्यातून उत्तरांचा धूर बाहेर पडेल. त्या धुरात जीव गुदमरून जाण्याची शक्यता आहे. पण माझी तयारी आहे. उत्तरं कोणतीही असली तरी चालतील. अगदी कटू वाटली तरी हरकत नाही. पण ती मिळायला हवीत. त्यानंतर त्या उत्तरांवरच्या प्रतिक्रिया देण्याचा कार्यक्रम मी आयोजित करेन आणि मुख्य म्हणजे सगळ्या प्रतिक्रिया मी एकट्याने देईन.

***

श्रीकांत विनायक अलीकडे दिवसभर घरी येत नाहीत. सकाळी नेहमीप्रमाणे उठून ते मॉर्निंग वॉकलाही जात नाहीत. पहाटे पहाटे उठून ते कोणत्याही एका मंदिरात जातात. तिथून दुसऱ्या, मग तिसऱ्या मंदिरात ते जातात. सकाळचा नाष्टा, दुपारचं जेवण ते कुठे घेतात किंवा घेतात की नाही हे कोणालाच माहीत नाही. संध्याकाळी ते कधी कधी मारुतीच्या मंदिरात दिसतात. त्या वेळेत त्यांची बायको त्यांच्यासाठी डबा घेऊन येते पण ते काहीच खात नाहीत. देवळाच्या मंडपात बसून ते काहीतरी पुटपुटत असतात. बायकोने 'काही खाता का?' असं विचारलं तर ते चिडतात. हिंस्र होतात. त्यांच्या डोळ्यांतून व्यक्त होणारा संताप त्यांच्या बायकोला कळतो पण ती तो वरच्यावर झेलून डोळ्यांतल्या पाण्यात विरघळून टाकते आणि केविलवाणं पाहत बसून राहते. तिचं असं बसून सारं सहन करणं त्यांना आवडत नाही. ते मग धमकी देऊन तिला घरी पाठवतात. अशा वेळी वाद न घालता ती जड पावलांनी घरी निघून येते.

श्रीकांत विनायक मग दुसऱ्या देवळात जातात. फिरून फिरून पायात गोळे आले की रात्री उशिरा ते घरी येतात. श्रीकांत विनायकांची बायको पूर्णपणे गोंधळून गेलेली आहे. तिला काय करावं कळत नाही. डॉक्टरांकडे न्यावं तर श्रीकांत विनायक हाती लागत नाहीत. डॉक्टरांना श्रीकांत विनायकांकडे न्यावं तर डॉक्टरांच्या वेळेत श्रीकांत विनायक नेमके कुठे सापडतील ते तिला माहीत नसतं. ह्या वयात सुखाने राहावं तर काय हे नवीनच संकट आलं, ह्या विचाराने ती अस्वस्थ होते. टीव्ही पाहून मन रमवता आलंही असतं पण नवरा घरात नसताना आणि भणंग अवस्थेत बाहेर फिरत असताना आपण आनंदात टीव्ही पाहावा हे तिच्यामधील सुसंस्कारित पत्नीच्या मनाला रुचत नाही. स्वयंपाक केला तरी तो आवडीने खाण्यासाठी घरात कोणी नसल्याने पाण्याच्या घोटाबरोबर ती एक एक घास पोटात ढकलते. पण श्रीकांत विनायक कधीतरी जेवायला घरी येतील ह्या आशेवर रोज साग्रसंगीत स्वयंपाक मात्र करते.

ही परिस्थिती आपल्याला हाताळता येईल असं सुरुवातीला तिला वाटत असतं. पण काहीच जमेना म्हटल्यावर परगावात राहणाऱ्या त्यांच्या मुलांच्या कानावर ही गोष्ट ती घालते. गंगाधरपंत आणि माधवरावांच्या घरीही ती जाऊन येते. आपल्या नवऱ्याची समजूत त्यांनी काढावी असं त्यांना विनवूनही येते. पण श्रीकांत विनायक मॉर्निंग वॉकला यायचे बंद झाल्याने गंगाधरपंत व माधवराव हे दोघंही त्यांना भेटणार कुठे, हा प्रश्न असतोच. मग श्रीकांत विनायकांची बायको ते जिथे भेटण्याची शक्यता होती अशा देवळांची यादी त्यांना देते. वेळही सांगते. अर्थात अंदाजाने तिने त्या वेळा शोधून काढल्या आहेत.

खरंतर गंगाधरपंत हे देवळात न जाणारे गृहस्थ. पण केवळ मित्रासाठी आणि विशेषत: श्रीकांत विनायकांच्या बायकोसाठी ते कबूल होतात. देवळात जाऊन श्रीकांत विनायकांची भेट घेतात. पण श्रीकांत विनायक ओळख दाखवत नाहीत. ते शांतपणे बसून मूर्तींकडे पाहत राहतात. श्रीकांत विनायकांच्या चेहऱ्यावरच्या हालचालींवरून त्यांच्या मनात कसला तरी कल्लोळ उडालेला आहे, हे गंगाधरपंतांच्या लक्षात येतं. त्यांचा ओढलेला, तणावपूर्ण चेहरा पाहून गंगाधरपंतांना त्यांची दया येते. ते श्रीकांत विनायकांजवळ बसतात. त्यांच्या पाठीवरून हात फिरवतात. बोलण्याचा प्रयत्न करतात. पण श्रीकांत विनायक दाद लागू देत नाहीत. ते त्रयस्थपणे पाहतात आणि मग उठून बाहेर पडतात. गंगाधरपंतांना त्यांना थांबवायचं असतं. पण ते काही बोलण्याआधीच श्रीकांत विनायक नाहीसे झालेले असतात.

***

गंगाधरपंत देवळात कशासाठी येतात, हा आणखी एक नवा प्रश्न मला पडलाय. आयुष्यभर देवळाची पायरीही न चढलेला हा माणूस माझा मित्र असला तरी माझ्या डोक्यात जायचा तो त्याच्या नास्तिकपणामुळे! अगदी कॉलेजात असल्यापासून 'देव अस्तित्वात कसा नाही', 'आपण देवाची निर्मिती नाही तर देवच आपल्या मनातील भयातून कसा निर्माण झाला आहे' हे आणि अशा अनेक गोष्टी वैज्ञानिक आणि भौगोलिक दाखले देत मला पटवून देण्याचा प्रयत्न करायचे गंगाधरपंत. देवाकडे साकडं घालून आपले प्रश्न सुटत नाहीत हे तेव्हापासून ते अगदी कालपरवापर्यंत हा माणूस मला सांगत होता. पण मीही त्यांना पुरून उरलो. माझ्या भूमिकेपासून किंचितही ढळलो नाही. ही एक गोष्ट सोडली तर बाकी अगदी सज्जन माणूस. कदाचित त्यामुळेच आमची मैत्री टिकून राहिली.

पण आता अचानक हा असा देवळात येऊन मला त्रास द्यायला लागला आहे. कशासाठी येतो आहे हा इथे. मी काय स्वस्थ बसलो आहे का माश्या मारत? ह्या सगळ्या देवांना एकत्र आणून महाचर्चा घडवण्याचा मोठा घाट घातला आहे मी. ह्या सगळ्यांना रीतसर आमंत्रण द्यायला जायचं. आज माझ्यासाठी आणि सगळ्याच लोकांसाठी ही चर्चा कशी महत्त्वाची आहे, हे पटवून द्यायचं. त्यासाठी रोज ह्या देवळातून त्या देवळात चकरा मारायच्या. केवढी कामं आहेत मला! त्यात ह्यांची प्रवचनं ऐकत बसायची का मी? ते आले तर सरळ उठून जातो मी दुसऱ्या देवळात आता.

खरंतर ह्या महाचर्चेसाठी मोठा प्रशस्त हॉलही पाहायचा होता. आमच्या परिसरात बांधलेलं साईबाबांचं मंदिर अगदी प्रशस्त आहे. सभामंडपात हजार-बाराशे माणसं

सहज बसू शकतील, एवढी जागा आहे. मी हेच ठिकाण पक्क केलं होतं. पण इतर देवांना नाही पसंत पडली ती जागा. त्यांचं म्हणणं हेच की आम्ही एवढे सीनिअर आहोत त्याला. आम्ही का उठून यायचं? यायचं असेल तर त्यालाच येऊ देत आमच्याकडे. शेवटी मान-अभिमान देवांनाही चुकले नाहीत हे खरं. हल्ली सगळा वेळ ह्या देवांची समजूत काढण्यात जातो. घरी जायलाही वेळ मिळत नाही. त्यात बायको जेवणाचा डबा घेऊन येते. बायकांना कोणत्याही कठीण प्रसंगाचं काही पडलेलं नसतं. आपण केलेला स्वयंपाक नवऱ्याने गिळायलाच हवा, नाहीतर मेहनत गेली फुकट, असं वाटतं त्यांना. आपण गहन विचारात असणार आणि ह्या मधेच येऊन विचारणार, 'उद्या भाजी कोणती करू' म्हणून. खरंच आयुष्यात कोणत्या गोष्टी महत्त्वाच्या असतात ह्याची जाणीवही नसते ह्यांना साधी. आज इथे तहान-भूक विसरून मी महाचर्चा घडवून आणण्यासाठी झटतोय ह्याचं सोयरसुतकही नाही तिला. माझ्या मित्रांचंही तेच. सारे किडामुंगीसारखे जगताहेत. सारं विसरून, जगाचे नियम, बंधनं झुगारून एखाद्या कामासाठी वाहून घेतल्याशिवाय ह्या विश्वाची जटिल कोडी उलगडत नाहीत, ह्याचं साधं भानही नाही त्यांना. अशा क्षुद्र विचार करणाऱ्या माणसांना जवळ तरी कशासाठी करायचं? म्हणूनच अलीकडे मी ओळख दाखवत नाही कोणालाच. ओळख दाखवली तर पुन्हा ह्या अतिक्षुद्र माणसांच्या जगात जावं लागेल मला आणि पुन्हा एकदा पोळून निघावं लागेल प्रश्नांच्या भट्टीत. मी बायकोलाही ओळख दाखवत नाही अलीकडे. कोणीही ओळखीचं समोर आलं की डोळे मिटून घेतो आणि डोळ्यांपुढे दाटलेल्या अंधारात चमचमणाऱ्या चांदण्यांवर लक्ष केंद्रित करतो.

***

श्रीकांत विनायकांचे मित्र आता देवळात जायचे थांबले आहेत. बायको केवळ भारतीय पतिव्रतांच्या कुळातली असल्याने देवळात जाते. दोन्ही मुलांना तिने घरी बोलावून घेतलं आहे. बापाला उचलून हॉस्पिटलात ठेवण्याचा घाट त्यांनी घातलाय. श्रीकांत विनायक डोळे मिटून बसले असताना त्यांना बेसावध पकडून हॉस्पिटलात भरतीही केलं, पण श्रीकांत विनायक हॉस्पिटलमधून पळून गेले. त्यांना शोधण्यासाठी मुलांनी पोलिसांना कामाला लावलं. पण आजूबाजूच्या परिसरात ते मिळाले नाहीत. नेहमी ज्या देवळात जाऊन ते बसायचे त्या देवळातही ते दिसत नव्हते.

***

मी इतका मूर्ख वाटलो की काय, माझ्या ह्या चंगळवादी जगाचे गुलाम झालेल्या

मुलांना? विश्वाचे प्रश्न यांना पडत नाहीत. मंदीच्या काळात आपली नोकरी टिकवण्यासाठी धडपडणारी ही मुलं मंदी येण्याची कारणं त्याच्या खोलात जाऊन समजूनही घेत नाहीत. त्यांना बाप वेडा झाला, असं वाटलं आणि मुलांचं कर्तव्य म्हणजे हेच, असं समजून मला हॉस्पिटलमध्ये पोचवलं. अर्थात हॉस्पिटलमध्येही देव होता. पण जागा नव्हती पुरेशी. नाहीतर सगळ्यांना उठवून आणलं असतं तिथे. आता कुठे मी सगळ्या देवांची मनधरणी करून त्यांना एकत्र आणण्यात यशस्वी झालो होतो. चर्चेची सुरुवातही करून दिली होती आणि तेवढ्यात ह्या पोरांनी मला इथे आणून टाकलं. आता चर्चेत अकारण ब्रेक आला. असा केव्हाही ब्रेक घ्यायला महाचर्चा म्हणजे काय टीव्हीवरची मालिका आहे? सगळा गोंधळ! आणि तोही ह्या पोरांच्या अतिशहाणपणामुळे! सरळ बाहेर पडलो हॉस्पिटलमधून आणि आता ह्या देवळात आलोय. माझ्या परिसरापासून खूप दूर आहे हे देऊळ. अगदी छोटंसंच आहे. कोणाला जास्त माहीत नाही. मला शोधण्यासाठी ते सगळी मंदिरं पालथी घालतील, हे माहीत आहे मला. म्हणूनच ह्या आडगावात आलोय. आणि मला सांगायला खूप आनंद होतोय की माझी अडचण जाणून घेऊन सगळे देव ह्या देवळात आलेत माझ्यासोबत. माझ्या कामाचं महत्त्व त्यांना कळलंय. त्यामागची कळकळ त्यांच्या लक्षात आली आहे. एका भल्या मोठ्या ब्रेकनंतर चर्चेला पुन्हा सुरुवात झाली आहे. घनघोर चर्चा होते आहे. मतमतांतरांचा कल्लोळ उठला आहे आणि विशेष म्हणजे एवढ्या वर्षांनंतर मी अतिशय आनंदात आहे.

***

पाच महिने तेवीस दिवस

पाच महिने तेवीस दिवसांचा सहवास!

सहवास म्हणायचं की कारावास हे मात्र ठरवायला लागेल. नाहीतर कोणत्या कारणासाठी अशी सहाव्या महिन्याच्या चोविसाव्या दिवशी बॅग उचलून बाहेर पडले मी?

तसे कारावासच म्हणावा इतके वाईट नव्हते ते दिवस. पण सहवास मात्र नक्कीच नव्हता तो.

अनंत दीनानाथ बावीसकर ह्या मुखदुर्बळ माणसाने लग्न कशासाठी केलं माझ्यासारख्या मुलीशी हा राहून राहून प्रश्न पडतो मला. अर्थात वंदना लक्ष्मण कुडाळकर ह्या आपल्या एकटीचा कोपरा शोधू पाहणाऱ्या बाईनेही लग्न का केलं, असा प्रश्न अनंत बावीसकरलाही पडला होताच. त्याने दहा वेळा तरी तो विचारला होता त्या पाच महिने तेवीस दिवसांत आणि नंतरही चार लोकांत विचारला होता. मी मात्र हजारदा विचारला पण मनातल्या मनात.

एकदा फक्त आईला सहज म्हटलं होतं त्याच्या घुम्या स्वभावाविषयी. तर आई म्हणाली, ''पुरुष नसतातच तसे बोलके. आणि बायकांशी नाहीच बोलत ते तसे. आम्ही तर तुम्ही मोठी झालात तरी नव्हतो बोलत एकमेकांशी.'' तेव्हा विचारलं तिला, ''न बोलताच झालो आम्ही?'' तर वैतागलीच. म्हणाली, ''गप बस कार्टे. मुलं होण्यासाठी बोलावं लागतं, हे कोणी सांगितलं तुला?''

तर अशा मुक्याने घडलेल्या शरीरसंबंधांतून मुकीच पोरं जन्माला येणार, असं गृहीत धरलं तर अनंताकडून काय अपेक्षा करणार?

आईला मात्र माझं हे अनंताविषयी असं बोलणं अजिबात आवडायचं नाही. तिच्या दृष्टीने अगदी दृष्ट लागण्यासारखं स्थळ मिळालं होतं मला. स्वत:चा व्यवसाय असलेला, अगदी फार मोठा नसला तरी मुंबईसारख्या शहरात स्वत:चा ब्लॉक असलेला, स्वभावाने शांत असलेला, वयाने थोडा मोठा असला तरी लग्नाच्या बाजारात बऱ्यापैकी भाव असलेला आणि मुख्य म्हणजे सासरच्या (त्याच्या)

माणसांकडून एका पैशाची अपेक्षा न बाळगता केवळ मुलगी आणि नारळ मिळाला तरी चालेल, असं सहज म्हणणारा अनंत दीनानाथ बावीसकर म्हणजे माझ्या आईबाबांच्या दृष्टीने अगदी आदर्श स्थळ होतं. मीच करंटी जिला जुळवून घेता आलं नाही इतक्या सज्जन माणसाशी, अशी त्यांची तक्रार होती माझ्याबद्दल. ते पाच महिने तेवीस दिवस समजावून दमले ते मला आणि शेवटी माझ्या निर्णयापुढे हतबल झाले.

खरंतर पाच महिने तेवीस दिवसही खूपच झाले होते माझ्या दृष्टीने. पण 'इतका महत्त्वाचा निर्णय असा तडकाफडकी घेऊ नकोस', असं विश्वनाथही म्हणाला. त्यामुळे विचार करत राहिले. 'अनंताला एक संधी दे,' असं सर्वांनीच म्हणजे माझ्याकडच्या माणसांनी सांगितलं म्हणून काढले दिवस. पण अनंताला संधी देणारी मी कोण? अनंता स्वत:च लोकांना संधी देणारा माणूस. त्याच्या दृष्टीने त्यानेच मला संधी दिली होती. पर्याय दिले होते. इतर नवरे असा पर्यायही देत नाहीत. आपल्याला जे हवं तेच करून घेतात बायकोकडून. पण मी जरा जास्त शिकलेली होते (असं तो म्हणायचा) म्हणून तो मला जरा 'रिस्पेक्टफुली' वागवत होता. अशिक्षित असते किंवा कमी शिकलेली असते तर केव्हाच वठणीवर आणली असती त्याने त्याच्या पद्धतीने.

पण अनंता अशिक्षित मुलगी करण्याचा विचारही करू शकत नव्हता. बाहेरून परीक्षा देऊन ग्रॅज्युएट झाला होता तो कसाबसा. त्यांच्या घरात एवढा शिकलेला तो एकटाच. गरिबीतून वर आलेला होतकरू मुलगा होताच. पण शिक्षणाने समाजात वाढलेल्या 'रिस्पेक्ट'मुळे फारच भारावून वगैरे गेलेला. मोठ्या बहिणींची लग्नं, लहान भावांचं शिक्षण, त्यांना त्यांच्या पायावर उभं करून देण्यात आणि पुढे त्यांची लग्नं करून देण्यात वय सरून गेलेल्या माणसांत स्वत:च्या कर्तृत्वाने येणारी गुर्मी असते, तशी ती त्याच्यातही होती. त्यामुळे पस्तिशी जवळ आली होती तरी मुली नाकारण्याचं धारिष्ट्य तो सहज करू शकत होता. मी चौथी का पाचवी मुलगी होते त्याने पाहिलेली. सुंदर नसले तरी नाकीडोळी नीटस होते. शिवाय बी.कॉम. झाले होते. रिझर्व्ह बँकेत नोकरी करत होते. त्याच्या दृष्टीने अगदी परफेक्ट होते. मुख्य म्हणजे गावठी दिसत नव्हते. गावठी, अशिक्षित मुली बायको म्हणून मिरवता नाही येत समाजात. अनंताला लोकांत मिरवता येईल अशी त्याच्या स्टेटसची बायको हवी होती. मी बसले त्याच्या बायकोच्या व्याख्येत चपखल. लगेच होकार कळवला त्याने.

आमच्या घरात तर जल्लोषच झाला. माझा होकार आहे की नाही, मला अनंता आवडला की नाही, हे विचारायचीही तसदी घेतली नाही कोणी. शिकलेल्या, स्वत:च्या पायावर उभ्या असलेल्या मुलीच्याही काही अपेक्षा असतील, तिची काही मतं असतील हे गृहीतच धरलं नाही तेव्हा आईबाबांनी.

खरंतर मी सर्वात मोठी, दोन्ही भावांची लाडकी बहीण होते. माझा पगार घरखर्चासाठी वापरत होती आई. आणि भाऊही हक्काने पॉकेटमनी मागत होते माझ्याकडे. पण तरी ताईला मुलगा आवडला की नाही, हे नाही विचारलं दोघांनी. आई तर नेहमी म्हणायचीच, 'मुलींना मतं वगैरे नसतातच काही.' अर्थात आजही अनेक आयांना असंच वाटतं. मग तीस-पस्तीस वर्षांपूर्वी माझ्या आईला असं वाटणं स्वाभाविकच होतं म्हणा. पण माझे बाबा? त्यांनीही समजून नाही घेतलं मला. गिरणीत होते ते. समाजवादी विचारांचा बऱ्यापैकी प्रभाव होता त्यांच्यावर. मुलींनी शिकून आपल्या पायावर उभं राहायलाच हवं, असं ठामपणे वाटायचं त्यांना, त्यांच्या पिढीतल्या लोकांना. म्हणून तर मला शिकवलं, नोकरीला लावलं. पण ह्यापलीकडे नाही गेले त्यांचे विचार. ह्या पुंजीवर तिला चांगलं स्थळ मिळेल, एवढंच डोक्यात होतं त्यांच्या बहुतेक. त्यामुळेच वय वाढत चाललेल्या मुलीसाठी अनंताचं स्थळ चालून आल्यावर ते हरखूनच गेले आणि त्यात मुलाकडून होकार येणं म्हणजे सोन्याहून पिवळं. त्यांनी तयारीच सुरू केली माझ्या लग्नाची.

अनंताला पसंत कोणत्या गोष्टीसाठी करायचं हे जसं मला समजत नव्हतं तसंच त्यानेही मला कोणत्या गोष्टीसाठी पसंत केलं, हे कळत नव्हतं. बाह्य रूप, शिक्षण, घराणं आणि पत्रिका जुळणं ह्यावरच आजही बरीचशी लग्नं जमतात. मुला-मुलींचे विचार, त्यांची मतं जुळतात की नाही, ह्याचा विचार आजही किती आई-बाप करतात किंवा किती मुलं-मुली करतात, हा प्रश्नच आहे. आमच्या काळात तर अगदी कमी होती अशी मुलं किंवा आई-बाप. ह्या कमी असणाऱ्या लोकांत आमच्या घरातली मी एकटीच होते. अनंता स्वत: तर नव्हताच आणि आई-बाबाही नव्हतेच.

'हो' बोलण्याआधी अनंताला एकदा भेटण्याचा विचार होता माझा. त्याचे विचार जाणून घ्यायचे होते. त्याच्या आवडीनिवडी काय आहेत, हे विचारायचं होतं. तो वाचतो का? काय वाचतो? कोणते लेखक आवडतात? गाणी ऐकतो का? नाटकं पाहतो का? बाकी काही नसलं तरी फिरायला जातो का? एखाद्या संध्याकाळी माझ्याबरोबर समुद्रावर फिरायला येईल का? अशा अनेक गोष्टींविषयी बोलायचं होतं त्याच्याशी.

आईला म्हटलं, "होकार देण्याआधी एकदा भेटायचं आहे त्याला." तर आई पुन्हा वैतागली. "तुझ्या होकाराचा संबंध काय? न भेटता दिला ना त्याने होकार? आता बोलणी व्हायच्या आधी हे भेटण्याचं वगैरे नाही जमणार काही. अशी भेटून लग्नं ठरली असती तर बघायला नको. साखरपुडा झाला की भेटा हवं तर."

मग मी म्हटलं, "तेव्हा भेटल्यावर नाही पटले मला त्याचे विचार तर मोडाल का लग्न?" तर कसले डोळे वटारले तिने.

का कुणास ठाऊक पण मला सारखं वाटत राहिलं हा नाहीच माणूस आपल्या 'टाइपचा'. तो खरंच कसा असेल स्वभावाने हे पहिल्या भेटीत कळणं शक्य नव्हतं. पण तरी नाही भरला तो माझ्या मनात. पाहायला आला तेव्हा वाटलं होतं पाहत असेल माझ्याकडे अनिमिष डोळ्यांनी. म्हणून डोळे वर करून पाहिलं तर हा आईने केलेल्या बटाटेवड्यांचा फडशा पाडत होता अगदी एकाग्र होऊन. माझ्याकडे त्याने पाहिलं होतं की नाही, अशी शंकाच होती खूप दिवस मनात. पण लग्नानंतर एकदा म्हणाला होता, 'पाहिल्याबरोबर पसंत केली तुला' म्हणून. पण तेही अभिमानानेच. 'आपली चॉइस एकदम परफेक्ट असते,' असंही म्हणाला पुढे.

पण चुकलीच त्याची चॉइस आणि ते कळेपर्यंत उशीरच झाला तसा.

खरंतर त्याने मला एकदा जरी भेटायचं ठरवलं असतं आणि भेटून माझी मतं जाणून घेतली असती तर नसता झाला उशीर. मीही सुटले असते आणि तोही वाचला असता माझ्या तावडीतून. म्हणजे पुढे लग्न झाल्यावर त्या पाच महिने तेवीस दिवसांत अनेकदा म्हणायचा तो, 'कसा काय सापडलो तुझ्यासारख्या बाईच्या तावडीत देव जाणे!'

असो. तर नाहीच भेटला शेवटी. झाली सुरू लग्नाची तयारी.

विश्वनाथही म्हणाला एकदा, "अग, काही माणसं असतात अबोल. नाही जमत बोलायला त्यांना, नाही करता येत आपल्या भावना व्यक्त. पण मनाने मृदू असतात अगदी."

विश्वनाथ माझा अगदी खास मित्र. ठेवला विश्वास त्याच्या शब्दावर आणि भाग घेतला मीही अगदी उत्साहात माझ्या लग्नाच्या तयारीत.

अनंताच्या आई आणि बहिणींबरोबर खरेदीलाही गेले साड्यांच्या. बऱ्या होत्या तशा स्वभावाने. अनंताशी नाही जमलं तरी त्यांच्याशी जमेल असं वाटलं त्या वेळी. म्हणजे लग्न झाल्यावर बराच काळ नवऱ्याव्यतिरिक्त जी माणसं असतात घरात त्यांच्याशी जमवून घेण्यातच वेळ जातो. तो वेळ वाचेल असं वाटलं मला.

मग साड्या पसंत करता करता त्याच्या आईने हळूच विचारलं, "नोकरी करणार का लग्नानंतरही?" तर मी म्हटलं, "हो. इतकी चांगली नोकरी कशी सोडणार?" तर त्यांनी पुन्हा विचारलं, "जमेल ना? घर सांभाळून करावं लागेल सगळं." तर मी पटकन म्हटलं, "त्यात काय? जमेल की. किती बायका करतात नोकरी लग्नानंतर. आमच्याकडे बऱ्याच आहेत. आणि तुम्ही आहातच घरी." तर चाचरत म्हणाल्या, "हो मी आहेच. पण अनंता काय म्हणतो ते बघ. म्हणजे तसं काही म्हणणार नाही तो. त्याच्या मनासारखं वागलीस तर तसा चांगला आहे हो तो."

मी हसले तेव्हा. ह्याच्यावर काय बोलायचं असतं होणाऱ्या सासूसमोर हे माहीत

नव्हतं मला. मनातल्या मनात मात्र मी म्हटलंच, 'माझ्या मनासारखा वागला तो तर मीही चांगलीच आहे.'

आणि गंमत म्हणजे घरी आल्यावर मी आईलाही म्हटलं, "तू सांगितलंस की नाही अनंताला माझ्या मनासारखा तो वागला तर मीही चांगली आहे तशी म्हणून."

तर आई भडकलीच. "जिभेला काही हाड आहे की नाही तुझ्या. पोरीच्या जातीला कसं बोलावं हे कधी कळणार तुला? ह्यांनी शिकवलं काय तर डोक्यावर बसली आहेस त्यांच्या. बोलण्यावागण्याचा काही पोच नाही. तिकडे गेल्यावर हे असलं काही बोलू नकोस म्हणजे मिळवलं. अब्रू राख आमची."

बापरे! एक बौद्धिकच घेतलं आईने पुढचा अर्धा तास. सून आणि पत्नी ह्यांची कर्तव्यं, वागणूक, बोलणं-चालणं इत्यादींवर.

शेवटी झालं एकदाचं लग्न. चारचौघांचं होतं तसंच. थोड्याफार मानपानासकट. पण मी काही लावून नाही घेतलं मनाला. जावयाची एवढी हौस होती ना तर घ्या आता त्या शांत, सुस्वभावी वाटलेल्या पण प्रत्यक्षात कटकट्या, चिडचिड्या असलेल्या जावयाला पदरात, नाहीतर कडेवर. मी असं म्हटलेलं मात्र आवडलं नाही आई-बाबांना. त्यांच्या म्हणण्याप्रमाणे जावई ह्या व्यक्तीत हे स्वभावविशेष असतातच. त्याला इलाज नाही. कमीपणा मुलीकडच्या लोकांनी घ्यायचा असतो. मुलीमध्ये आणि मुलीच्या आईवडिलांमध्ये सबुरीने घेण्याचा आणि वेळ आली तर स्वत:च्या मुस्काटात मारून घेण्याचाही गुण असावा लागतो, हे मला तेव्हा नव्याने कळलं.

मग लग्नानंतरची पहिली रात्र. म्हणजे सत्यनारायणाची पूजा आटोपल्यानंतरची पहिली रात्र. अर्थात सिनेमात पाहिलेली तशी सजवली नव्हती खोली किंवा पलंग किंवा अगदी मराठी चित्रपटात दाखवतात तसा दुधाचा ग्लासही दिला नाही कोणी माझ्या हातात.

सकाळीच सुरू झालेली पूजा आटोपल्यावर, पाहुण्यारावण्यांचा गोंधळ संपल्यावर, घरातला कामाचा पसारा आवरल्यावर, रात्री जेवणानंतरचा खरकट्या भांड्यांचा डोंगर घासून, धुऊन, पुसून आणि लावून ठेवल्यानंतर आई म्हणाल्या, "जा झोपायला."

आत गेले बेडरूममध्ये तर अनंता बसलेला कसला तरी हिशेब करत. वर न बघताच म्हणाला, "दार लावून घे." मी घेतलं दार लावून आणि बसले जाऊन पलंगावर त्याच्यासमोर. तसा हिशेबातून मान वर काढून माझ्याकडे एक कटाक्ष टाकला. काय अर्थ होता त्या नजरेचा ते कळलं नाही मला सुरुवातीला. पण परवानगी न घेता साहेबासमोरच्या खुर्चीत बसल्यावर तो जसं बघतो तसंच पाहिलं अनंताने

माझ्याकडे. म्हणजे मी 'बसू का?' असं विचारायला हवं होतं की त्याने बसायला सांगेपर्यंत उभं राहायला पाहिजे होतं? मला काहीच समजलं नाही. मग मी बसून राहिले तशीच खूप वेळ.

त्याचा हिशेब संपला तेव्हा मी पेंगायला लागले होते. किती वेळ बसून होते देव जाणे!

तो उठला. वही मिटून ठेवली टेबलावर. शर्ट काढून ठेवला आणि मला विचारलं, "झोपायचं?"

मी म्हटलं, "तुम्ही म्हणाल तसं."

मला गंमतच वाटली माझी. असं मी म्हणू शकेन कधी असं स्वप्नातही खरं वाटलं नसतं मला. कसे काय हे शब्द आले माझ्या तोंडातून कोण जाणे! एक फटकाच मारला मी स्वत:ला जोरात पण मनातल्या मनात. अनंता मात्र खूश झाला त्यामुळे.

मग बसला समोर. म्हणाला, "हिशेब लिहून ठेवत होतो लग्नाचा. पंचेचाळीस हजार खर्च झाला सगळा."

मी पाहत राहिले त्याच्याकडे. हे बोलायचं असतं पहिल्या रात्री?

"आश्चर्य वाटलं ना? पण मी करणारच होतो एवढा खर्च. सगळ्यांच्या लग्नात केला. मग स्वत:च्या नाही करणार? तेवढं कमावतोय मी."

मी हसले फक्त.

"कसं काय वाटलं आमचं घर?" त्याने अभिमानाने विचारलं.

"छान आहे," मी म्हटलं.

"आहेच छान. तुमच्या चाळीतल्या घरापेक्षा कितीतरी पटीने चांगलं आहे. पैसा हातात आल्याबरोबर ब्लॉक घेतला मी. चाळीत कोण कुजवणार आयुष्य?"

"चाळीतही छान वाटतं की."

"झ्याट छान वाटतं!"

मी दचकलेच एकदम. तसा हसला.

"घाबरू नकोस. आपण असंच बोलतो," बोटातल्या अंगठीशी खेळत तो म्हणाला. मग म्हणाला, "लाइट बंद करू का?"

"का? बोलू थोडा वेळ," हा घुम्या माणूस एवढं बोलतोय तर गप्पा तरी मारूया, असा विचार करून मी म्हटलं. तर "अजून काय बोलायचं? तुला कळेलच हळूहळू सगळं. आणि ही काय बोलायची वेळ आहे?" असं म्हणून हसायला लागला जोरात.

जरा कुठे सुरू झालेला संवाद अशा तऱ्हेने संपून गेला. मग दिवे गेले आणि अनंताने बटाटेवड्यांचा फडशा पाडला होता तसाच पाच मिनिटांत माझा फडशा

पाडला. अर्धवट भावना चाळवून बाजूला झाला आणि चक्क घोरायला लागला.

माझी मात्र झोपच उडाली. शरीर प्रथमच जागं होत होतं असं. पुरुषाच्या स्पर्शाने शरीराला जाग येण्याचा अनुभव घेता घेता अचानक स्वप्न तुटावं तसा तो क्षण हातातून निसटला होता. क्षणभर वाटलं, हलवून जागं करावं त्याला. खेळायला सांगावं शरीराशी. उत्तेजित झालेल्या शरीराला टोकावर नेणारी ती सुखद वेदना तुझ्यासारखीच मलाही भोगायची आहे. ह्या सुखावर माझाही अधिकार आहे, असं ओरडून सांगावं त्याच्या कानात. पण धाडस झालं नाही. हळूहळू थंडावलं शरीर मग रडू यायला लागलं. खूप अपमान झाल्यासारखं वाटलं. शरीराचा आणि मनाचाही.

लग्न करायचं ठरवलं ह्या माणसाशी तेव्हा माझ्या नकळत स्वप्न रंगवायला लागले होते मी ह्या रात्रीची. रोमँटिक कादंबऱ्यांत वर्णन केलेल्या नायकासारखा नायक पाहिला होता मी अनंतात. जो हनुवटी वर उचलून डोळ्यांत पाहील माझ्या, मग ओठावर ओठ टेकून हळूहळू बर्फाच्या गोळ्यातला रस चोखून घेतात तसा शोषून घेईल मला आणि मग त्या अत्युच्च वेदनेच्या कड्यावर नेऊन सुखाच्या परमोच्च झुल्यावर झुलवील.

सगळं विसकटून गेलं. स्वप्नं उद्ध्वस्त होण्यासाठीच असतात हे कळलं मला त्या रात्री आणि मग रोजच उद्ध्वस्त व्हायला लागली.

आठ माणसांचं कुटुंब होतं अनंताचं. आईवडील, दोन भाऊ, एकाचं लग्न झालेलं. त्याची बायको आणि एक मुलगा सव्वा वर्षांचा.

पहाटे पाचला उठायचं. सगळ्यांचा चहा, अंघोळी, मग कपडे धुवायचे, त्यानंतर चहा, नाष्टा, मग स्वयंपाक. सकाळी सकाळी बाजारात जाऊन मासळी आणायचा अनंता. त्याला रोज लागायची. बाकीच्यांना उपवास, म्हणजे मासळीचा. फक्त बुधवार, शुक्रवार, रविवार खाणं व्हायचं. उरलेले चार दिवस भाजी आणि मासळी असे दोन दोन प्रकार. ताजं वाटणं-घाटणं. फ्रिज, मिक्सर हे त्या वेळी श्रीमंतांचे चोचले होते. आजच्यासारखे गरज नव्हते बनले ते. पैसा होता अनंताकडे. पण अशा गोष्टींवर खर्च करायचा नसतो हे त्याला माहीत होतं. त्यासाठी बायका असतातच आणि लग्नाच्या बायका तर घरकामासाठीच असतात, असं गृहीतक होतंच.

अगदी सुस्वभावी वाटलेल्या सासूने तर दुसऱ्या दिवशीच जाहीर केलं, "मी केलं हो एवढे दिवस. आता घे जबाबदारी तुझ्या नवऱ्याची आणि त्याच्या संसाराची. सांभाळ त्याच्या आवडीनिवडी."

रजा संपेपर्यंत जुंपूनच घेतलं मला त्यांनी. मग ऑफिसला रुजू व्हायच्या दोन दिवस आधी झोपताना म्हटलं त्याला, "परवापासून ऑफिसला जायचं आहे मला. सगळं सकाळी आटपून जमणार नाही मला."

"न जमायला काय झालं? लवकर उठून करत जा. चाळीस वर्षं राबली माझी आई. आता तिला विश्रांती नको?"

मी म्हटलं, "ते बरोबर आहे तुमचं. त्यांनी करावं असं नाही म्हणत मी. पण मोहनभाऊजींची बायको आहेच की."

"ती एकटी किती करेल?"

"तेच म्हणते मी. आपण एक कामाला बाई ठेवू. धुणं-भांडी, केरवारा करायला."

अनंता पाहतच राहिला माझ्याकडे आणि मग एकदम चिडून म्हणाला, "हे तू कोण ठरवणार?"

"पण दुसरा इलाज काय आहे?"

"नोकरी सोड."

आता माझी पाळी होती त्याच्याकडे आश्चर्याने पाहण्याची.

"रिझर्व्ह बँकेतली नोकरी सोडायला सांगता आहात?" मी विचारलं नुसतं. तर किंचाळलाच जोरात.

"उलट प्रश्न विचारतेस मला? कानफाटात मारेन. रिझर्व्ह बँकेची गव्हर्नर लागून गेली आहेस की काय? साधी क्लार्कची नोकरी करतेस आणि एवढा रुबाब दाखवतेस? बायकांनी आपल्या मर्यादेत राहायचं. घर सांभाळायचं. कळलं. उद्या पोरं झाली की त्यांना काय उकिरड्यावर ठेवून नोकरीला जाणार आहेस?"

"आई आहेत की त्यांना पाहायला," मी थंडपणे म्हटलं. अनंताच्या रागावण्याचा माझ्यावर काही विशेष परिणाम झाला नव्हता. मुख्य म्हणजे मी त्यांच्या किंचाळण्याने घाबरले नव्हते आणि तोंड मिटून गप्पही बसणार नव्हते.

"तुला काय म्हणायचंय? ती काय मोलकरीण वाटली की काय तुला? आं?"

"तसं नाही म्हटलं मी. नातवंडांना सांभाळण्यात आजीला आनंदच वाटतो नेहमी. त्या अर्थाने बोलले मी."

"तशी लक्ष देईल ती," थोडा सूर खाली आणत तो म्हणाला, "पण तिने सगळं करायची अपेक्षा करू नकोस. तू कशासाठी आहेस? घर महत्त्वाचं नोकरीपेक्षा, हे लक्षात ठेव."

"तुम्हाला माझी नोकरी नको होती तर आधी तसं सांगायचं होतं."

"सांगितलं असतं तर काय केलं असतंस? नकार दिला असतास?" त्याने कुजकटासारखं विचारलं.

मग मीही म्हटलं, "कदाचित दिला असता."

अनंता पाहत राहिला अवाक होऊन क्षणभर. मग हसला दुष्टासारखा. "चल आता सांगतो, नको मला नोकरीवाली बायको. काय करशील?" लहान मुलाच्या हातातला

खाऊ हिसकावून घेऊन त्याला चिडवतात, 'घे आता माझ्या हातातून. कसा घेतोस ते पाहतोच!' अशा आविर्भावात त्याने विचारलं.

मी म्हटलं, "लग्न तर झालंच आहे आता."

"तेच म्हणतोय मी. आता काय करशील? काही करू शकणार नाहीस आता. मी सांगेन ते ऐकावं लागेल," तो विजयी स्वरात म्हणाला.

"असंच काही नाही. घटस्फोट घेऊ शकते मी." कसे काय देव जाणे पण गेले माझ्या तोंडून हे शब्द. अगदी सहज.

"काय?" तो पुन्हा किंचाळला.

"हो तोच एक उपाय आहे," मी शांतपणे म्हटलं.

"नवऱ्यापेक्षा नोकरी जास्त प्रिय आहे?" त्याने विचारलं.

मी हसले फक्त.

खरंच तो प्रिय नव्हता वाटत मला. नोकरीच जास्त प्रिय वाटत होती त्या क्षणी. नोकरीच्या निमित्ताने बाहेर पडणार होते मी. मोकळा श्वास घेणार होते. तिथे कोणाची हुकूमशाही नव्हती. आपलं काम करून वर जगण्यासाठी गरजेचा असलेला मोबदला मिळत होताच आणि सोबत सुख-दुःख वाटून घेणारे सहकारीही होते. मित्रमैत्रिणी होत्या. एकूणच ह्या घरात राहण्यापेक्षा ते जास्त सुखाचं होतं. पण त्याला ते कळणारं नव्हतं.

"तू बाहेर पडच नोकरीसाठी मी तंगडीच तोडतो तुझी," आवाजात हवी तेवढी जरब आणून अनंता म्हणाला आणि सरळ आडवा झाला पलंगावर. आज माझ्याजवळ येण्याचा मूड नव्हता त्याचा. प्रथमच अनंता एवढा बोलला होता माझ्याशी. ह्या निमित्ताने का होईना आपल्याला बोलता येतं हे दाखवलं होतं त्याने. कदाचित आणखीही बोलला असता आज पण वाद वाढवला असता तर माझ्याकडून आणखी कोणती मुक्ताफळं ऐकावी लागली असती, ह्या विचाराने गप्प बसला असावा. पण मी जे काही बोलले त्याबद्दल अजिबात पश्चात्ताप झाला नव्हता मला.

दुसऱ्या दिवशी संध्याकाळी आई-बाबा आले. म्हणजे अनंताने थेट राष्ट्रपतींचीच भेट घेतली होती. मला वठणीवर आणण्याचं काम सोपवलं होतं त्यांच्यावर. ते काम नाही जमलं तर 'पाठिंबा काढून तुम्हाला इतकं अडचणीत आणेन की समाजात तोंड दाखवायलाही जागा उरणार नाही', अशी धमकीही दिली असावी त्याने.

मग आई-बाबांचं समजूत प्रकरण सुरू झालं. मी शांतपणे ऐकत होते. त्यांचंही बरोबर होतं. मुलीने सासरी गेल्यावर कोणती भाषा वापरायला हवी, कोणत्या गोष्टी करायला हव्या, कशा तऱ्हेने सर्वांना खूश ठेवायला हवं ह्याचं प्रशिक्षण देऊनही मी इथे आल्यावर दिवे लावले होते. अनंताच्या मते तर त्यांनी मला वळण लावलं

नव्हतं. वागण्या-बोलण्याची पद्धत शिकवली नव्हती. जावयानेच असा दहा वेळा उद्धार केल्याने त्यांची बिचाऱ्यांची गोचीच झाली होती. त्यांनी माझी समजूत काढली. 'नोकरी सोड' असंही म्हणाले.

पण मी म्हटलं, "तुम्ही एवढं शिकवलंत मला. स्वतःच्या पायावर उभं केलंत. त्याचा उपयोग काय?"

तर ते म्हणाले, "तेच तर चुकलं आमचं. एवढं शिकून नोकरी करायला लागल्यावर घटस्फोटाची भाषा करशील हे आधी माहीत असतं तर अडाणीच ठेवलं असतं."

ह्यावर आणखी वाद घालणं शक्य नव्हतं मला. त्यांची भूमिका ठरलेली होती. त्याप्रमाणे त्यांनी आधी समजावलं. मग ते चिडले, ओरडले, धमकीवर आले. 'घटस्फोट घेऊन घरी आलीस तर घरात पाऊलही ठेवू देणार नाही,' असंही म्हणाले.

मी काहीच बोलले नाही यावर. पण हे आपलं बरं असतं आईवडिलांचं. सरळ खिंडीतच पकडायचं. इकडे नवऱ्याने हल्ले करायचे आणि दुसरीकडे आईबापांनी दारं बंद करायची. पोरगी पळून पळून पळणार कुठे? गेली तर सरळ वरच.

पण मला माहीत होतं. दिशा काही दोनच नसतात आणि वाटाही अनेक असतात. तिसऱ्याच वाटेने सुटका करून घ्यायची.

मी सकाळी सकाळी सगळं आवरून तयारी करून निघाले ऑफिसला. लग्नानंतर प्रथमच जाणार होते मी बँकेत. निघताना अनंता आडवा आलाच. "आज राजीनामा देऊन ये," असंही म्हणाला.

मी पाहिलंच नाही त्याच्याकडे. सरळ बाहेर पडले. बँकेत आले तेव्हा हे स्वागत. "कसं आहे घर, कशी आहेत माणसं?" म्हणून विचारलं मैत्रिणींनी. तर म्हटलं, "एकदम बेकार."

"आणि नवरा?"

"तो तर एकदम भंकस."

सगळ्यांना वाटलं थट्टा करते आहे मी. खूप हसल्या. मग हळूहळू कळलं सगळ्यांना तो खरंच भंकस आहे माणूस. 'नोकरी सोडायला सांगतोय' असं म्हटल्यावर सगळ्या एका सुरात ओरडल्या, "अजिबात सोडायची नाही."

"आणि मला घराबाहेर काढलं तर?"

असं म्हटल्यावर सगळेच गप्प झाले. कोणीच म्हटलं नाही, 'आमच्याकडे येऊन राहा म्हणून' किंवा 'आम्ही आहोत ना' असंही. अगदी विश्वनाथनेही नाही म्हटलं. तोही समजूतच काढायचा माझी.

म्हणजे तिसरी वाटही बंद झाली होती माझी. आता चौथी वाट शोधायची. तसं

टेन्शन होतं. पण नोकरीच्या आधारावर वाट सापडेल याची खात्री होती.

पुढचे पाच महिने अगदी वाईटच गेले माझे. सगळ्यांनी ठरवून संप पुकारला होता माझ्या विरोधात. अनंताने अनेक प्रयत्न केले. दोनदा दाबून मारलंही नोकरी सोडावी म्हणून. तिसऱ्यांदा मग हातच पकडला त्याचा मी आणि म्हटलं, ''पोलीस कंप्लेंट करेन.'' तसा घाबरला थोडा.

बाकी नेहमीचं काम चालू होतं. स्वयंपाकपाणी, धुणी-भांडी, रात्री थकल्यावरही शरीर चाळवून अनंताचं नवरेपण भोगणं. नंतर नंतर तर शरीराला सारं हवं वाटूनही अनंता नकोसा वाटायला लागला. चीडच यायला लागली त्याची. वाटायचं, का आपण देतो आहोत आपलं शरीर ह्या माणसाला? काय दिलं त्याने आपल्याला लग्न झाल्यापासून? कधी थोडा निवांत वेळ नाही काढला आपल्यासाठी, कधी कुठे फिरायला नेलं नाही. तेही राहू देत पण साधं शरीर फुलवता नाही आलं त्याला. प्रेमाचा शब्द नाही की स्पर्श नाही.

लग्न झाल्यापासून माझा मलाही वेळ देता आला नाही. दहा प्रकारचे पदार्थ करण्यात आयुष्य चाललं होतं. साधं वर्तमानपत्र वाचायला मिळत नव्हतं तिथे कथा-कादंबऱ्या काय मिळणार? बाहेर काय चाललं होतं, हेही कळत नव्हतं. लग्नाआधी लिहायचे मी वर्तमानपत्रात, मासिकांत वगैरे. ते तर पूर्णपणे थांबून गेलं. एक-दोन वेळा कसंबसं माहेरी पाठवलं. तर तिथेही स्वतःचा कोपरा मिळेना. आईला काही बोलायची सोयच नव्हती. बोललं तर तिची बौद्धिकं सुरू : ''लग्न झालं की बाईला स्वतःचं जग उरत नाही. नवरा, त्याचं कुटुंब हेच जग होतं तिचं. सगळ्या बायका जातात ह्यातून. तू काही एकटी नाहीस. सुरुवातीला होतो थोडा त्रास नव्या कुटुंबातील माणसांची ओळख व्हायला. त्यांचे स्वभाव, सवयी जाणून घ्यायला. एकदा त्यांना हवं तसं वागायला लागलीस म्हणजे ठीक होईल सगळं.''

''हवं तसं म्हणजे?''

''नोकरी सोड म्हणतात तर सोड की नोकरी. कशासाठी करायची दगदग. चांगला कमावतोय तो. पोसायला तयार आहे तुला. काय कमी आहे सांग ना? चांगली मढवली होती दागिन्यांनी लग्नात तुला. आणखी काय पाहिजे असतं?''

आणखी काय पाहिजे असतं हे सांगू शकत नव्हते मी आईला. माझी कविता, माझं लेखन, माझी स्वप्नं, माझ्या आयुष्यातले सारे रंग अनंत दीनानाथ बावीसकर ह्या माणसाने हिरावून घेतले होते माझ्यापासून. माझ्यावर भरभरून प्रेम करणारा, माझ्या डोळ्यांत स्वतःला पाहणारा, माझ्या आत स्वतःला विरघळून टाकणारा आणि सुखाची टोकदार वेदना देणारा प्रियकर हवा होता मला. पण अनंत दीनानाथ बावीसकरचं जग वेगळं होतं. तो त्याला हव्या त्या रसायनात विरघळून टाकत होता

मला. वंदना म्हणून असलेलं माझं अस्तित्व विसरून मी केवळ सौभाग्यवती वंदना अनंत बावीसकर व्हावं, असं सांगत होता मला. नोकरी सोडून घरी राहा, तुला काही कमी पडणार नाही, असं बार्गेनिंग करत होता माझ्याशी.

नेमकं काय कमी पडणार नव्हतं मला ह्याचा अंदाज आला होता मला. आणि काय मिळणार नव्हतं ह्याचाही. माझी नोकरी आता अनंताची दुखरी नस बनली होती. त्यापलीकडे नवरा-बायकोच्या नवीन संसारात काय असायला हवं, ह्याचा विचारही तो करत नव्हता.

विश्वनाथशी बोलले मी ह्याविषयी पुन्हा एकदा. तर त्याने पुन्हा एकदा समजावलं मला. म्हणाला, "आपली व्यवस्थाच तशी आहे वंदना. लग्न ही फार महत्त्वाची गोष्ट असते इथे. लग्न करणं आणि ते टिकवणं—अगदी कोणत्याही परिस्थितीत—एवढंच महत्त्वाचं असतं लोकांसाठी. तुझ्या आईचं काय चुकलं सांग."

मी म्हटलं, "ती नाही विचार करू शकत त्यापलीकडे जाऊन. तसा विचारच केला नाही तिने कधी."

"तो अनंताच्या आईनेही केला नसेल."

"कबूल आहे. माझी अपेक्षाही नाही तशी त्यांच्याकडून. पण अनंताचं काय? तो आपल्या पिढीचा आहे. त्याने नको का विचार करायला? मी असं रांधा, वाढा, उष्टी काढा ह्यात आयुष्य घालवायचं का?"

"आपल्याकडच्या नव्याण्णव टक्के बायका हेच करतात."

"त्यांच्यातलं एक नाही व्हायचं मला. मी उरलेल्या एक टक्क्यातली आहे. माझं स्वत:चं काही आयुष्य आहे की नाही? माझं लेखन, माझं वाचन सारं संपून गेलं आहे रेऽऽ मला काय वाटत असेल ह्याचा विचार कर."

"थोड्या दिवसांसाठी सहन कर. मग मिळव तू तुझा वेळ आणि स्वत:चा कोपरा— ज्याविषयी तू नेहमी सांगत असतेस."

"मला नाही शक्य वाटत ते. अनंतालाच कशात रस नसेल तर कसा देऊ करेल तो मला माझा कोपरा. एक कोपराच कशाला. मला नाही वाटत माझी काही जागा आहे त्या घरात. घरातल्या सामानासारखीच एक वस्तू आहे मी अनंतासाठी. त्या पलीकडे काही नाही. आणि खरं सांगते विश्वनाथ, माझी जागा नसेल त्या घरात तर मी नाही राहू शकणार अशी कोणाच्या आश्रयाला गेल्यासारखी."

"तुझी जागा नाही तिथे असं वाटतंय तुला वंदना? पण वेळ गेलीय का हातातून? कितीसे दिवस झालेत तुला तिथे जाऊन? तू तयार कर ना तुझी जागा तिथे. अशी सहज नाही मिळत आपल्याला जागा. त्यासाठी वेळ द्यावा लागतो. संयम ठेवायला लागतो त्यासाठी. एक सांगू वंदना, मला सारखं वाटतंय, अनंताला, त्याच्या

माणसांना, त्या कुटुंबाला तू मनातून स्वीकारलेलंच नाहीस. त्यामुळे तू सतत असा विचार करत असतेस.''

''मनापासून स्वीकारणं म्हणजे काय? सांग ना? लग्न ठरलं तेव्हापासून मला इच्छा होती, त्याला जाणून घेण्याची. त्याला समजून घेण्याची. पण साधं भेटण्यातही रस दाखवला नाही त्याने.''

''ठीक आहे. नसतो एखाद्या माणसाचा स्वभाव. नाही भेटला तो. पण त्याचा अर्थ तो वाईटच आहे, असं नाही.''

''असं मी म्हटलं आहे का?''

''नाही म्हटलंस तरी तुझा सूर तसाच असतो. एक लक्षात घे वंदना, लग्न हा जुगार असतो. आपल्याला हवा तसा पत्ता हाताला लागेल असं नाही. हातात येतील त्या पत्त्यांनी खेळता आलं पाहिजे.''

''हे घासून घासून गुळगुळीत झालेले डायलॉग नको ऐकवूस मला, विश्वनाथ.''

''असतीलही तसे. पण सत्य आहे हे. रडीचा डाव खेळण्यापेक्षा आऊट होणं केव्हाही चांगलं.''

''माझी तयारी आहे.''

विश्वनाथ क्षणभर गोंधळला होता. पण लगेच सावरून म्हणाला, ''तसं नाही वंदना. डाव मनासारखा नाही लागला म्हणून सगळा सारीपाटच उधळून लावायचा का?''

''प्लीज, विश्वनाथ. इतकं पुस्तकी नको बोलूस तू.''

''आणि तूही पुस्तकी स्वप्नं नको पाहूस. फडके-खांडेकरांच्या कादंबऱ्यांतले नायक कल्पनेतले असतात त्यांच्या. प्रत्यक्षात नाही भेटत ते कधी. मला स्वत:ला अनंता एवढा मोडीत काढावा, असा माणूस नाही वाटत.''

''असेलही. पण प्रत्येक गोष्टीत व्यवहार पाहणारा माणूस नाही आवडणार मला. तू नोकरी सोड, तुला काही कमी पडू देणार नाही. तू माझी माणसं आणि माझं मन सांभाळ. मग मीही सांभाळेन तुझ्या माणसांना. नवरा-बायकोच्या नात्यात ही जर-तरची भाषा असते का कधी? काही भावनिक गुंतवणूक नको का?''

''ती हळूहळू होते आणि दोन्ही बाजूंनी व्हावी लागते. तू तुझ्या बाजूने प्रयत्न केला आहेस का कधी?''

खरंतर मी नव्हताच केला प्रयत्न. का कुणास ठाऊक पण त्याने तो तसा केला असता तरी मी केला असताच ह्याची खात्री नाही देऊ शकत मी आजही. काय झालं होतं तेव्हा कोण जाणे, पण नको वाटायचा तो डोळ्यांसमोर. ज्या माणसाला बायकोच्या स्वप्नांमध्ये, तिच्या भाव-भावनांमध्ये रस नाही; ज्या माणसाला बायकोला

साधं फुलवताही येत नाही; पोटात अन्न कोंबायचं भूक भागवण्यासाठी, तसा शरीरसंबंधही उरकायचा एवढंच माहीत आहे, अशा माणसात मन कसं गुंतवायचं हे कळतचं नव्हतं मला.

पण काहीच बोलले नाही ह्यातलं विश्वनाथला. फक्त म्हणाले, ''नाही जमणार मला प्रयत्न करायलाही. अशा संबंधातून बाहेर पडणंच योग्य वाटतंय मला आता.''

गप्प बसला क्षणभर तो. मग म्हणाला, ''मी मित्र आहे तुझा. नवऱ्याला सोड आणि एकटी राहा जन्मभर असं नाही सांगू शकणार. आणि असा निर्णय घेताना पुढच्या परिणामांचा विचार केला आहेस?''

''तो करत बसतात बायका म्हणूनच तर ढकलत राहतात दिवस सगळं निमूट सहन करत. पण मी नाही काढू शकणार आयुष्य अशा माणसाबरोबर जो पटलाच नाही मला कधी. जो माणूस माझ्यातल्या एका स्वतंत्र व्यक्तीची दखल घ्यायला तयार नाही त्याच्यासाठी दिवसभर स्वयंपाक करत, त्याचं घर सजवत आणि त्याची वाट पाहत नाही काढणार मी आयुष्य. त्यापेक्षा एकटी राहीन.''

''बोलायला सोपं आहे वंदना.''

''काही कठीण नाही. माझं मन आणि शरीर तरी मोकळं होईल ह्या सगळ्यातून. एकटी राहीन, वाचेन, चित्र काढेन, कविता लिहीन, माझ्या मनाप्रमाणे जगेन.''

''कुठे राहाशील?''

''माझ्या आई-बाबांचं घर आहे.''

''आता हक्क आहे तुझा त्यावर?''

''का नसावा? माझे दोन भाऊ राहतात ना तिथेच? त्यांनी लग्नानंतर सोडलं त्यांच्या बायकांना तर बाबा घरात ठेवणार नाहीत का त्यांना?''

''हे युक्तिवादासाठी ठीक आहे. पण समाजमान्य नाही. तू तिथे जाणार ते नवऱ्याने टाकलेली म्हणून.''

''विश्वनाथ, तू तरी असं म्हणून बळ काढून घेऊ नकोस माझं. आणि एक लक्षात ठेव, अनंता मला टाकणार नाही. मी टाकणार आहे अनंताला.''

''हे तुला माहीत आहे ग. प्रत्येकाला सांगत फिरणार आहेस का आयुष्यभर?''

''सांगेन.''

''दमून जाशील.''

''नाही दमणार. पण अशी तडजोड करत जगले तर मात्र दमून जाईन.''

किती अभिमानाने बोलले होते तेव्हा 'नाही दमणार' म्हणून. स्वत:वर विश्वास होता तेव्हा माझा. विचार बदलण्याआधीच अनंताला सांगितला निर्णय. तर तो पाहत राहिला वेड्यासारखा. प्रथम शिरेचना त्याच्या मठ्ठ मेंदूमध्ये. सहज रागारागाने कधीतरी

'घटस्फोट देईन' म्हणून म्हणाले होते मी, ते इतक्या गंभीरपणे घेईन असा विचारही नव्हता केला त्याने. बायको अशी नवऱ्याला सोडून देण्याचा निर्णय घेऊ शकते हे पटत नव्हतं त्याच्या बुद्धीला. आपण काहीतरी चुकीचं ऐकलं की काय असं वाटलं त्याला.

मी पुन्हा सांगितलं तेव्हा चेहरा विचित्र केला त्याने. मग चिडून म्हणाला, "बाई आहेस की कोण? काय कमी केलं मी तुला? आं? पैसाअडका तुझ्याच नावावर ठेवलाय, दागदागिन्यांनी मढवलं तुला, साडी-चोळी, काही कमी नाही ह्या घरात. आणि... आणि रात्री शेजेलाही कमी नाही पडत कुठेच."

सटकलीच माझी एकदम. पण सूर अगदी थंड ठेवून म्हणाले, "बाईला दागदागिने आणि पैसे दिले की संपत नाही हे कळत कसं नाही तुम्हा पुरुषांना? फक्त हेच हवं असतं बायकांना असं वाटतं की काय तुम्हाला? आणि कसल्या शरीरसुखाच्या गप्पा मारता आहात? जो माणूस आपल्या बायकोला शरीरसुखाचा आनंद देऊ शकत नाही; स्वत:ला हवं ते मिळाल्यावर बायकोला तडफडत ठेवून घोरत पडतो तो कोणत्या तोंडाने 'शेजेला कमी पडत नाही' असं म्हणू शकतो?"

अनंताचे डोळे बाहेर येतील की काय असंच वाटलं मला.

"कसला आनंद? कोण घोरत पडतं? काय बडबडतेस तू? लाज वाटते का तुला असल्या गोष्टींविषयी राजरोसपणे बोलायला?"

"लाज वाटत होती म्हणूनच गप्प बसले एवढे दिवस. राजरोसपणे बोलले तर तोंड दाखवायला जागा नाही राहणार तुम्हाला. तुम्हीच विषय काढलाय तर मलाही बोलू देत की. आपल्या बायकोलाही शरीर आहे, ह्या भावना आहेत ह्याचा विचार केलात कधी? तुम्हाला हवं ते मिळालं की पाठ फिरवून झोपता मला तळमळत ठेवून. बाईलाही ओढ असते नवऱ्याच्या स्पर्शाची, ह्या सुखाची हेही नाही माहीत तुम्हाला? तुम्ही कसला विचार करणार म्हणा! खूप झालं आता! एकटी राहीन मी पण तुमच्या सुखाचं साधन नाही होणार!"

"काय बडबडते आहेस ते कळतंय का तुला?" अनंताने डोळे फिरवत विचारलं.

"चांगलं कळतंय मला. तुम्हाला कळतं की नाही हा प्रश्न आहे."

अनंताला कदाचित कळत असावं सगळं पण ते स्वीकारायला कठीण जात असावं. कदाचित म्हणूनच असेल पण त्याने विषयच बदलला आणि विचारलं, "एकटी राहशील नवऱ्याशिवाय?"

"एकटं राहायचं की कसं हा माझा प्रश्न आहे. पण तुमच्याबरोबर नाही राहायचं मला. आता फार झालं हे. आता नाही थांबणार मी इथे. काही दिवस वेगळं राहिलो की घटस्फोट मिळेल तुम्हाला."

"तू घटस्फोट देणार? तुझ्यासारख्या बाईच्या तावडीतून मलाही सुटायचं आहे. मीच देईन तुला घटस्फोट." तो खवळून म्हणाला.

"मग उशीर झालाय त्यासाठी असं समजा. मी अर्ज केलाय आधीच. कोर्टाची नोटिस येईल तुम्हाला उद्या-परवा."

एवढं बोलून मी सरळ पाठ फिरवून पलंगावर आडवी झाले.

त्या रात्री मला हात लावायचं धाडस नाहीच केलं अनंताने. मनातून घाबरला होता. गोंधळला होता तो. माझ्या ह्या निर्णयाने हबकून गेला होता. कशा प्रकारची प्रतिक्रिया द्यावी ह्यावर हे त्यालाही नीटसं कळत नव्हतं. शक्य असतं तर त्याने मारलंही असतं मला. पण कोर्टात अपील केलं आहे, हे कळल्यावर तसं करण्याचं धाडस नाही झालं त्याला. मला रात्रभर बडबडत राहिला. सैरभैर झाला होता तो. उठून खोलीतच फेऱ्या घालायला लागला. जेवढ्या येत होत्या तेवढ्या सगळ्या शिव्या दिल्या त्याने मला. मग कधीतरी थकून गप्प झाला. नुसताच बसून राहिला. प्रथमच झोप उडवली होती मी त्याची. एवढ्या रात्री मी तळमळून काढल्या त्याची साधी जाणीवही नव्हती ह्या माणसाला. शेजारचा माणूस आपल्याला तडफडत ठेवून निवांत झोपी गेल्यावर काय होतं, ह्याचा अनुभव घेत होता तो प्रथमच. मी बराच वेळ डोळे बंद करून होते. त्याची अस्वस्थता जाणवत होती मला पण त्यासाठी काही करावं असं नव्हतं वाटत. प्रथमच दुसऱ्याच्या दुःखात, वेदनेत मी आनंद मानला होता. आणि तो खऱ्या अर्थाने एन्जॉयही करत होते.

दुसऱ्या दिवशी बॅग घेऊन मी बाहेर पडले तेव्हा अनंताची आई, भाऊ, वहिनी सगळीच गोंधळून गेली होती. माझ्या ह्या निर्णयाने सारीच भांबावून गेली होती. मी म्हणजे त्यांच्यावर अचानक कोसळलेलं भयंकर अरिष्टच होतं. असं भरलं घर सोडून, लग्न मोडून कोणती बाई जाऊ शकते, हे स्वीकारायला तयारच होत नव्हतं त्यांचं मन, त्यांची बुद्धी. त्यामुळेच खूप वेळ लागला त्यांना सारं पचवून प्रतिक्रिया द्यायला.

मग वहिनी, आई मला समजवायला लागल्या. नवरा-बायकोची भांडणं होतातच. पण तो सोडवण्याचा हा मार्ग नाही वगैरे म्हणायला लागल्या. आई तर एवढंही म्हणाल्या, "तुला हवं तर कर नोकरी, मी सांभाळेन घर."

पण अनंताला सोडण्यासाठी नोकरी हे एकच कारण नव्हतं. त्यांना काही स्पष्टीकरण देण्याची गरज नव्हती वाटत मला. गेले पाच महिने तेवीस दिवस ह्या घरातल्या प्रत्येक माणसाने मला गृहीत धरलं होतं. आज एका निर्णायक क्षणाला आल्यावर त्यांना अचानक झालेली उपरती ही तात्पुरती होती, ह्याची जाणीव मला होती. मी शांतपणे बॅग उचलून बाहेर पडले. टॅक्सी करून घरी आले.

आई-बाबांना वाटलं, माहेरपणासाठी आले. त्यांनी हसून स्वागत केलं. पण माझा

गंभीर चेहरा पाहून थोडे साशंक झाले. काय झालं म्हणून विचारलं, पण काही उत्तर द्यायची वेळच आली नाही. माझ्या मागून अनंता, त्याची आई आणि भाऊही टॅक्सी करून आले होते.

त्यांना पाहून आई-बाबा आणखीनच गोंधळले. त्यांनी काही बोलायच्या आधीच तमाशा सुरू झाला. चाळीतले लोक त्यांच्या दारातून डोकं बाहेर काढून चाहूल घ्यायला लागले. मी दार बंद करून घेतलं तसा अनंता जोरात किंचाळला, ''आता कशाला दार बंद करून घेतेस? घाबरलीस? रांड साली! धंद्याला लावा आता पोरीला. माजावर आलीय साली. नवरा पुरा पडत नाही तिला. मग कोण पाहिजे तुला? आं? कोण बघितला आहेस का यार? तुझे ते मित्र साले बँकेतले. कोण तो मादरचोद विश्वनाथ.''

''तोंड सांभाळून बोला,'' मी कडाडले.

आईने आऽ वासला होता अख्खा आणि बाबा कोसळलेच खुर्चीत हे ऐकल्यावर. माझ्या तळपायाची आग मस्तकात गेली. खाड्कन मुस्काटात मारली अनंताच्या आणि म्हटलं, ''धंद्याला लागायचं की काय करायचं, ते मी ठरवेन. आई-बाबा नाही ठरवणार आणि आता ह्यापुढे काय करायचं आणि काय करायचं नाही, हा सर्वस्वी माझा प्रश्न आहे. तुम्हाला मी बांधील नाही. चालते व्हा. जे काय ठरायचं आहे ते कोर्टात ठरेल. इथे माझ्या घरात तमाशा नको आहे मला. कळलं? इतक्या खालच्या पातळीवर जाऊन बोलण्याचे संस्कार नाही केलेत माझ्या आईवडिलांनी.''

''अरे, तू काय संस्काराच्या गोष्टी करतेस. वेसवा बरी तुझ्यापेक्षा. साली ती पण बाईच्या मर्यादा पाळते. तू मला शिकवू नकोस.'' अनंता हिस्टेरिक झाला होता. पण मलाही त्याची ही असली वक्तव्यं ऐकण्यात रस नव्हता. आणखी तमाशाही नको होता. कुठून बळ आलं अंगात माहीत नाही. पण दार उघडून ढकलून दिला त्याला बाहेर. चालतं केलं त्याच्या माणसांना आणि ''पुन्हा तोंड दाखवू नका,'' असं म्हणत दार आपटलं त्यांच्या तोंडावर.

खूप वेळ बाहेर उभं राहून बडबडत होता. मग कधीतरी निघून गेला. आई-बाबा दोघंही रडत होते आत. मी मात्र उसनं अवसान आणून बसून राहिले शांतपणे.

विश्वनाथ म्हणाला तसं खरंच सोपं नव्हतं हे असं घटस्फोट घेणं.

आई-बाबांना तर जडच गेलं सगळं. धैर्याने नाही जाता आलं त्यांना सामोरं ह्या गोष्टीला. अनंता घरी येऊन जो काही तमाशा करून गेला आणि विशेषत: माझ्याविषयी जे काही बोलला ते सहन नाही झालं आई-बाबांना.

मी चुकले का अनंताला सगळंच बोलून दाखवण्यात? त्याला शेवटपर्यंत कळलंच नाही, मला काय म्हणायचं होतं ते. त्याला कळलं नाही की ते सत्य

स्वीकारता आलं नाही, देव जाणे. किती पुरुषांना कळत नाही किंवा स्वीकारता येत नाही हे सत्य! शरीरसुख हा केवळ पुरुषाचाच हक्क असतो का? त्याची गरज बाईलाही पुरुषाइतकीच असते हे का समजून घेत नाहीत हे पुरुष, आपला समाज आणि बायकाही! कदाचित बायकांना माहीत असेल ते पण बोलायची हिंमत नसेल होत त्यांची. कारण बोलल्या तर थेट 'रांड' ही पदवी मिळते त्यांना. सरळ वेश्येशी तुलना केली जाईल म्हणून मूग गिळून गप्प राहत असतील अनेक बायका. जी गप्प राहणार नाही, आपला हक्क आहे म्हणून मागणी करेल किंवा बोलेल त्याविषयी माझ्यासारखं तर तिची अशा तऱ्हेने बदनामी होत राहते, हे माहीत असावं ह्या बायकांना. आईच्या भाषेत सांगायचं तर माझ्यासारख्या उठवळ नसतात ना त्या. आणि असल्या तरी मूर्ख तर नसतीलच त्या. त्या आपल्या नवऱ्याला ऐकवून दाखवत असतील. कदाचित आपल्याला जे हवं आहे ते काहीही खळखळ न करता नवऱ्याच्या अपरोक्षही मिळवत असतील. लग्न झालेल्या बायकांच्याही काही कमी भानगडी नसतात. आमच्या चाळीतल्या वनिताकाकूंचं समोरच्या चाळीतल्या स्टेशनरीच्या दुकानाच्या मालकाशी लफडं होतं म्हणून बोलायचे लोक. आता माझ्याविषयीही जोरदार चर्चा होईल. काय काय अंदाज लावले जातील देव जाणे. कदाचित ह्या चिंतेनेच आई-बाबा खचून गेले होते.

साऱ्या घराची रयाच गेली होती. एखादं मयत झाल्यासारखं वातावरण होतं घरात. फक्त तेरा दिवसांसाठी नाही तर पुढे अनेक दिवस, अनेक महिने, वर्षं तसंच राहिलं ते. एखाद्या शापित घरासारखं दिसायला लागलं ते आणि त्यातील माणसंही एक ओसाडपण अंगावर ओढून जगत राहिली पुढे कित्येक दिवस.

आता कोणतीही शिफ्ट असली तरी बाबा सकाळी उजाडायच्या आधीच बाहेर पडायचे आणि परतायचे ते अंधारल्यावर. नंतर कळलं मला, पहाटे पहाटेच स्टेशनवर जाऊन बसायचे ते. चाळीतल्या कोणाला समोरासमोर भेटणं नको म्हणून हा उपाय शोधला होता त्यांनी. आई तर नेहमी शेजाऱ्यापाजाऱ्यांकडे जायची पण आता तिनेही बंद केलं जाणं-येणं. बाजारात गेली तरी खाली मान घालून जायची आणि तशीच यायची. स्वयंपाकपाणी झालं की कुठल्या जुन्यापुराण्या पोथ्या काढून बसायची वाचत. शेजारचं कोणी आलं की कामापुरतं बोलायची. जास्त बोललो तर उगीच कोणी विषय काढतील, हे भय होतं तिच्या मनात.

शिरीष आणि महेंद्र बाहेरच असायचे. पूर्वी दिवसभर माझ्या मागे मागे असणारे हे माझे भाऊ अचानक प्रौढ झाले होते. माझ्याशी बोलणं टाकलंच होतं त्यांनी. मी घरात राहतच नाही, असं गृहीत धरून वागायचे. पुढे शिरीषचं लग्न जमताना त्रास झाला खूप. त्यामुळे त्याचा माझ्यावरचा राग आणखीनच वाढला.

घटस्फोट मिळाला मला. पण सहजासहजी नाही. कोर्टातही तमाशा केला अनंताने. खूप बोलला. घाणेरडे आरोप केले. शेवटी त्याच्या वकिलानेच गप्प केलं त्याला. माझी मोकळी होण्याची वाट मात्र जास्त सोपी झाली त्यामुळे.

त्याने कोंडीत पकडण्याचा केलेला प्रयत्न, आई-बाबांचं मला न स्वीकारणं मला अनेकदा दुबळं करत होतं. पण मी शेवटी माझी वाट निवडली. निसरडी असली तरी पाय रोवून उभी राहिले आणि चालतही राहिले.

बँकेत तसं विशेष स्वागत झालं नाही माझ्या निर्णयाचं. पण तिथे तसा फरक नाही पडला मला. काही दिवसांत शांत झालं सगळं. मी अर्ज केला होताच बँकेच्या क्वार्टर्स मिळवण्यासाठी. घराची चावी हातात आल्याबरोबर मी सामानाची बांधाबांध केली. आई अस्वस्थ होती पण काहीच विचारत नव्हती. शेवटी मी म्हणाले, ''मी आर.बी.आय.च्या क्वार्टर्समध्ये राहायला जातेय. आता मी गेल्यावर तरी आनंदाने जगा.''

असं म्हटल्याबरोबर शिरीष पट्कन म्हणाला, ''सगळा आनंदच हिरावून घेतलास तू. आता कोणत्या तोंडाने सांगतेस आनंदात राहा म्हणून?''

आईनेही मग तोंड उघडलं. ''आधीच लोकांना बोलायला विषय मिळालाय. आता एकटी राहिलीस तर आणखी काय काय बोलतील लोक?''

''लोकांचा काय संबंध आहे ह्यात? किती विचार करायचा त्यांचा? त्या चिंतेने जगायचं सोडून द्यायचं का आपण? मी स्वतंत्रपणे राहणार आहे. माझ्यामुळे ह्या घरावर आलेलं हे सावट जावं असं मला वाटतंय तर उलट स्वागतच करतील ते ह्या निर्णयाचं.''

शिरीष हसला छद्मीपणे. ''स्वागत? वाट बघ. आता म्हणतील इथं आईबापांसमोर काही करता येत नव्हतं. आता एकटी राहून आयतंच स्वातंत्र्य मिळेल काय पाहिजे ते करण्यासाठी.''

''शिरीषऽऽ'' मी आश्चर्याने पाहत राहिले त्याच्याकडे. किती कडवटपणा भरला होता त्याच्या मनात आणि आई-बाबांच्याही. असं काही शिरीष मला बोलला असता तर बाबांनी थोबाड फोडलं असतं त्याचं. पण आज गप्प बसले होते ते. जणू काही त्यांच्या मनातलंच बोलत होता तो.

आता कोणताही निर्णय घेतला तरी तो चुकीचाच असणार होता सगळ्यांच्या दृष्टीने. बाईने उंबरठा ओलांडणं घराचा हीच सगळ्यात मोठी चूक होती जगाच्या दृष्टीने. ती मी केली असल्याने आता साऱ्या परिणामांना सामोरं जायला हवंच होतं मला. तसं विश्वनाथला मी सांगितलंही होतं अगदी उत्साहात.

वाद वाढवून, भांडण करून घर सोडण्यात अर्थ नव्हता. म्हणून गप्प बसले मी.

अनंताच्या घरून बॅग भरून जशी बाहेर पडले होते तशीच माझ्या आई-बाबांच्या घरातून बाहेर पडले आणि सुरू केला माझा एकटीचा संसार.

संसार एकटीचा असला तरी त्यात माझे मित्र, मैत्रिणीही सामील झाल्या. विश्वनाथच्या फेऱ्याही वाढल्या.

माझं लेखन, वाचन सुरू झालंच पण निवांतपणाही खूप मिळायला लागला. मग फिल्म सोसायटीची सभासद झाले मी. उमेशची ओळख तिथेच झाली. लिहिणारा नव्हता तो पण चांगला वाचक होता. चांगला रसिक होता. माझ्याकडे नसलेली आणि वाचायलाच हवीत अशी अनेक पुस्तकं होती त्याच्याकडे. खास घेऊन यायचा माझ्यासाठी. मुख्य म्हणजे माझ्या लेखनाच्या प्रेमात होता तो. लग्न झालेलं होतं त्याचं. पण तरी कलंदरासारखाच राहायचा.

खूप लिहीत होते मी. खूप वाचत होते. सगळं छान चाललं होतं. दिवस कसा जायचा ते कळायचं नाही. स्वत:ला जेवढं थकवता येईल तेवढं थकवून घेत होते दिवसभर. त्यामुळे रात्री अंथरुणावर पडल्या पडल्या डोळा लागत होता. कसल्या इच्छा होऊ नयेत, वासनांचा विळखा शरीराभोवती पडू नये, ह्याची काळजी घेत होते मी. पण शेवटी शरीर आणि मन दोघांनाही रिझवायला हवं असतंच कोणीतरी. उमेशमध्ये हा कोणीतरी मी शोधायला लागले. थेटरमध्ये त्याच्याबरोबर बसून चित्रपट पाहताना त्याच्या जवळिकीनेही शरीर फुलायला लागलं. अनंताच्या सहवासात हळूहळू झोपी गेलेलं शरीर पुन्हा जागं होत होतं. त्याला जागं होऊ दिलं मी आणि उमेशनेही एक दिवस स्वाधीन केलं स्वत:ला. उमेशच्या, आपल्या आवडणाऱ्या माणसाच्या स्पर्शाचं सुख कसं असतं ह्याचा अनुभव घेत होते मी. हळूहळू फुलत जाणं, सुखाचा अनुभव घेतल्यावरही त्यात डुंबत राहणं हा अनुभवच विलक्षण होता.

त्या दिवसात मी विसरून गेले होते सगळ्या जगाला. उमेशच्या बायकोला, त्याच्या मुलांना. उमेशला आपल्यात गुंतवून त्याच्या बायकोला दूर करतो आहोत त्याच्यापासून ह्याचं भानही नव्हतं राहिलं मला. फक्त गेले कित्येक दिवस अतृप्त राहिलेली माझी तहान भागवून घेत होते मी.

अनंता म्हणाला तसं धंद्याला नव्हते लागले मी पण स्वत:ला हव्या त्या सुखासाठी सहज सोपवलं मी उमेशच्या हातात माझं शरीर आणि मनही. लग्नाशिवाय आलेल्या शरीरसंबंधांना व्यभिचार म्हणतो हा समाज, हे माहीत असूनही मी ते ठेवले होते. समाजाशी तसं देणंघेणं नव्हतंच मला. ते असतं तर अनंताशीच संसार केला असता निमूट. ह्याचा अर्थ समाजाला जे मान्य नव्हतं ते मुद्दाम करत होते असंही नाही. पण परिस्थितीच अशी निर्माण होत गेली की मला हवं तसं जगताना, माझं स्वत:चं अस्तित्व जपताना अडसर वाटणाऱ्या साऱ्या नियमांना मी धुडकावलं होतं. आणि

हळूहळू हे असं धुडकावून लावण्याची सवयही लागून गेली.

मध्यंतरी बाबा गेले. माझ्या निर्णयामुळे स्वत:ला आत ओढून घेतलेले बाबा तसं पाहिलं तर एक जिवंत प्रेत होऊनच जगत होते. खऱ्या अर्थाने प्रेत व्हायला दीड-दोन वर्षं जावी लागली एवढंच. बाबा गेले तेव्हा घरी गेले होते मी. तर शिरीषने हाकलवून लावलं मला. पण बाहेर पडले नाही मी. निर्लज्जासारखी हट्टाने बसून राहिले. त्याला ओरडले, "माझेही जन्मदाते आहेत ते. घटस्फोट घेतला म्हणजे गुन्हा केला असं का वाटतं तुम्हाला? एखाद्या गुन्हेगाराहून वाईट वागणूक देता आहात मला." तर महेंद्र म्हणाला, "ज्या कारणासाठी घटस्फोट दिलास ते कारण ऐकून कोणाला प्रेम वाटेल तुझ्याबद्दल सांग ना?"

"माझ्यापेक्षा अनंतावर विश्वास ठेवलात तुम्ही?" मी विचारलं.

"खरं नसेल तर आईच्या डोक्यावर हात ठेवून शपथ घे," शिरीष म्हणाला.

नाही ठेवता आला हात आईच्या डोक्यावर तेव्हा हसले दोघंही कुत्सितपणे. आईचं पांढरंफटफटीत कपाळ आणखीनच पांढरं फटफटीत दिसायला लागलं. शिरीषच्या बायकोने इतक्या विचित्र नजरेने पाहिलं की विचारायलाच नको. मी म्हणजे त्यांच्या घरावर पडलेली अभद्र सावली, असा भाव होता तिच्या डोळ्यांत.

नोकरी सोडायला सांगितली हे एकच कारण नव्हतं घटस्फोट घेण्यासाठी. ती मी सोडलीही असती अनंताने मला समजून घेतलं असतं, मला प्रेम दिलं असतं तर. मला वंदना म्हणून स्वीकारलं असतं तर. अनेक कारणं होती त्यासाठी. त्यातलं हेही एक होतंच. फक्त अनंताने ज्या शब्दात ते लोकांसमोर आणलं त्या शब्दांनी बदनाम झाले मी. स्वत:ची चूक (ती त्याने कधीच कबूल केली नसती) लपवण्यासाठी माझ्याच चारित्र्यावर शिंतोडे उडवले त्याने. बाईचं खच्चीकरण करण्यासाठी एवढं खूप असतं असं वाटलं होतं त्याला. पण मी मनाने भक्कम होते. जे चारित्र्य मी जपलं होतं त्या दिवसापर्यंत त्याचे त्याने असे धिंडवडे काढले तेव्हापासून योनिशुचिता आणि पावित्र्य ह्या शब्दांनाच मोडीत काढलं मी. प्रत्येक मासिकपाळीनंतर बाई पुन्हा कुमारिका होते, ह्या वाक्यावरचा विश्वास अधिकच दृढ झाला माझा.

मला हवं ते सुख उमेशने दिलं मला. पण शेवटी सुखालाही मर्यादा येतातच. उमेश हळूहळू पझेसिव्ह होत गेला माझ्या बाबतीत. मी कुठे जावं, कोणाबरोबर जावं, कोण मित्र असावेत आणि कोण नसावेत, हे सारं ठरवायला लागला. वेळी-अवेळी येऊन बायकोसारखा हक्क गाजवायला लागला. त्याचे कपडे धुण्यापासून त्याला चमचमीत जेवण घालण्यापर्यंत साऱ्या अपेक्षा करायला लागला माझ्याकडून. मी एकटी असून कधीच गाजवला नाही त्याच्यावर अधिकार की कधी अपेक्षा नाही केली केवळ माझा बनून राहण्याची. पण तो मात्र करायला लागला. मग मी म्हटलं, "तू

होशील का पूर्णपणे माझा. मी करेन सारं. तुझी बायको होऊन संसार करेन तुझा.''

उमेशने बायकोला सांगितलं नव्हतं स्वत:हून पण तिला कळलं होतं. दोन मुलं होती त्याची बऱ्यापैकी मोठी. अशा परिस्थितीत ती घटस्फोटाला तयार होणार नाही, हे माहीत होतं मला. पण मी सहज खडा टाकला आणि तो नेमका लागला.

''ती नाही होऊ देणार मला मोकळं.''

''काय चुकलं तिचं?''

''बरोबर आहे. पण अलीकडे हातही लावू देत नाही मला अंगाला. घरी खूप परक्यासारखं वागवतात.''

''अच्छा म्हणजे म्हणून माझ्यावर अधिकार गाजवायला लागला आहेस वाटतं.''

''तसं नाही.''

''मग कसं सांग? तुम्हा पुरुषांना तुमचा गंड जोपासण्यासाठी बायको हवी असते. कोणावर तरी अधिकार गाजवायचा असतो. आता घरात शक्य होत नाही म्हणून माझ्यावर हक्क गाजवू पाहतो आहेस.''

''तुम्ही मला समजून का घेत नाही?''

''का घ्यावं? का विचार करावा तुमचा? तुम्ही करता आमचा? बायकांना नेहमी गृहीत धरता तुम्ही. 'सगळं देतोय, आणखी काय हवंय?' असं विचारता आणि स्वत:ला मात्र काही कमी पडलं की तक्रार करता. का स्वीकारावा तिने तुझा हा माझ्याशी असलेला संबंध? तू स्वीकारला असतास?''

''ठीक आहे, नाही स्वीकारायचा तर मोकळं तरी करायचं मला.''

''मोकळं करायलाही धाडस लागतं रे. तिची लाख इच्छा असेल पण हा समाज सहजासहजी स्वीकारेल ते? नवऱ्याला सोडून एकटं राहण्याचा प्रयत्न केला तर नाही जगू देत हा समाज. आईवडील, नातेवाईक सारेच तुटून पडतात आयुष्यभर. कोणी समजूनच नाही घेत बाईची व्यथा. म्हणून तडजोड करून राहतात त्या. आणि तू म्हणतो आहेस तिने मोकळं करावं तुला म्हणून. पण खरंच मोकळं करण्याचा निर्णय घेतला ना तिने तर तू नाही स्वीकारू शकणार ते. तुम्हाला घटस्फोट द्यायला आवडतात. बायकोने दिला तर मात्र अहम् दुखावतो तुमचा.''

''तू उगीच फाटे फोडते आहेस विषयाला.''

''ठीक आहे, विषयावर येते उमेश. मला एवढंच सांगायचं आहे. आपण चांगले मित्र आहोत. एकमेकांचा सहवास आवडतो आपल्याला. ओढही वाटते. ती तशीच राहू दे. फक्त पुरुषी अहंकार आणू नकोस त्यात. तूही मोकळा राहा आणि मलाही मोकळी राहू दे. वेसण घालण्याचा प्रयत्न करू नकोस.''

खरंतर उमेशचं असं पझेसिव्ह होणं आवडत होतं मला. पण माझ्या वाट्याला

तो पूर्णपणे येणार नव्हता हे माहीत होतं मला. म्हणूनच सोपवत नव्हते मी स्वत:ला त्याच्या हातात.

हळूहळू सोडवलं स्वत:ला त्याच्यातून. कदाचित मी स्वत:लाच सोडवू पाहत होते साऱ्या नातेसंबंधांतून. जमलं तर स्वत:तूनही. पण अजूनही जमत नव्हतं.

उमेशचं येणं कमी झालं आणि पुन्हा पोकळी आली दाटून आयुष्यात. नोकरी चालू होती. त्यासोबत वाचन-लेखनही. खरंतर तेच मनाला उभारी देत होतं. पण कधी कधी त्यातही जीव नाही रमायचा. रात्री अंथरुणावर पडले की उमेशबरोबर घालवलेले दिवस आठवायचे. रात्रभर केवळ आठवणीमुळे झोप लागायची नाही. मळभ दाटून यायचं मग दुसऱ्या दिवसावर.

'एकटं राहणं तसं नसतंच सोपं,' विश्वनाथ म्हणाला होता तेव्हा. आताही म्हणतो कधी भेटला तर. एका नशेत असतो आपण. सहज निर्णय घेऊन मोकळे होतो. त्याच्या परिणामांचा विचार न करता. आयुष्याकडून काय काय अपेक्षा असतात आपल्या. मनाप्रमाणे सगळं नाही मिळालं तरी जमेल तेवढं मिळवायचं असतं. पण शेवटी विचार केला की वाटतं, काय मिळवतो नेमकं आपण? जेव्हा हातात काही नसतं तेव्हा नैराश्य दाटून येतं आणि हातात हवं ते आलं तरी नैराश्य असतंच.

अनंताला न सोडता राहिले असते तर काय झालं असतं? समजा, नोकरी सोडली आणि स्वीकारला असता त्याला तसाच तर केलाही असता संसार सगळ्या बायकांसारखा. हाती काहीच लागलं नसतं हे खरं आहे पण आता तरी हातात काय आहे आपल्या? आनंदात आहोत का आपण? लग्नाशिवाय राहून असं सुख नव्हतं भोगायचं मला. मलाही आवडलं असतं कोणाशी तरी बांधून घ्यायला. माझ्या मनासारखा मुलगा मिळाला असता तर सहज सोडली असती नोकरी. पण अनंतासाठी नाही सोडली नोकरी. का? काहीच सांगता येत नाही. कदाचित त्या वेळी स्वत:चं वेगळेपण, स्वत:चं अस्तित्व महत्त्वाचं वाटत होतं मला. ते आजही वाटतं. ते महत्त्वाचं होतंच माझ्यासाठी. त्याची साधी दखलही नाही घेतली त्या माणसाने. उमेशने ती घेतली होती. पण सुरुवातीलाच. तोही शेवटी माझं लेखिका असणं विसरला आणि माझं बाई असणंच गृहीत धरायला लागला. म्हणजे शेवटी बाई ही व्यक्ती म्हणून नाहीच जगू शकत का? तिच्यामागे चिकटवलेलं हे बाईपणच का महत्त्वाचं होतं सर्वांसाठी? अगदी उमेशनंतर आयुष्यात आलेल्या प्रत्येकाने बाई म्हणूनच पाहिलं माझ्याकडे. आणि मीही होऊ दिलं स्वत:ला तसं. त्यांना हव्या असलेल्या बाईपणातच गुंतत गेले. आता बाई म्हणून असलेलं माझं अस्तित्वही सोडू पाहतंय मला. गर्भाशयाची ओलही हरवत चालली आहे. सुकत चालली आहे सारी कांती. वंदना ह्या व्यक्तीची रयाच गेली आहे आता.

आई जाऊन पाच वर्षं होतील आता. ती जाण्याआधी एकदा भेटायला गेले होते. त्याआधीही जायची अधूनमधून. विशेषत: बाबा गेल्यावर दुपारच्या वेळी अर्धा दिवस रजा टाकून. कोणी नसायचं घरी. शिरीषची बायको असली तरी मी गेल्यावर सरळ चप्पल सरकवून निघून जायची शेजारी. मग बसून राहायचे आईकडे पाहत. जास्त बोलायची नाही ती. फक्त 'कशी आहेस' म्हणून विचारायची. आनंदात आहे म्हटलं की हसायची कसनुसं.

अगदी शेवटची भेट झाली तेव्हा घरात शिरीषची बायकोही नव्हती. खूप वेळ होता निवांत बोलायला.

मी म्हटलं तिला, "अजून रागावली आहेस माझ्यावर?"

तर हसली. म्हणाली, "नाही ग, राग नव्हता आला तुझा कधीच."

"असं कसं म्हणतेस? कायम रागवायचीस माझ्यावर. किती बोलायचीस!"

"ते तुझी काळजी वाटायची म्हणून."

"पण गेली कित्येक वर्षं नीट बोललीही नाहीस माझ्याशी."

"ते तुझ्या बाबांच्या धाकाने. मग पुढे तुझ्या भावांच्या धाकाने नाही बोलले. त्यांना नाही आवडायचं तुझ्याशी बोललेलं. शिरीषची बायको बाहेर गेली तरी नजर असायची तिची."

"मग माझ्याकडे येऊन राहायचंस."

"यावंसं वाटायचं. एकटीचा तर एकटीचा पण तुझा संसार पाहावासा वाटायचा. पण नाही झालं धाडस. खरं सांगू वंदू, कधीच नाही झालं ग धाडस काही बोलायचं. आम्हाला तसंच शिकवलं होतं. म्हणून तर टिकलं आमचं लग्न. तुलाही तेच शिकवण्याचा प्रयत्न केला मी. पण तू कसली ऐकायला! लहानपणापासून अशीच. स्वत:ला हवं ते करणारी. कायम तुझ्या मनाप्रमाणे वागलीस आणि जगलीसही. हेवा वाटायचा बाई तुझा कायम. कदाचित त्यामुळेही असेल पण दाबायची मी तुला कायम."

"खरंच की काय?" मला मजा वाटली.

"पण खरं सांगू वंदू, मनातून भयही वाटायचं ग, तुझ्या ह्या स्वभावाचं. हे असं वागून नाही मानाने जगता येत आपल्या समाजात बाईला. तुझ्या ह्या अशा वागण्याने, तू केवळ दु:ख ओढवून घेशील असंच वाटायचं नेहमी."

"तू वागलीस पारंपरिक बाईसारखी, काय आनंद मिळाला तुला? दु:ख नाही आलं कसलंच वाट्याला?'"

"ते बाईच्या पाचवीलाच पुजलेलं असतं ग. मनाप्रमाणे नाहीच जगता आलं लग्न झाल्यापासून. लग्नाआधीही बाबांचा धाक होताच. पण तसा जाणवला नाही.

लग्नानंतर मात्र हे म्हणतील तसं वागले. आता मुलं सांगतात ते करते. स्वतःच्या मनाला काय वाटतं ते नाही केलं कधी. गरजही नाही वाटली. आणि काय फरक पडला त्याने सांग? दोन वेळचं जेवण, ल्यायला साडी-चोळी, घर, स्वतःचा म्हणावा असा भांड्याकुंड्यांचा, मुलाबाळांचा संसार. कधीकाळी त्यांच्या मनात आलं तर एखादा दागिनाही. तसं पाहिलं तर सगळंच मिळालं. ह्यापेक्षा जास्त अपेक्षा कुठे असते बाईची? तसं पाहिलं तर सुखातच होते मी. शेवटी सुखसुद्धा मानण्यावरच असतं ना?''

''तेही खरंच. शेवटी मानण्यावर असतं सुख. मला वाटलं होतं अनंताला सोडल्यावर राहीन मी सुखात. पण तुम्ही दुखावले गेलात. घरातून बाहेर पडावं लागलं. नको ते आरोप झेलावे लागले. तशी मी राहिले मनाला वाटेल तशी पण मनाच्या कोपऱ्यात सल राहिलाच सतत. बाबांच्या अकाली मृत्यूला मीच कारणीभूत झाले. तुला असं दुखावलं.''

''तसं काही ठेवू नकोस तू मनात वंदू. त्यांनी त्यांचं मरण ओढवून घेतलं. तुझ्या पाठीमागे उभे राहिले असते खंबीरपणे तर कोणाची टाप होती काही बोलायची. सगळं सुरळीत झालं असतं. लोक काय आज बोलतात, उद्या विसरतात. पण स्वतःचंच खरं करायचा स्वभावच होता त्यांचा. आता वाटतं लग्न ठरवताना तुझ्या पसंतीचाही विचार करायला हवा होता. केला असता तर असं वळण नसतं लागलं तुझ्या आयुष्याला. आमचंच चुकलं. मीही कारणीभूत आहे त्याला. मुलीच्या जातीने कसं वागावं, हेच सांगण्यात आयुष्य घालवलं. मुलींना मतं नसतात, असं गृहीत धरलं. त्याऐवजी थोडी तुझी बाजू समजून घेतली असती तर हे दिवस नसते पाहायला लागले.''

मी हळूच हात घेतला तिचा हातात आणि म्हटलं, ''थँक्स आई. खूप हलकं वाटतंय मला आज. एवढं समजून घेतलंस तेच खूप झालं.''

ह्या भेटीनंतर मी ठरवलं होतं तिला घरी घेऊन जायचं. मलाही सोबत झाली असती तिची. तसं शिरीषला बोललेही. पण तो नाही म्हणाला. आई गेल्याचा फोन मात्र केला त्याने. जाण्याआधी आई काय बोलली त्याच्याशी माहीत नाही पण तिच्या दिवसांना गेले तेव्हा येऊन बसला होता जवळ. हात हातात घेतला माझा फक्त आणि बसून राहिला न बोलता. पण त्या स्पर्शानेच उभारी आली जगण्याला.

हल्ली करतो अधूनमधून फोन. चौकशी करतो. अंकिताचं, त्याच्या मुलीचं, लग्न ठरलं तेव्हा आमंत्रणाला आला होता. म्हणाला, ''राहायला ये दोन दिवस.'' तेव्हा खूप आश्चर्य वाटलं पण बरंही वाटलं.

एकूणच वर्षं सरत गेली तशी मवाळ होत गेली सगळीच माणसं.

आज अठ्ठावीस वर्षं सात महिने पंधरा दिवस होऊन गेले त्या दिवसाला जेव्हा बाबांच्या घरात अनंताचं घर सोडून परतले मी.

आज पुन्हा बाबांच्याच घरात बसले आहे एकटीच. सगळी अंकिताच्या सासरी गेली आहेत. पूजा आहे लग्नानंतरची. मलाही आग्रह करत होते सगळे खूप. पण नाही गेले. पुन्हा अठ्ठावीस वर्षं सात महिने पंधरा दिवसांनी त्याच घरात पाऊल टाकायचं धाडस नव्हतं का माझ्यात? की अनंताच्या बायकोच्या चेहऱ्यावर, सोन्याने मढलेल्या तिच्या अंगावर चढलेल्या मलईसारख्या तुपट सुखाचा हेवा वाटत होता मला?

त्याच घरातली मुलगी पुन्हा आपल्या घरात आणली ह्याचा तोरा अनंताच्या चेहऱ्यावर होता त्या दिवशी. अंकिताच्या लग्नात गाठ पडली समोर तेव्हा धक्काच बसला होता मला. पण नंतर शिरीषने सांगितलं सगळं. कडाडून विरोध केला होता अनंताने ह्या लग्नाला. शिरीषही काही बाजूने नव्हता. पण अंकिता आणि समीर दोघंही ठाम होती त्यांच्या निर्णयावर. घर सोडून जायची धमकी दिली समीरने बापाला. एकुलता एक होता पोरगा शेवटी. पोरासमोर नमला तो.

म्हणजे तसं पाहिलं तर ज्या घरात 'मुलीला धंद्याला लावा आता' असं म्हणून अनंता गेला होता त्याच घरातली मुलगी सून म्हणून आणणं ही अनंतासाठी नामुष्कीचीच गोष्ट होती. पण त्या नामुष्कीलाही पचवून तोरा दाखवण्याची कला अनंताकडे पूर्वीपासून होती. ती त्याने त्या दिवशी लग्नातही दाखवली. मला पाहून आठी उमटली होती त्याच्या चेहऱ्यावर. ती लपवली नाही त्याने. पण मला आनंदात पाहून तसा नाराजही दिसत होता.

समीर पाया पडायला आला तेव्हा भरभरून आशीर्वाद दिला मी. ''आपल्या मनाने निवडलं आहात एकमेकांना, आता एकमेकांसाठीच जगा,'' असं म्हणाले. तेव्हा समीर हसला मग हळूच म्हणाला, ''सगळ्यात चांगला आशीर्वाद दिलात. लक्षात ठेवेन.''

अनंताचा पोरगा एवढा प्रगल्भ असेल असं वाटलं नव्हतं. पण अंकिताच्या बाबतीत अगदी निश्चिंत झाले मी.

त्या अख्ख्या दिवसात अनंताची बायको अनेकदा चोरून पाहत होती माझ्याकडे. काय चाललं होतं तिच्या मनात? काय वाटत होतं तिला माझ्याबद्दल? दया? कणव? की हेवा करत होती ती माझा?

काहीच सांगता येत नाही.

आज एवढ्या दिवसांनी स्वत:कडे पाहतानाही मला कळत नाही, काय मिळवलं मी नेमकं अनंताला सोडून? सुख, स्वतंत्र होण्यातला आनंद की दु:ख, एकटेपण, त्यातून आलेलं नैराश्य आणि अनेक गोष्टी!

पण तरी आता ह्या क्षणाला तरी वाटतंय, त्या तुपट मलईसारख्या सुखाला सोडून मी मिळवलेलं एकटेपणही जास्त सुसह्य आहे.

अंधारायला लागलं होतं. आज वयाच्या चौपन्नाव्या वर्षी इथे, ह्या घराच्या वळचणीला पुन्हा आले होते मी. उद्या इथे असेनच असं नाही. पण हा आत्ताचा क्षण जगावासा वाटत होता. तेच आवार, तीच चाळीतली खोली, तीच गॅलरी, तोच माझा लाडका स्वत:चा कोपरा, त्या कोपऱ्यात बसून पाहिलेली स्वप्नं, समोरच्या झाडावरून अस्ताला जाणारा सूर्य आणि त्यापाठोपाठ आलेल्या संध्याकाळच्या सावल्या.

त्या लाल-काळ्या ढगांच्या किनाऱ्यावर बसले होते मी निवांत. वाट पाहत माझ्या माणसांची. अंकिताला तिथेच सोडून परततील सगळे. एक उदास सूर घेऊन. शिरीष तर एकाकीपणा घेऊन येईल सोबत आपल्यासारखाच. खूप माया आहे त्याची अंकितावर. लग्नाच्या दिवशीच खूप रडला होता. त्याचं पिलू ह्या झाडावरून उडून दुसऱ्या झाडावर गेलं होतं. स्वत:च्या मर्जीने. त्याची काळजी नव्हती त्याला. त्यालाही भय वाटत होतं ते मागे राहिलेल्या ह्या उदास एकाकीपणाचं. ह्या एकटेपणाशी ओळख व्हायची आहे अजून त्याची. मलाच करून द्यायला हवी ती. मी वाट पाहतेय केव्हापासून शिरीषची.

***

पार्टी

पार्टी रंगात आलीय. कंटाळवाणी भाषणं संपली आणि त्यांच्यासाठी खास मागवलेला डी.जे. सुरू झाला. भानावर असलेले म्युझिशिअन बेभान करणारं संगीत वाजवत होते आणि समोरच्यांचं भान हरपत होतं. मोठ्या हॉलमध्ये जमलेले कामगार रंगात आले होते. त्यांना तरी कधी चाखायला मिळणार होती अशा शाही पार्टीची लज्जत! पाय थिरकायला लागले हळूहळू डी.जे.च्या ठेक्यावर.

बाटल्या रिकाम्या होत होत्या किणकिणणाऱ्या नाजूक ग्लासांमध्ये अन् वेटर्स हिंदकळणारे ग्लास घेऊन फिरत होते टेबलाटेबलांमधून.

दोन सुंदर मुली तंग कपड्यात स्टेजवर आल्या आणि 'आप जैसा कोई मेरी जिंदगी में आये तो बात बन जायेऽऽ' गायला लागल्या. दारूची नशा चढण्याआधीच वातावरण धुंद व्हायला लागलं. त्या मंद प्रकाशात एवढा वेळ खुर्चीत बसून ठेका धरणारे पाय उठून थिरकायला लागले. हातातला ग्लास संपण्याआधीच भरला जाऊ लागला. खारे काजू, चिकन टिक्का, रेशमी कबाब अलगत सारले जाऊ लागले तोंडात.

मुली स्टेजवरून खाली आल्या थोड्या वेळाने. मग हिंदकळणारे देह चक्राकार फिरायला लागले त्यांच्याभोवती. लाल-तांबडा उजेड आणि त्यात सारेच आनंदात आकंठ!

हळूहळू मॅनेजमेंटचे सारे अधिकारी सामील व्हायला लागले त्यांना. कामगार आणि ऑफिसर्स! त्यांना विभागणारी रेषा पुसट होत चाललीय. कार्ल मार्क्सचं स्वप्न साकार करणारा हा क्षण तो टिपून घेतो डोळ्यांच्या कॅमेऱ्यात.

समान पातळीवर आणणारा हिंस्र पशू शिरायला लागलाय प्रत्येकाच्या अंगात. बेफाम झालेल्या त्या जमावाचे श्वास गच्च भरले होते त्या हॉलमध्ये. मंद उजेडात दिसणाऱ्या धुराच्या लकेरी वाऱ्यावर बसून बाहेर गेल्या असत्या तर कदाचित वेगळीच अफवा गेली असती बाहेर. कल्चर बदलतंय कंपनीचं!

लाल-निळ्या प्रकाशात इच्छा आणि वासनांचं वाढत जाणारं धुकं! गूढ माहोल तयार होतोय. कानावर कोसळणारा नादाचा प्रपात आणि थिरकणाऱ्या पावलांची वाढत चाललेली गती.

तो गुदमरून जातो त्या वातावरणात. श्वास अडकल्यासारखा झाल्यागत पाहत राहतो तो समोरचं दृश्य. हैराण!

'मिसफिट साला!' तो कचकन शिवी देतो स्वत:लाच. यू डोण्ट डिझर्व धिस. दुसऱ्याचा आनंद बघून श्वास कोंडतो तुझा. ह्यालाच 'आनंदाचे डोही आनंद तरंग' म्हणायचं असतं हे नाही शिरत तुझ्या डोक्यात. कसली कसली भरून ठेवली आहेस रद्दी त्या डोक्यात मूल्य, संस्कार-बिस्कार यांची ती आधी बाहेर काढ. मग बघ कसे तुझेही थिरकतील पाय त्या ठेक्यावर. तुलाही दिसतील त्या पोरींच्या शरीराचे चढ-उतार, त्यांच्या ब्लाऊजच्या आत तयार झालेल्या घळीतून वाहणारा घामाचा धबधबा. साल्याऽऽ एक पेग घेऊन बसला आहेस कधीचा. पाणी टाकून टाकून बेचव करत पितो आहेस किती वेळ! छत् तुझ्या मायलाऽऽ! लायकीच नाही रे तुझी अशा पार्ट्यांत जाण्याची. तुला नाही करता येत सेलिब्रेट आपला आनंद असा स्वत:ला उधळून देत. बघ कसे फेसाळताहेत सगळे. आपली पोझिशन, आपलं पद, आपलं स्टँडर्ड सगळं विसरून नाचताहेत. सगळे मुखवटे बाजूला ठेवून खऱ्या चेहऱ्याने वावरताहेत आज सगळेच आणि तेही समानतेचं घोषवाक्य स्मरून! ही खरी इक्वालिटी, हा खरा समाजवाद, हा खरा कम्युनिझम. च्या आयलाऽऽ!

तो मानवतकर. तुझा बॉस. रामकृष्णन, कर्णिक तुझे कलीग बघ कसे नाचताहेत डोक्यावर दारूचा ग्लास ठेवून. बॅलन्स करत नाचताहेत. साल्यांना जमतं हे असं बॅलन्स करत नाचणं. कोणाच्या पण तालावर. आणि नारायणन्, सीईओ ऑफ द कंपनी. महाडकरच्या हातात हात घालून शेक हँड करतोय पुन्हा पुन्हा. महाडकर द ग्रेट प्रेसिडंट ऑफ द वर्कर्स युनियन. झ्रॅट विचारत नाय कोणालाच. पण आज खूश आहे एकदम. एक एक सिप घेतोय दारूचा आणि निरखतोय सगळ्यांना आपल्या घाऱ्या डोळ्यांनी.

सालं ह्यांच्यासारखं कारण नसताना हातात हात घेऊन कोणाला पण थँक्स म्हणता यायला पाहिजे. कोणाला पण सॉरी म्हणता यायला पाहिजे. कधी पण पार्टीसाठी रेडी पाहिजे. कधी पण नाचता आलं पाहिजे. तुला जमत कसं नाही अजून? साल्या बत्तीस वर्षं झाली ह्या कंपनीत तरी ज्याम शिकला नाहीस काहीच.

तो अस्वस्थ. उठतो. संपलेला ग्लास हातात धरून मानवतकरकडे जातो. मानवतकर खुणेनेच काय म्हणून विचारतो.

"मी निघतो," तो म्हणतो.

"प्लीज यार, आज जाऊ नकोस. आय नो, यू डोण्ट लाइक पार्टीज. पण वर्कर्स आहेत आज. दे शुड नॉट फील ह्युमिलिएटेड. आपण असे पार्टी सोडून गेलो तर अपमान होईल त्यांचा. उगीच ताण नको आजच्या दिवशी. थांब थोडा वेळ. अजून एक पेग घे."

एवढं बोलून मानवतकर पुन्हा बेहोश गर्दीत शिरतो. तो तिथून निघतो. खिडकीपाशी जाऊन उभा राहतो. ए.सी. हॉलची बंद खिडकी. हातात अजूनही रिकामा ग्लास. खिडकीतून दूरवर पसरलेल्या लाइट्स दिसतात. मुंबईला लागलेले हजारो चांद! त्यांच्या प्रकाशात चमचमतेय ही नगरी. ह्या मायावी शहराची शोभा वाढवणारी ही पंचतारांकित हॉटेल्स. खालच्या लॉनवर मांडलेली चक्राकार टेबल्स. त्याभोवती बसलेली सोफिस्टिकेटेड माणसं. टेबल मॅनर्स पाळताहेत ठरवून. सारं शिस्तीत चाललंय.

किती वर्षं आपण अशा हॉटेल्समध्ये पार्ट्या करतोय? सुरुवातीला ग्रेट वाटायचं यारऽऽ. चाळीतल्या दहा बाय दहाच्या खोलीत एक स्क्वेअरफीटच्या कोपऱ्यात अभ्यास करणारा गरीब मुलगा होतो आपण. आयुष्यातली तेवीस वर्षं रांग लावून कॉमन संडाससमोर उभ्या राहिलेल्या आपल्याला स्वच्छ टाइल्स लावलेलं टॉयलेट कसं असतं हेही माहीत नव्हतं. असंख्य वासांची सवय झालेल्या नाकाला कधी रुमालही लावला नाही आपण. ते सारे वासच सोबत होते त्या काळात. बाहेर आणि घरातदेखील. पावसाळ्यातला तो कुबट, दमट वास तर अजूनही स्मरणातून जात नाही. दहा ठिकाणी ओले, दमट कपडे वाळत घालायची आई. आई, बाबा, आजी, आजोबा आणि चार भावंडं. पुढे दादाची बायकोही. एवढ्या माणसांना सामावून घेतलं होतं त्या खोलीने. अशा घरात राहून इंजिनिअर झाला आपला पोरगा ह्याचाच अभिमान बाळगत होते बाबा कित्येक दिवस. पहिली पार्टी झाली तेव्हा त्याच घरात राहत होतो. पार्ल्याच्या सेंटॉरमध्ये झाली होती पहिली पार्टी. हॉटेलमध्ये पाय टाकताच दडपून गेला होता जीव. कसं चालायचं, कसं वागायचं, कसं बोलायचं काहीच माहीत नव्हतं. इतरांकडे पाहत खात होतो, पीत होतो. दारूचा ग्लास हातात घेतला तेव्हा थरथरला होता हात. बाबांना काय सांगायचं असा प्रश्न पडला होता. आता त्या ग्लासचीही नवलाई नाही राहिली. आता तर पर्वाही करत नाही टेबल मॅनर्सची की आणखी कसली. तेव्हा स्वत:ची नसलेली स्टेटस जपत बसायचो. मग हळूहळू लक्षात आलं हे सुटाबुटात वावरणारे, चेहऱ्यावर स्मितहास्य पसरवून हळुवार बोलणारे, शिस्तीत वागणारे साले सगळेच आतून सडलेले आहेत. सोफिस्टिफिकेशनचा बुरखा पांघरलेली साली भिकारचोट माणसं. आपल्यापेक्षा सामान्य आहेत. चार पेग पोटात गेले की ह्यांची खरी ओळख होते. मग तुटून पडतात खाऱ्या काजूंवर. जसे

काजू कधी पाहिलेले नसतात त्यांनी. वेगवेगळ्या पदार्थांचा फडशा पाडतात पुन्हा कधी खायला मिळेल की नाही या भीतीने. ह्यातले ऐंशी टक्के लोक तरी चेकाळतातच. मग बायकांच्या शरीराची मापं काढत घाणेरडे जोक्स सांगतात एकमेकांना. बायका म्हणजे माद्याच असतात त्यांच्यासाठी. त्या काळात कंपनीत बायका नव्हत्याच जवळ जवळ. त्यामुळे हॉटेलात दिसली एखादी बाई तर पाहत राहायचे तिच्याकडेच साले. अजूनही तेच. कुठेही जा. माजावर आलेल्या बैलासारखे शिंग रोखून आडवेच जातात बायकांना.

"साहेब, एक पेग घेणार?" समोरचा वेटर नम्रपणे विचारतो. तो रिकामा ग्लास त्याच्या ट्रेमध्ये ठेवतो आणि दुसरा ग्लास उचलतो.

"आइस ऑर सोडा?"

"वॉटर."

वेटर पाणी घालतो चिल्ड.

हातातला ग्लास तोंडाला लावत तो पुन्हा बाहेर पाहतो. खाली लॉनवर पार्टी सुरू झालीय. कसलंतरी सेलिब्रेशन. जॉब लागल्याचं किंवा लग्न ठरल्याचं किंवा प्रमोशनचं. सगळी तरुण पोरं आणि पोरी खिदळताहेत. आवाज येत नसला तरी त्या बंद काचेमधून तो अनुभवत होता त्यांचं खिदळणं.

सगळीच एन्जॉय करताहेत पार्ट्या आपापल्यापरीने. आपणही करायचो एकेकाळी. ह्या पोरांच्या वयाचे असताना. खरंतर एन्जॉय करण्यापेक्षाही अप्रूप वाटायचं. आपल्या भावंडांपेक्षा, चाळीतल्या मित्रांपेक्षा, आपल्या मध्यमवर्गीय वातावरणापेक्षा वेगळ्या जगात वावरायला मिळतं आहे, याचं कौतुक असायचं ते. मग रोजचंच झालं. नावीन्य संपलं आणि सगळंच बोअर वाटायला लागलं. जीव गुदमरायला लागला मुखवट्यांच्या ह्या जगात. ही दारू, तेच ते पंजाबी, चायनीज, इटालियन जेवण. त्यापेक्षा घरचं पिठलं-भात जास्त रुचकर लागायला लागलं.

तो घड्याळात पाहतो.

घरी जायला पाहिजे आता. जेवणाची वेळ होत आलीय. सुलेखा वाट पाहत असेल जेवणासाठी. पण आपण सांगून आलो आहोत पार्टीचं. म्हणजे स्वयंपाकाला सुट्टी असणार आज. आज अक्षयसाठी पिझ्झा किंवा पावभाजीचा बेत असेल. आपण जाऊन काय खाणार? तो पिझ्झाही आपल्याला आवडत नाही साला. घरातही एन्जॉय करता येत नाही आपल्याला. नेहमीपेक्षा वेगळं खाणंही नको झालंय. तिथंही मिसफिट आहोत का? वरणभात चापून खाणारे चपडगंजू अक्षयच्या भाषेत?

अर्ध्या झालेल्या ग्लासात तो आणखी थोडं पाणी घालतो आणि पुन्हा आत उडालेल्या जल्लोषाकडे पाहायला लागतो.

वर्कर्स खूश आहेत आज. साहेबांच्या खांद्याला खांदा लावून काम करण्यातलं समाधान आणि नाचण्यातला आनंद वेगळाच असणार. आज साहेबही खूश आहेत सगळे. वर्कर्सना असं काठोकाठ आनंदात पाहून. आपल्या ताटाखालचं मांजर करण्याची त्यांची ही ट्रीक कळत नाही काय ह्या साल्या युनियन लीडर्सना? पोरींचा दरवळ आणि दारूचा वास शिंपडताहेत हे मॅनेजमेंटचे लोक ह्या वर्कर्सच्या अंगावर आणि वर्कर्स भरून पावलेत आपल्याला मिळालेल्या ह्या सन्मानाने. वर्षातून दोन-तीन वेळा फेकतात असे तुकडे त्यांच्यासमोर. कधी नाटकांची तिकिटं, कधी जेवणासाठी हॉटेल्सची कूपन्स तर कधी पँटालून नाहीतर शॉपर स्टॉपची डिसकाउंट कूपन्स! कोणतं तरी सेकंड ग्रेड नाटक पाहून खूश होतात, हॉटेलात जेवतात चापून फॅमिलीबरोबर एखादा दिवस आणि शॉपर स्टॉपला जाऊन विंडो शॉपिंग करतात. काय घेणार तिथून दोन हजाराच्या कूपनमध्ये? ब्रँडेड शर्ट-ट्राऊझर, गॉगल की जोडे? बट दे डोण्ट माइंड. कंपनी ह्या सामान्य मध्यमवर्गीय लोकांना आजचं ग्लोबल जग तरी दाखवतेय ना? त्याचंच समाधान. ग्लोबलायझेशन जिंदाबाद! ह्या ग्लोबल मार्केटमधून घेतलेला एखादा शर्ट नाहीतर शूज घालून नाचताहेत सगळे. सेलिब्रेट करताहेत. करू दे. करू दे. आज त्यांचा दिवस आहे. अवार्डस् दिली आहेत कंपनीने त्यांना. सेव्हिंग केलं म्हणून. पाच कोटीचं टार्गेट होतं कंपनीचं. आज बक्षीस मिळालेल्या वेगवेगळ्या डिपार्टमेंटच्या सगळ्याच वर्कर्सनी आपापल्यापरीने सेव्हिंग केलं होतं कंपनीसाठी. फायदा करून दिला होता कंपनीचा. त्याची दखल घ्यायलाच हवी. दे डिझर्व धिस पार्टी. दे डिझर्व एव्हरीथिंग. बट व्हाट अबाऊट मी? व्हॉट डू आय डिझर्व? कमीतकमी समाधान. बत्तीस वर्षांच्या नोकरीत मनापासून काम केल्याचा आनंद?

तोही नाही मिळत साला अलीकडे. मन उडालंय ह्या सगळ्यावरून? का वैतागलेला असतो मी असा सगळ्या जगावर? आहे त्या परिस्थितीत आनंद मानून का नाही राहता येत मला? पण अशा बीभत्स आनंदात खरंच सहभागी होता येईल? छट्ऽऽ असला आनंद असेल तर नकोच च्या आयलाऽऽ. त्यापेक्षा असेच राहू आपण एकटेच आपल्या जगात.

हातातला ग्लास घेऊन तो कोपऱ्यातल्या एका टेबलाजवळ जातो. खुर्चीत बसून एक घोट घेतो.

पाणी टाकून टाकून बेचव झालेल्या ह्या व्हिस्कीसारखं झालं आहे आयुष्याचं. पाणचट एकदम. चवीने खावं, चवीने प्यावं, एवढंच काय पण चवीने जगावं असं वाटतच नाही की काय आपल्याला? सालं ज्या दिवसात हे करायला पाहिजे होतं तेव्हाही नाही केलं काहीच. तेव्हा एकच स्वप्न होतं चाळीतल्या त्या दहा बाय दहाच्या

खुराड्यातून सगळ्यांना घेऊन बाहेर पडायचं. त्यासाठी घासत राहिलो कॉलेजात आणि मग नोकरी लागल्यावर ह्या कंपनीत बुडवलं स्वत:ला गळ्यापर्यंत. करत राहिलो मेहनत इमानेइतबारे. त्या वेळी ऐपत नव्हती खर्च करण्याची म्हणून मित्रच जोडले नाहीत आणि नंतर वेळच झाला नाही, हे सारं करण्यासाठी. पैसा मिळायला लागल्यावर कोणीच उरलं नाही आजूबाजूला. कंटाळवाणंच होत गेलं सारं जगणं. सवयच नाही एन्जॉय करायची काही तर कसं एन्जॉय करणार आपण हे सगळं?

"साहेब एकटेच बसलात?" युनियन लीडर विचारे समोर येऊन उभा राहतो त्याच्या. तो हसतो फक्त.

आपण एकटेच तर असतो नेहमी. काळाच्या मागे राहिलेली माणसं एकटीच असतात. काळाबरोबर चालायला शिकवलं नाही आपल्या आई-बाबांनी की आपणच घाबरून सोडला नाही त्यांचा हात. त्यांचा हात सुटला असता तर कदाचित पुढे गेलो असतो इतर भावंडांबरोबर, मित्रांबरोबर. इतर सारी माणसं पुढे गेली आणि आपण मात्र एक पिढी मागेच राहिलो.

"बसू का इथे? माझी कंपनी चालेल?"

"बसा," तो निर्विकारपणे म्हणतो.

कोणाचीच कंपनी आवडत नाही मला असं वाटतं की काय लोकांना? ऑफिसमध्येही माझ्यापासून तसे दूरच राहतात सगळे. म्हणजे शिर्के, कुरुळकर यांच्याजवळ जाऊन मित्रासारखे गप्पा मारतात तसे माझ्याजवळ येत नाही कोणी. विशेषत: कामगार तर लांबूनच नमस्कार करतात. भीतीपोटी, आदर वाटतो म्हणून की बोअर माणूस आहे असं वाटतं त्यांना? तसा आदर आहे त्यांच्या मनात. लग्नाच्या वेळी स्टेजवर भेटायला आली होती मशिन शॉपची टीम तेव्हा सुलेखाला म्हणाले होते सगळे, 'आमचे साहेब साधे आहेत. सांभाळून घ्या' म्हणून. सुलेखा किती दिवस चिडवत होती आपल्याला. हल्ली तर म्हणतेही, 'तू कसला साधा, तू चांगला आतल्या गाठीचा आहेस' म्हणून. साधे नसूही आपण पण त्या नाडकर्णीसारखे मोकाट सुटलेलोही नाही. साला कायम नॉनव्हेज जोक सांगत असतो. नवीन पोरं असतात कायम त्याच्याबरोब. जी.एम.च्या पोस्टचा माणूस आहे हा. कसा काय एवढ्या खालच्या थराला जाऊ शकतो कोण जाणे! शेवटी कसली पोस्ट आणि कसलं काय. साली हाडामासाची माणसं आहेत ती फक्त. आदिम जनावर शरीरात लपवून मुखवटे घालून वावरणारी. तो गोसावी तर रोज नवं लफडं करतो. त्याची बायको फिरत असते टूरवर इकडे तिकडे. मुलीचं लग्न झालंय. ती आहे अमेरिकेला. हा मोकळा आता. सध्या नारायणनच्या पी.ए.भोवती गोंडा घोळतोय. कॅरॅक्टरलेस साला. व्हाइस प्रेसिडंट केलाय त्याला कंपनीचा. कंपनीला कुठं हवंय कॅरॅक्टर, चारित्र्य आणि काय काय... त्यांना फक्त प्रॉफिट करून देणारी माणसं हवीत. कंपनीचं

नाव सगळ्या जगात पोचवणारी माणसं हवीत बास! चारित्र्याची व्याख्याच बदलवून टाकलीय ह्या सगळ्या करप्ट माणसांनी. पण प्रॉफिटचा आलेख वर चाललाय ना? नॉट बॅड. तू काय करतोस साल्या कंपनीसाठी? क्वालिटीसाठी तडजोड करतोस? सारवासारव करतोस? चांगलं ते हायलाइट करून चुका लपवतोस? तू साल्या प्रत्येकाच्या चुका फेकतोस त्यांच्या तोंडावर. स्पष्टवक्तेपणा! आवडता शब्द तुझा. साल्या तुझ्या ह्या असल्या तोंडाने सालटी सोलतोस तू बॉसची पण. आणि हाताखालच्या लोकांना तर कायम धारेवर धरतोस तू. कोणाला आवडणार रे तू? म्हणून तर ती पोरं नाडकर्णी, मानवतकर, शिर्के यांच्यासारख्यांच्या मागे-पुढे असतात. पार्टीत तर नाडकर्णीच त्यांचा हिरो असतो. तू साल्या पार्टीत नकोच असतोस त्यांना.

"अलीकडे भेट नाही झाली खूप दिवसांत तुमची. रजेवर होतात काय?" विचारे विचारतो.

"हं."

"बायपास झाली ना गेल्या महिन्यात?"

"हो."

"काळजी घ्या साहेब. कंपनीचा जास्त विचार नका करू. ते दिवस गेले आता. कंपनीसाठी जीवाची पर्वा नाय केली तुम्ही लोकांनी. तीन तीन शिफ्टमध्ये काम करताना पाहिलंय मी तुम्हाला. आता कोण करतंय का असं? सगळे स्वत:चं भलं पाहतात. तुमच्यासारख्यांचे दिवस नाही राहिले आता. तुमचा सोडून कोणत्या साहेबलोकांचा दरारा वाटतो काय आता?"

"चालायचंच," तो हसून म्हणतो.

माझ्यासारख्यांचे दिवस नाही राहिले हे खरं आहे. पण तेव्हा तरी कुठे होते? दबून नाही राहता आलं कोणत्याही बॉसच्या हाताखाली. चूक नसताना झापलं तर आरेला कारे करण्याइतपत गट्स होते आपल्यात. स्वच्छ चारित्र्याचा आणि दरारा असलेला म्हणून मानतात हे लोक आपल्याला. पण शेवटी प्रमोशनसाठी हे काउंट नाही ना होत. राजीनामा खिशात घेऊन फिरणारा माणूस कोणत्या बॉसला आवडेल?

"असं म्हणून नाय चालत साहेब. खरंच आता वाटतो का दरारा कोणाचा? त्या काळात वाळूंजकरसाहेब, वानखेडेसाहेब कसे होते? तुम्ही सगळे लोक आपल्या मर्यादेत असायचे. नाचले होते का कोणी पूर्वी असे?"

"काळ बदलतो विचारे. त्याप्रमाणे लागतं बदलायला. हे नवं कल्चर नाही स्वीकारलं तर बाद होतो आपण," तो विचारेला शांत करत म्हणतो.

"असं काही नाही साहेब."

तो हसतो मग फक्त.

असंच आहे साला. जुने दिवस आठवत रडण्याचा स्वभाव झालाय आता आपला पण. आमच्या वेळी असं होतं, तसं होतं. पकतात ही पोरं हे ऐकून ऐकून. अक्षय तर म्हणतोच, 'आता म्हातारे झालात तुम्ही.' जुन्या गोष्टी आठवून आठवून सांगायला लागलो की समजायचं भविष्यकाळ नाहीच राहिला आपल्यासाठी. आपल्यासारख्यांसाठी तर फक्त भूतकाळ असतो. त्याचं बोट सोडून वर्तमानातही नाही धड जगता येत. मग सतत वाद. अक्षयशी तर सतत होतात वाद हल्ली. त्याचं रात्र रात्र जागणं, चॅटिंग करत नाहीतर आणखी काही करत, नाहीच आवडत आपल्याला. त्या दिवशी अचानक जाग आली रात्री. लघवीसाठी उठलो. अंधूकसा प्रकाश होता हॉलमध्ये म्हणून पाहायला आलो तर साहेब भान विसरून ब्ल्यू फिल्म पाहत बसले होते. मागे जाऊन उभा राहिलो तरी लक्षात नाही आलं त्याच्या. कानफाटात मारावीशी वाटली एक. पण नाही मारली. तसेच बेडरूममध्ये गेलो. सुलेखाला सांगायचं होतं पण ती गाढ झोपली होती. झोपच उडाली माझी. तिला दुसऱ्या दिवशी सांगितलं तर म्हणाली, 'बावीस वर्षांचा आहे तो आता. असतं मुलांना कुतूहल. तू नाही का पाहिलीस?' तिला म्हटलं, 'मी लग्नानंतर पाहिली.' 'आणि कॉलेजात असताना कॅबरेला गेला होतास ते?' मी म्हटलं तिला, 'कॅबरे आणि ब्ल्यू फिल्ममध्ये फरक असतो.' तर म्हणाली, 'तुझ्या बाबांनी तर तोही नसेल पाहिला. त्यांच्या दृष्टीने थेटरमध्ये जाऊन सहगलचा 'देवदास' पाहणं किंवा गावात आलेला तमाशा पाहणं हेच थ्रील असेल. पिढ्यापिढ्यांप्रमाणे बदलतात ना रे साऱ्या गोष्टी. अक्षयची मुलं तर वयात आल्याबरोबरच सगळं करून मोकळी होतील.'

सुलेखाचं एक कळत नाही. ती डायरेक्ट त्या त्या माणसाच्या काळातच शिरते. आपण त्यांच्या वयाचे असताना कसे होतो किंवा कसे असणार, ह्याचा हिशेबच मांडते ती सरळ. ती असेल त्या वयात अशीच पण मी नव्हतो ना कधी तसा. मला तर वर्गातली मुलंही घ्यायची नाहीत त्यांच्यात. त्यांच्या लायनी असायच्या वर्गातल्या कोणकोणत्या मुलींवर. नववी-दहावीत तर जोड्या जुळवण्याचाच उद्योग करायचे. माझी पण जुळवली होती चष्मीश अलकाबरोबर. एकदम घासू होती ती. तुला असलीच पाहिजे म्हणून हसायचे सगळे. मी पण घासूच होतो त्यांच्या दृष्टीने. मुलींबरोबर बोलायला नाही जमलं कधी. काय बोलणार हा प्रश्न नव्हता पण न्यूनगंड होता मनात. दिसण्याचा आणि त्या मोडकळीस आलेल्या चाळीतल्या जगण्याचा. इंजिनिअर झालो आणि लग्नाचा विचार करायला लागलो तेव्हा मुलींकडे पाहायला लागलो. सुलेखाला म्हणून आवडतो मी. एकपत्नीव्रत तर आहेच पण इतर मुलींकडे डोळे वर करूनही पाहत नाही ना मी त्यामुळे तिच्या दृष्टीने चांगला आहे मी. पण मिसफिटच च्यायला. ती पण म्हणते कधी कधी.

"तुम्हाला नाही आवडत असं मोकळं व्हायला?" तो विचाऱ्यांना विचारतो.

"नाही साहेब. आपल्याला नाही जमत हे असलं."

तसा सज्जन आहे विचारे. म्हणजे बाकीचे सज्जन नाहीत असं नाही. तसे सगळे वाघ आहेत कामाला. ऑफिसमध्ये सिन्सिअरली कामं करतात. तसं पाहिलं तर विचारेच आळशी आहे. त्याला बॉसगिरी करायला आवडते म्हणून तर लीडर झाला. पण त्या बाबतीत सज्जनच. हे असले प्रकार नाही आवडत त्याला.

नाचणारे वाईट आणि न नाचणारे सज्जन हे कोण ठरवणार पण? आपण? शेवटी व्याख्या काय सज्जनपणाची? आपल्याला वाटतं सालं आपण सज्जन आहोत. मूल्य मानतो, कामाशी तडजोड नाय करत. सेल्फरिस्पेक्ट आहेच. त्यामुळे पेटून उठतो. कोणी अपमान केला तर बॉसची पण नाही ठेवत. उभी-आडवी करतो. ही आपली सज्जनपणाची व्याख्या आपल्याला सोयीस्कर अशी. सुलेखा म्हणतेच नेहमी, 'तू समजतोस तसं सगळं जग कसं असेल? तुझ्या ह्या असल्या स्वभावामुळे दुखावत असतील माणसं. तू असशील चांगला. पण दुसऱ्यांना रोखठोक बोलणं हे काही क्वालिफिकेशन होत नाही तुझं. असे टेचात राहणारे सबॉर्डिनेट्स नाही आवडत कोणालाच.' खरं आहे तिचं. आपण आवडत नसूच कोणालाच. मानवतकर निर्लज्ज आहे म्हणून सहन करतो आपल्याला. आपल्याला त्याचं निर्लज्ज असणं आवडत नाही पण सहन करतो म्हणून आपला अहम् सुखावतोही कधी कधी. काय सांगत असतो आपण नेमकं स्वत:ला? ही डझण्ट डिझर्व टु बी बॉस. त्यामुळे त्याला सहन करावंच लागेल मला.

तो मानवतकरकडे पाहतो. तो नारायणन् आणि सैतवडेकरसाहेबांशी बोलत असतो काहीतरी. कशाविषयी बोलतोय तो त्यांच्याशी? आपल्याविषयी? नाचता नाचता एकदम शांत झालेत ते. कसली तरी गंभीर चर्चा चालू आहे त्यांच्यात. आपण आजच त्यांच्या हातात ठेवलेल्या राजीनाम्याविषयी तर नाही ना बोलत ते? मानवतकर तसा अस्वस्थच होता आज. राजीनाम्याचं पत्र हातात पडल्यापासून. स्वीकारतील ते आपला राजीनामा की नाकारतील? काहीही होवो. कधी निघू आपण त्या कंपनीतून बाहेर माहीत नाही पण आता इथून मात्र निघूयाच!

तो उठतो. मानवतकरला खूण करतो निघतो म्हणून. मानवतकर मानेनेच 'ठीक' म्हणतो. मग तो विचारेकडे वळून म्हणतो, "तुम्ही जेऊन घ्या."

"तुम्ही नाही जेवत?"

"माझं झालंय खाणं ड्रिंक्स घेताना. आता पूर्वीसारखं जास्त खाणं जमत नाही. ॲसिडिटीचा त्रास आहे मला."

ॲसिडिटी जन्मापासूनच असावी आपल्याला. लहानपणी कधीतरी कावीळ झाली

होती असं आई सांगायची. तेव्हापासून पचनसंस्था तशी 'वीक'च आहे. रोजच्या रुटीनपेक्षा वेगळं काही खाल्लं की त्रास होतोच. नवीन काही टेस्ट केलं आणि खाल्लं थोडं जास्त की रात्र तळमळत जाते.

नवं काही स्वीकारताच येत नाही का आपल्याला? आणि अजूनही कावीळ अंगात असल्यासारखे तर पाहत नाही ना जगाकडे? सगळीच माणसं काही वाईट नसतात हे माहीत आहे आपल्याला. तरी जमवून घेत नाही आपण कोणाशीच. अगदी अक्षयशीही नाही जमत आपलं. जमतं ते फक्त सुलेखाशी. कदाचित तेही ती जमवून घेते म्हणून असावं. अक्षयशी तर किती वाद होतात अलीकडे. त्याची एकूणच लाइफस्टाइल, विचार करण्याची पद्धत नाही आवडत आपल्याला. ह्या वयातले त्याचे खर्च पाहून तर अंगावर काटा येतो. किती मित्र आहेत त्याचे. सतत पिकनिक्स, ट्रेक्स आणि काय काय. हट्टाने मोटारसायकल घेतली. आम्ही कसा एक एक पैसा जपून वापरायचो, ह्याच्या गोष्टी सांगितल्या की म्हणतो, 'तुमचे आई-बाबा गरीब होते. माझे आई-बाबा 'रिच' आहेत.' आपला पैसा उधळतो आणि वर म्हणतो, 'एवढा पैसा कमवीन की पैशासाठी हात पसरावे लागणार नाहीत कोणाकडे.' त्याला इंडिपेंडंट व्हायचं आहे. केवळ पैसा मिळवून सुटका होते सगळ्या बंधनांतून. खरंच उपभोगता येतं स्वातंत्र्य? आपणही कमावला खूप पैसा. स्वातंत्र्य उपभोगायचं आता असं ठरवलंही होतं. पण नाही भोगता आलं. शेवटी बांधून राहिलोच ना आई-बाबांना, भावंडांना! आणि ह्या कंपनीलाही नाही सोडलं. अनेकदा नाराज झालो लोकांवर. अनेकदा विचार आला मनात राजीनामा द्यायचा. नुसता विचारच नाही केला तर दिला राजीनामा जेव्हा जेव्हा वाटलं तेव्हा. आधी पटेलच्या हातात ठेवला. नंतर गोसावीच्या. दोघंही रिटायर्ड होऊन गेले आता. पण आपली किंमत होती त्यांना. नाही स्वीकारला राजीनामा. त्याचाही अभिमान बाळगलाच. साले घाबरून आहेत आपल्याला. आणि आपल्यासारखा माणूस मिळणार नाही त्यांना, हेही माहीत होतं आपल्याला. म्हणून मनातल्या मनात कितीदा पाठ थोपटली स्वत:ची! पण राजीनामा देण्याचं मनात आलं ते कंपनी सोडून दुसरीकडे जास्त पगाराची नोकरी पकडण्यासाठी नाही. त्या बाबतीत मात्र लॉयल राहिलो ह्याच कंपनीला. काय कामाला आली ती लॉयल्टी? कोणाला पर्वा नाही त्याची. उलट आता एकाच ठिकाणी चिटकून राहिलेली माणसं मठ्ठ वाटतात लोकांना. चॅलेंज स्वीकारायचे गट्स नाहीत अशा लोकांत अशी अफवा पसरते लोकांत आणि मग मोडीत काढले जातात ते. आपणही मोडीत निघालोत आता ह्या कंपनीत. राजीनामा देऊन दुसरीकडे जास्त पगारासाठी गेलेले कितीजण परत आले इथे? काही आपलेच ज्यूनिअर आता सीनिअर होऊन आलेच पण घसघशीत पगारवाढ घ्यायला लागलेत. आपण मात्र त्याच पोस्टवर सडतोय साला कधीपासून, ढेकर देत कडवट.

तो हॉलमधून बाहेर पडतो. खाली बेसमेंटला येतो. गाडी काढतो.

एकटेच बाहेर पडलो आहोत आपण. काय म्हणतील सगळे! पार्टी मॅनर्सही पाळता येत नाहीत आपल्याला. इतरांचा विचार करून तरी राहायला हवं होतं आपण. थोडं इतरांसाठी केलं तर काय बिघडतं? मनात नसताना कराव्या लागतात अनेक गोष्टी. स्वत:ची पोझिशन टिकवायची असेल तर थोडं ऐकावं लागतं बॉसचं. थोडी मखलाशीही करावी लागते. तो कोचरेकर बघ ज्यूनिअर होता आपल्याला. सगळ्या बॉसना आयमायवरून शिव्या घालत असतो साला. मानवतकरला तर कायम घालतो शिव्या आणि मग गुरुपौर्णिमेला गिफ्ट काय देतो, ग्रीटिंग काय देतो! मानवतकर पण अभिमानाने लावून ठेवतो टेबलावर. साल्याला माहीत नाही, शक्य झालं असतं तर खेटराने पुजलं असतं त्याला सगळ्यांनी. कोणालाच आवडत नाही तो तसा. कणा नसलेला बॉस साला. वरच्या लोकांपुढे आपल्या सबॉर्डिनेटना कसं प्रोटेक्ट करायचं ते नाय माहीत साल्याला. कातडीबचाव आहे साला. डिपार्टमेंटची रिस्पॉन्सिबिलिटी हेडची असते. चांगलं-वाईट दोन्हींची जबाबदारी हेडने घ्यायला हवी, हे नाहीच माहीत त्याला. आज वर्कर्सनी केली बचत. त्यातल्या कितीजणांना आपण मार्गदर्शन केलं ते आपल्यालाच माहीत पण हा सगळं क्रेडिट घेऊन गेला आज. आपल्या हाताखालच्या लोकांनी केलेल्या कामाचं क्रेडिट स्वत: घेणं आणि बॉसने न केलेल्या कामाचं क्रेडिट त्याला देणं, हे ह्यांच्याकडून शिकायला हवं साला. तुला काय येतं? तू तर मिसफिट आहेस साला. सगळ्या ह्या सिस्टिममध्ये यू डिझर्व टु बी आऊट. तुला साल्या हाकलूनच दिला पाहिजे.

काढा साल्यांनो मला बाहेर. मी वाट बघतोय त्याची. बाहेर पडायचं आहे ह्या सगळ्यातून आता. घरादाराच्या जंजाळातूनही बाहेर पडायचं आहे आता. सुलेखाला म्हणालो आहोत, 'अक्षयला पाठवूया बाहेर शिकायला आणि राहू दोघं मजेत.' पण हल्ली तिच्यातही नाही रमत आपण. सालं सगळंच बेचव झाल्यासारखं झालंय. काही गंमतच नाही राहिली जगण्यात.

अर्थात गंमत होती कुठे म्हणा आपल्या आयुष्यात! धड मित्र नाही की मैत्रीण. लग्नानंतर हनिमूनलाही मोठ्या ताईला घेऊन गेलो होतो सोबत. सुलेखा नाराज झाली होती खूप. पण म्हटलं, 'आपण आपल्या खोलीत ते त्यांच्या. काय फरक पडणार आहे? ती नव्हती गेली हनिमूनला. ह्या निमित्ताने पडेल बाहेर.' नवीन होती बिचारी म्हणून झाली तयार सुलेखा. पण अजूनही बोलून दाखवते. नणंद बरोबर असल्यावर आपल्या खोलीतही कम्फर्टेबल नाही राहू शकली ती. त्या आठ दिवसांत एकदाही मोकळेपणाने जवळ आली नाही आपल्या. वैतागलो, तर म्हणाली, 'मन खुलल्याशिवाय शरीर नाही फुलत. माझ्या मनावर दडपण आहे. त्यामुळे अपेक्षाच

नको करूस.' सगळे दिवस वाया गेले हनिमूनचे. तिला असं म्हणालो तर म्हणाली, 'कोणती गोष्ट कशा तऱ्हेने करायची, हेसुद्धा तुला माहीत नाही.' 'तुला तर बायकोचा मूड कधी असतो हेही नाही कळत. अजूनही अरसिक आहेस' असं म्हणते आपल्याला.

भावभावनांच्या बाबतीत मठ्ठच राहिलो आपण. सगळ्या गोष्टींकडे कर्तव्यभावनेने पाहिलं. इमोशनल नाही झालो कधीच. प्रत्येक गोष्ट सदसद्‌विवेकबुद्धीच्या कसोटीवर घासून तासून घेतली. कंपनीत गेलो की जीव तोडून काम करायचं. घरी आलो की कुटुंबाबाबतची आपली कर्तव्यं करायची. तसं पाहिलं तर कर्तव्यात चुकलो नाही कधीच. आई-बाबा असेपर्यंत त्यांचंही केलं. भावंडांसाठीही करतो. कंपनीतही कोणाला मदत लागली तर पुढे असतो आपण. पण रमत मात्र नाही कोणात. सुलेखातही नाही. केवळ कर्तव्यभावनेने ओढता येतात का आयुष्याची एवढी वर्षं? ओलावा लागतोच ना माणसाला जगण्यात. तो नाही आणता आला आपल्याला आपल्या जगण्यात. कोरडे राहिलो. सुलेखासाठी सगळं केलं. तिला घरकामात मदत केली. तिची आजारपणं काढली. अक्षयचा अभ्यास घेतला. सुलेखाला हवं तेव्हा शरीरसुखही दिलं. सगळ्यांना हवं ते देत राहिलो. आणि ह्या देणाऱ्याच्या भूमिकेचाही अभिमान बाळगला. घराचा रिमोट मात्र आपल्या हातात ठेवला. 'तुम्ही काही मागण्याआधीच देतो आहे ना मी! आणखी काय पाहिजे?' असे सवाल केले प्रत्येक वेळी. अक्षय त्यामुळेच दुरावला का? त्याला नाहीच राहायचं माझ्याजवळ. 'स्वातंत्र्य मिळण्याची शक्यताच नाही ह्या घरात' असं म्हणाला होता एकदा. स्वातंत्र्य दिलं नाही का आपण कोणाला? कंपनीतदेखील नाही दिलं का स्वातंत्र्य आपल्या हाताखालच्या लोकांना? नाही कसं? उलट सांगायचो आपण त्यांना, 'काम करा, निर्णय घ्या. काही चुकलं तर मी आहे तुमच्या मागे' म्हणून. पण ह्यामुळे त्या साल्यांना माझ्यावरच अवलंबून राहायची सवय लागली. मी तरी काय करणार मग? अशा वेळी सूत्रं ठेवायलाच लागतात आपल्या हातात.

पण आता मात्र सोडायची हातातली सारी सूत्रं. आजच्या जगात रिमोट हातात ठेवणाऱ्यांना विचारत नाही कोणीच. प्रत्येकाला आपल्या मनासारखं वागायचं असतं. सुलेखालाही वाटत असेलच. सोडूया आता तिला पण मोकळी. पण ती म्हणते, 'चांगलंचुंगलं खायला-ल्यायला दिलंस ह्या पिंजऱ्यात. आता त्याचीच सवय झालीय. पायातलं बळही अजमावता नाही आलं. खूप वर्षं पिंजऱ्यात राहिलेल्या पक्ष्याला ठरवूनही उडता येत नाही. आता कशासाठी मोकळी होऊ? आणि मोकळी होऊन जाऊ कुठं? काय ओळख आहे माझी? काहीही नाही. तुझ्याशिवाय काहीही ओळख नाही मला. तुझ्याबरोबरच काढेन आयुष्य.'

म्हणजे आपली सुटका नाहीच. घरातही राजीनामा देण्याची सोय हवी होती साला.

बिल्डिंगमध्ये पोचतो तो त्याच्या. गाडी पार्क करतो. बेल वाजवत नाही. स्वत:जवळच्या चावीने दार उघडतो. सुलेखा झोपलेली असते दिवा मालवून. अक्षयच्या खोलीच्या बंद दाराच्या फटीतून येणारा उजेड तो पाहतो.

झोपला नाही हा अजून. रात्र रात्र जागरणं करतो. कोणाकोणाशी चॅटिंग करत असतो. एवढे जगभरातले मित्र कशासाठी लागतात ह्या आजकालच्या पोरांना? शाळेतले, कॉलेजातले आणि हे नेटवरचे! काय करणार काय एवढ्या मित्रांच्या गर्दीत राहून. धड एकाशी तरी घट्ट मैत्री असेल त्याची? शक्यच नाही. एकही जीवाभावाचा नसेल त्यांच्यात. फक्त गर्दी. स्वत:चा आवाज तरी ऐकू येत असेल काय ह्यांना? आणि स्वत:शी बोलायला वेळ तरी मिळत असेल काय?

त्यांचंही बरोबर आहे. स्वत:चा आवाज किती काळ ऐकणार तुम्ही? आणि स्वत:शीच किती बोलणार बोलून बोलून. ते म्हणजे काय तू आहेस साल्या? माणसांपासून, गर्दीपासून दूर राहायला? स्वत:चा तोच तो किरकिरणारा, कंटाळवाणा आवाज ऐकायला? तू काय करतोस साल्या, स्वत:शीच बोलून! रडत असतोस सतत! तेच ते विचार, एकटेपणाचं वलय वाढवत जाणारे, कधी आत्महत्येच्या काठापर्यंत पोचवणारे. ह्याशिवाय काय येतं तुझ्या मनात?

कपडे बदलून तो सुलेखाच्या शेजारी झोपतो. तिची झोप चाळवते. नकळत ती त्याच्या अंगावर हात टाकते.

अजून झोपेतही हिला आपण जवळ लागतो. आपल्या अंगावर हात टाकून आधार शोधते आहे ती आपला. कशासाठी आपल्यावर अशी अवलंबून राहते आहे ही? आपणच केलं आहे का तिला असं? आपल्या कोणत्याही अडनिड्या निर्णयांनी हबकून जाते, आजारपणात कावरीबावरी होते. आपण कधीतरी अचानक सोडून जाऊ गौतमासारखे ह्या भीतीने दचकून उठते गाढ झोपेतून आणि चाचपत राहते आपलं शरीर. आपल्या मनापेक्षाही आता तिला आवश्यकता वाटते ती आपल्या जित्याजागत्या देहाची. तिच्याभोवती वावरणारा, तिच्या अस्तित्वाला अर्थ देणारा एक नवरा नामक पुरुष हवा आहे का तिला फक्त?

हिला तयार करायला हवं हळूहळू. पायात बळ आणायला हवं हिच्या. आपल्या हाताखालच्या लोकांना तयार करत गेलो तसं तयार करावं लागणार आहे हिला. कंपनीत माहीत आहे आता सगळ्यांना आपण राजीनामा देणार आहोत त्याबद्दल. कदाचित आज दिला आहे हेही कळलं असेल त्यांना. त्यांच्या मनाची तयारी केली होती आपण कधीपासून. त्यामुळे नाखुशीने का होईना पण घ्यायला लागले आहेत आता सगळे जबाबदारी. आता हा नसणार आहे आपल्या चुका पाठीशी घालायला,

हे समजावलं आहे त्यांनी मनाला. अलीकडे तर काही निर्णय घ्यायचा असेल तर डायरेक्ट मानवतकरकडे जातात. आपला धाक, दराराही कमी होत चाललाय. रिमोट तर गेलाच आहे हातातून. त्रास होतो सगळ्याचा. पण आता ठरवलं आहे ना मग व्हायचं मोकळं सगळ्यातून. घरातला रिमोटही सुलेखाच्या हातात द्यायचा. नाहीतर अक्षयच्या. नाही. अक्षयच्या नको. अजून लहान आहे तो. सुलेखालाच घेऊ देत तो. तिलाही मिळू दे ना थोडा अधिकार आता. इट्स हाय टाइम नाऊ. अर्थात तसा उशीर झालाय पण बेटर लेट दॅन नेव्हर.

आपल्यालाही सवय करायला हवी साऱ्या अधिकारांशिवाय जगायची. मागे एकदा कंपनीतून सगळ्यांना ब्रह्मकुमारी आश्रमात पाठवलं होतं. सगळ्या मॅनेजर्सना मन:शांतीची गरज आहे, असं वाटलं होतं तेव्हाच्या ॲथॉरिटीज्ना. आठ दिवस राहिलो. पण नाही मिळाली मन:शांती आपल्याला. कदाचित कोणालाच नसेल मिळाली. वैर, स्पर्धा, दुसऱ्याच्या डोक्यावर पाय ठेवून पुढे पुढे जाण्याची आकांक्षा मनात असेल तर डोळे मिटल्यावर शांत कोणाला वाटेल? तेव्हा आपल्याही डोक्यात होतीच ना लालसा पुढे जाण्याची.

पण आता आपल्या हाताने सोडतो आहोत आपण सारं, गंगेच्या विशाल पात्रात पिंड सोडावेत तसे. मग मिळेल की आपल्याला मन:शांती. मिळवायचीच कोणत्याही परिस्थितीत. मग साला त्रास नाही होणार कोणाचाच. कोणाच्याही वागण्याचा. मानवतकरच्या लफड्यांचा, नारायणन्‌च्या बेरकीपणाचा, महाडकरच्या मग्रुरीचा, विचारेच्या आळशीपणाचा, नाडकर्णींच्या अश्लील विनोदांचा, पोरींच्या अंगाशी लगट करणाऱ्या नरपशूंचा, अक्षयच्या बंडाचा आणि सुलेखाच्या अशा अस्तित्वहीन जगण्याचा. कशा कशाचा त्रास नाही होणार आपल्याला.

राजीनामा स्वीकारला नारायणन्‌ने की लगेच बुकिंग करून टाकू आश्रमात. सुलेखा रडेल, अडवेल पण थांबायचं नाही. जायचंच. आफ्टरऑल इट इज माय लाइफ. आजपर्यंत नाही जगलो माझ्या मनाप्रमाणे. आता तरी जगू दे ना मला हवं तसं. विदाऊट रिमोट ॲण्ड विदाऊट पॉवर, पण तरीही माझ्या मनाप्रमाणे कम्युनिझम नाही तर नाही पण आपल्यापुरती लोकशाही तर आणूया आपल्या आयुष्यात.

तो सुलेखाचा हात अंगावरून काढतो आणि तिच्याकडे पाठ करून गाढ झोपी जातो.

***

चेहरा

लांबलचक उभा आरसा दिमाखाने उभा होता ड्रेसिंग टेबलवर. त्याच्या समोरच्या स्टुलावर मी बसलेय कधीपासून. कसल्या कसल्या बाटल्या, डब्या पसरल्या आहेत अस्ताव्यस्त ड्रेसिंग टेबलवर. मॉइस्चरायझर, अँटिएजिंग क्रीम, कॉम्पॅक्ट पावडर—सारेच आसुसलेले माझ्या चेहऱ्यावर पसरण्यासाठी. एक बाटली उघडून मी त्यातला घट्टसा द्रव हातावर घेते. अलगत उमटवत जाते एक एक टिंब त्या द्रवाचे माझ्या गालावर, कपाळावर, नाकावर आणि मग हलक्या हाताने पसरवत जाते ते मिटल्या डोळ्यांनी. मग डोळे उघडते आरशात पाहावं स्वत:कडे म्हणून, तर समोर कोणीच नसतं. फक्त भिंत माझ्या पाठीशी असलेली. मी आश्चर्यचकित होत शोधत राहते स्वत:ला. माझ्या लाडक्या चेहऱ्याला. पण दिसत नाही मला तो आरशात. माझ्याशिवाय सगळं स्पष्ट दिसतंय मला आरशात. ड्रेसिंग टेबलवरच्या बाटल्या, रंग उडत चाललेल्या भिंती, वर गोल फिरणारा पंखा, अगदी मी बसलेय तो स्टूलदेखील दिसतोय मला. फक्त माझा चेहरा, माझं सारं शरीर हरवलेलं आहे त्यातून. शरीर-मनासकटची अख्खी मी हरवलेय वाटतं आरशातून.

मी माझी बोटं टेकवते माझ्या कपाळावर, नाकावर, गालावर, हनुवटीवर. तर बोटांना सापडतात माझे सारे अवयव. फक्त त्यांचं प्रतिबिंब दिसत नाही समोर.

मी उठते. बेडरूममधून बाहेर येते. घरात सामसूम असते नेहमीप्रमाणे. त्या रिकाम्या घरातून फिरते मी स्वत:ला शोधत. मला जाणवतात माझे पाय चालणारे, माझे हात घरावरून फिरणारे. मला जाणवतो माझा सुटलेला देह, माझे आक्रसलेले स्तन. मी पाहूही शकते त्यांना उजेडात. पण माझी पाठ नाही दिसत मला, माझी मानही नाही दिसत. मानेवरचा माझा चेहरा, माझे केस, त्यातून निघालेला पांढराशुभ्र रस्ता नाही दिसत मला. हातांना मात्र जाणवतो त्यांचा स्पर्श. गळ्यातल्या साखळीतून अलगत फिरवते मी बोट पण त्यात अडकलेला गळा नाही दिसत मला.

मी पुन्हा आरशासमोर येते. पण आरसा तसाच रिकामा माझ्या प्रतिबिंबाशिवाय!

माझा चेहरा हरवला की काय? पण छे! तो तर जाणवतोय माझ्या हातांना. फक्त डोळ्यांत नाही उतरत.

म्हणजे माझं प्रतिबिंब हरवलंय बहुतेक! नाही. कदाचित आरशाचा पारा उडाला असेल. इथे नाही तर दुसरीकडे सापडेत ते. कदाचित पाण्यात.

मी माझ्या पाचव्या मजल्यावरच्या दोन बी.एच.के. फ्लॅटमधून बाहेर पडते. फ्लॅटमधून थेट अंगणात. गावातल्या घराच्या. अंगणात तुळशी वृंदावन आहे आणि माझी आई पाणी घालतेय तुळशीला डोळे बंद करून. तिला भेटायचं आहे मला. ती गेल्याला सहा वर्षं झाली आता. पुन्हा परत कधी आली ती? पण आता तिला भेटायला वेळ नाही माझ्याकडे. पहिल्यांदा प्रतिबिंब शोधायला हवं. मग भेटेन तिला निवांत.

मी अंगणातून बाहेर येते फाटकापाशी. आणि मग सुसाट धावत सुटते गावाबाहेर जाणाऱ्या रस्त्यावरून. समोर शांत, निवांत तलाव. पहाटे पहाटे कोणी पाणी भरायला येऊन त्याला ढवळून टाकण्याआधी पाहायला हवं मला त्यात वाकून. मी वाकते त्या स्वच्छ नितळ स्तब्ध पाण्यावर. पण माझा चेहरा नाही दिसत त्यात. काळ्यासावळ्या ढगांना कुशीत घेऊन बसलेलं निळंभोर आभाळ आणि तलावावर रेललेला पिंपळ माझ्याकडे बघून हसत होते फक्त.

आता मात्र गोंधळते मी, थोडी धास्तावतेही. पळत सुटते तिथून. थेट माझ्या प्रियकराकडे पोचते. त्याचा चेहरा दोन्ही हातांत धरून पाहत राहते एकटक त्याच्या डोळ्यांत. त्याच्या डोळ्यांत फक्त आश्चर्य! पण मी मात्र नाही.

आता रडू यायला लागलंय मला. ओल्या डोळ्यांतून वाहणाऱ्या धारांचं पाणी व्यापून टाकतं सारं गाव. त्या पाण्याच्या लाटांवर बसून मी निघालेले माझ्या प्रतिबिंबाच्या शोधात. किती वेळ वल्हवतेय मी माझी होडी आणि कुठे पोचलेय नेमकी ते कळत नाही मला. पण घामेजून गेलेय मी आता. श्वासही लागलाय दमल्यासारखा. जत्रेत हरवलेलं पोर शोधून शोधून थकतं ना आपल्या आईला, तशी अवस्था झालीय माझी. दमून गेलेय मी आता. थकून गेलेय... कोण करेल माझी सुटका ह्या ताणातून? कोण आणून देईल मला माझा चेहरा? चेहरा हरवलाय माझा... मला हवा आहे तो अगदी तीव्रतेने आणि निसटून निघून गेलाय तो माझ्या नकळत...

जाग आली तेव्हा घामाने डबडबले होते मी. डोळे उघडले तेव्हा पडद्याआडून उजेड शिरत होता आत. बाजूला राजीव झोपला होता शांतपणे. कधीच कोणत्या तणावाची साधी रेषा नसते ह्याच्या चेहऱ्यावर. दुसऱ्याला साऱ्या वेदना देऊन टाकल्या की असं निवांत राहता येतं.

मला एकदम आठवली प्रतिबिंबाशिवायची मी. हरवलेला चेहरा जीवाच्या

आकांताने शोधणारी मी. पटकन उठले आणि आरशासमोर जाऊन बसले. खोलीतल्या अंधाराला बाजूला सारत आत आलेल्या प्रकाशाला साक्षीला ठेवून मी आरशात पाहिलं आणि हायसं वाटलं मला. जागच्या जागी होता तो. एकदम फिट्ट बसलेला मानेवरती.

कसली कसली स्वप्नं पडतात ही अलीकडे? काही अर्थच नसतो त्यांना. कुठे कुठल्या न पाहिलेल्या गावात भटकत असते मी एकटी. कधी चढते एखाद्या डोंगराच्या सुळक्यावर आणि मग खाली यायचा रस्ताच सापडत नाही. कधी खोल नदीच्या पात्रात उभी राहून मधोमध हाकारत राहते कोणाला तरी. कोणीही येत नाही वाचवायला. फक्त कोरड वाढत जाते घशाची हाका मारून मारून. राजीव तर नसतोच स्वप्नात कधी. रोहनही नसतो. अशी एकटी का होत चालले आहे मी दिवसेंदिवस.

"उठल्याबरोबर आरशासमोर बसलीस ती."

राजीव जागा झाला बहुतेक.

"का ग?"

"अशीच."

"अशी कधी बसत नाहीस तू."

"नाही बसत. पण बसावंसं वाटलं." माझ्या स्वप्नाविषयी काहीही सांगायचं नव्हतं त्याला. अलीकडे काही सांगावंसं नाही वाटत. तसा संवादच संपला होता आमच्या दोघांतला. तो पुन्हा चालू व्हावा अशी इच्छाही नव्हती माझी.

"का बरं?" अंथरुणातून उठत त्याने विचारलं.

"स्वत:ला शोधते आहे. म्हटलं आरशात तरी सापडते का पाहू."

"वा अगदी मुरलेल्या लेखकासारखी बोलते आहेस."

"वाण नाही पण गुण लागतोच ना."

"खरं की काय?" त्याच्याही स्वरात उपरोध होता.

मग मी म्हटलं, "अजून सगळे गुण नाही लागले. ते लागले तर तुझं काही खरं नाही."

हे बोलल्यावर त्याच्या चेहऱ्यावर नेमके कोणते भाव असणार आहेत, हे पाहण्याची इच्छा नव्हती मला किंवा ह्यावर काही प्रतिक्रियाही ऐकायची नव्हती. आणखी काही खोचक शब्द त्याने माझ्यावर फेकण्याआधी मी उठून सरळ स्वयंपाकघरात गेले.

अगदी शांत शांत असतं घर अलीकडे. बोलणं कमी झालंय. सतत तणावपूर्ण शांतता भरून राहिल्यासारखं वाटतंय. किती दिवस आहे हा असा तणाव? गेले

काही दिवस की गेली अनेक वर्षं? लग्नानंतरची तीन-चार वर्षंही नाही गेली ताणाशिवाय. सुरुवातीला बरे गेले दिवस तसे. आपण डोळे मिटून घेतले होते तोपर्यंत छानच वाटत होतं सगळं. पण हळूहळू डोळे उघडून पाहायला लागलो जगाकडे आणि विशेषत: राजीवकडे तसतसे दिवस बदलत गेले.

''माझी बॅग तयार ठेव,'' दाढी करता करता तो म्हणाला, ''संध्याकाळच्या गाडीने इंदोरला चाललोय. कविसंमेलन आहे. तिथून बडोद्याला जाईन. साहित्य अकादेमीचा सेमिनार आहे.''

आणखी काय सांगायचं आहे तेही सांगून मोकळा हो. काय फरक पडणार आहे मला? आज इंदोरला गेलास आणि उद्या बडोद्याला गेलास तरी? खरंच काही कौतुक नाही राहिलं आता. साहित्य अकादेमी काय किंवा आणखी काय? उद्या ज्ञानपीठ मिळालं तरी फरक नाही पडणार आता मला. साहित्य संमेलनाचा अध्यक्ष झाला हा तरी नाही जाणार त्याची बायको म्हणून मिरवून घ्यायला. दुसरं कोणाला न्यायचं तर नेऊ देत.

मनात आलं असं पटकन पण मग हसूही आलं. खरंच कोणाला नेईल तो?

''एकटीच हसतेसशी आई!''

झालं! ह्यानेही पाहिलं! आता दहा प्रश्न विचारत राहील.

''काही नाही रे.''

''काही नाही कसं. काहीतरी आलंय तुझ्या डोक्यात. सांग ना.''

सांगावं का ह्याला? ह्याच्याबरोबर एन्जॉय करू की हा विनोद. राजीवबरोबर आपल्याशिवाय कोण कोण जाऊ शकेल ह्याची कल्पना तो करू शकेल आपल्यासारखी. छे! या पोराला कशाला नको त्या गोष्टी सांगायच्या? मी हसू पुसलं चेहऱ्यावरचं आणि त्याला म्हटलं, ''ब्रेकफास्ट बाबांबरोबर घेणार आहेस की...''

''नाही. त्यांना दे आधी. मग घेईन मी सावकाश.''

''का रे?''

रोहन टाळतोय का अलीकडे राजीवला? त्याच्या कानावर गेलंय का काही?

''नाही असंच. ते घाईत दिसतात. बाहेर चाललेत का कुठे?''

''आता माहीत नाही कुठं जाणार ते. पण संध्याकाळी जाणार आहेत इंदोरला.''

''किती दिवसांसाठी?''

''असेल तीन-चार दिवसांचा दौरा.''

''अजून किती दिवस राहणार आहेत बाबा असे घरात?''

मी गोंधळून पाहिलं त्याच्याकडे. एकदम ह्या विषयावर का आला हा?

''का रे?''

"विचारतोय."

"मला नाही माहीत."

"तुला काही बोलले नाहीत?"

"नाही."

"कॉलेज आता कुठं सुरू झालंय. आणि हे एवढी लाँग लीव्ह घेऊन घरात बसलेत. कशासाठी आई?"

"देव जाणे."

"तू नाही जाणत?"

"काय बोलतोयस तू?"

"तुला माहीत आहे सगळं आणि मला सांगायचं नाही. हो ना?"

"तुला काय करायचं आहे रोहन? नको त्या गोष्टीत लक्ष घालू नकोस तू. अजून लहान आहेस."

"आई, वय वर्ष सत्तावीस पूर्ण केलीत आत्ताच. नोकरी करतोय मी. पुढच्या वर्षी लग्नही करणार आहे. मला वाटतं एवढ्या गोष्टी पुरेशा आहेत घरातली एक जबाबदार व्यक्ती म्हणवून घ्यायला."

हसू आलं मला त्याची व्याख्या ऐकून. एवढ्या गोष्टींनी जबाबदार व्यक्ती खरंच होता येतं?

"हसतेस काय?"

"मग काय करू सांग? अरे, मुलं कितीही मोठी झाली तरी लहानच असतात ती आईवडिलांसाठी. त्यांच्याशी नाही चर्चा करता येत काही गोष्टींविषयी."

"मला माहीत आहे आई ते. माझ्याशी चर्चा करावी असा विषय नाही हा. मुलगा म्हणून नको पण एक मित्र म्हणून हो ना ओपन माझ्यापाशी."

"अस्सं ऽऽ" हसू आलं आता मात्र मला खूप. मी हसतच म्हटलं त्याला, "अरे, पण मित्रापाशी कसं ओपन व्हायचं ते नाही ना माहीत मला."

"हसू नकोस ग आई!" तो वैतागलेला दिसला. तेव्हा गंभीर होत मी म्हटलं, "अरे, खरंच मला मित्रच नव्हते कधी."

"हसून विषय टाळतेस तू नेहमी. आणि मी एक गोष्ट पाहतोय अलीकडे. काही झालं तरी हसत राहतेस. तू जे काही बोलत असतेस तो विनोद नसतो आई. तुलाही माहीत असतं ते. तरीही हसतेस अकारण."

"हसत राहणं ही काय वाईट गोष्ट आहे? अरे, हास्य क्लबमध्ये जाऊन पाहा. तिथे तर विनोदही होत नाहीत तरी लोक हसत असतात. बरं असतं म्हणे ते तब्येतीला."

"असं ठरवून किंवा ओढूनताणून हसता येत नाही आई आणि तब्येतही सुधारत नाही त्याने."

"असं कोण म्हणतं? आपण आनंदी राहण्यासाठी हसलं तर काय बिघडतं?"

"मनाची समजूत घालते आहेस तू. तुझं हसणं खूप करुण वाटतं मला. त्या हसण्यामागून कायम रडण्याचा आवाज येत असतो."

"वेडा की काय तू रोहन! रडेन कशाला मी? काही कारण आहे का?"

"नाही?"

"रोहन, आज ऑफिसला जायचं नाही वाटतं?"

"विषय बदलू नकोस प्लीज."

"बाबांची अंघोळ झाली असेल. चल बस आता त्यांच्यासोबतच नाष्ट्याला."

मला माहीत होतं आता थांबणार नाही तो इथे. रोहन "नंतर खाईन" असं म्हणून त्याच्या खोलीत गेला.

रोहनला काय बोलायचं होतं ह्याची कल्पना होती मला. म्हणूनच टाळत होते मी त्याच्याशी बोलणं.

काय बोलणार होते त्याच्याशी मित्र म्हणून तरी? असं सगळं बोलता येईल मोकळेपणाने? गेली कित्येक वर्षं मनातच दाबून ठेवलेली सारी दु:खं मांडता येतील त्याच्यासमोर ओळीने? कधी कोणा मैत्रिणीसमोरही नाही मोकळं केलं मी स्वत:ला. माहेरच्या माणसांनाही काही सांगता आलं नाही. ते तर तुटलेच होते. त्यांच्या विरोधाला न जुमानता ह्याच्याशी लग्न केलं म्हणून. सुरुवातीला तर तोंडही पाहत नव्हतं कोणी. मग रोहन झाल्यावर हळूहळू सुरू झालं जाणं-येणं. पण संबंधात पडलेली दरी पार करून त्यांच्यापर्यंत पोचणं जमलं नाही कधी. मन मोकळं करायला राजीवशिवाय दुसरं कोणी लागेल ह्याची कल्पनाच केली नव्हती कधी. त्याच्या कवितेशिवाय, त्याच्या डोळ्यांत दाटून आलेल्या प्रेमाच्या पावसाशिवाय काय दिसत होतं तेव्हा? घरून सरळ पळून आलो. त्याच्या मित्रांच्या साक्षीने लग्न केलं. तो प्राध्यापक म्हणून कॉलेजात लागला होता आणि माझीही नोकरी होती चांगली बँकेतली. भाड्याच्या घरात राहिलो काही दिवस पण नंतर बँकेचं कर्ज काढून नवं घरही घेतलं. इतके छान दिवस होते ते. नव्या नव्हाळीचे. एकमेकांत मिसळून जायचे. त्याच्या नजरेतलं आसुसलेपण साऱ्या शरीरात सामावून घ्यायचे, त्याच्या कवितेतली नवथर प्रिया व्हायचे. अशा तऱ्हेने घरदार सोडून, पळून जाऊन लग्न करण्याचा पश्चात्ताप नाही वाटला त्या दिवसांत. त्याचे मित्र, त्यांच्या बायका सारे एका वयाचे. छान ग्रूप जमला होता. कुठे कुठे फिरायला जायचो. तेव्हा तसा नवीनच होता तो साहित्यक्षेत्रात. क्वचित वर्षातून एखाद वेळा आमंत्रण यायचं कविसंमेलनाचं. मग

पिकनिक व्हायची त्या निमित्ताने. अगदी मुंबई-पुण्याकडेही गेलो होतो तेव्हा. ह्या दोन्ही शहरांतलं राहणीमान आवडलं. तेव्हा त्याला म्हटलं होतं, 'ह्या दोन शहरांपैकी कोणत्या कॉलेजात नोकरी मिळते का पाहा.' त्याने अर्ज केले आणि पुण्यात मिळाली नोकरी. मीही ट्रान्सफरसाठी अर्ज केला.

सगळं कसं छान जमून गेलं होतं तेव्हा. रोहन वर्षाचा होता फक्त. आता सत्तावीस वर्षांचा झालाय. सव्वीस वर्षं काढली ह्या शहरात. आणि आता हे शहरच नकोसं झालंय. घराबाहेर पडून ह्या शहराशी, ह्या शहरातल्या माणसांशी, रस्त्यांशी, घरांशी कोणाकोणाशीही मिळवावीशी वाटत नाही नजर. सारं शहर तिरस्काराने पाहतंय आपल्याकडे असं वाटतंय सतत. गेला एक महिना तो घरात आहे. कॉलेज सुरू झालं आणि सक्तीच्या रजेवर पाठवलं त्याला मॅनेजमेंटने. पण प्राध्यापक राजीव कुलकर्णी मात्र सरेआम फिरताहेत ताठ मानेने. जणू काही झालं नाही, अशा आविर्भावात. आणि आपण मात्र घरात बसून नजर टाळतो आहोत ह्या शहराची.

ह्याआधी किती वेळा असा गोत्यात आलाय हा? अनेकदा! प्रत्येक वेळी त्याला सोडून जाण्याची धमकी देत राहिलो. बॅग भरून बाहेर पडायची तयारी केली मनाची आणि प्रत्येक वेळी माघार घेऊन इथेच राहिलो. का? जाण्यासाठी मार्ग नव्हता म्हणून? आई-बाबा किंवा भावाबहिणींच्या दाराशी गेलो तर तोंडात शेण घालतील म्हणून? की माझ्यातच धाडस नव्हतं म्हणून? त्या वेळी विश्राम, सुहास, मीना, स्नेहल सगळ्यांचा पाठिंबा असायचा आपल्याला. राजीवचे मित्र असले तरी त्याला उभे करायचे आरोपीच्या पिंजऱ्यात आणि निर्णय आपल्या बाजूने द्यायचे ते. तरी नाही जमलं घराबाहेर पडणं. तो प्रत्येक वेळी कोरडं आश्वासन द्यायचा पुन्हा असं करणार नाही म्हणून. आणि तेवढ्या आशेवर आपण बांधून घ्यायचो ह्या घराशी पुन्हा एकदा. कशासाठी? रोहनसाठी, स्वत:साठी की लोक काय म्हणतील ह्या भयाने? प्रेम तर केव्हाच संपलं. शरीरसंबंधही उरला नाही काही वर्षांनी. पहिलं प्रकरण केलं त्याने कॉलेजमधल्या सतरा वर्षांच्या मुलीशी तेव्हाच संपून गेली त्याच्यात आसुसून मिसळून जाण्याची ओढ. त्याने मागितलं तर दिलं शरीर असं मात्र झालं नाही. मागणं वगैरे नाहीच जमलं त्याला. हवं तेव्हा तो घेत राहिला आणि मीही देत राहिले निरिच्छेने. कधी भांडण नको उगाच म्हणून, कधी रोहन उठेल आपल्या आवाजाने म्हणून, तर कधी दुसरं कुठे जाणार नाही, या आशेनेही.

पण नाही थांबला तो आपल्यापाशी. पहिल्या प्रकरणात थोडा गोंधळलेला, भेदरलेला तो नंतर मात्र निर्ढावत गेला. रोहन चौदा वर्षांचा असताना तर रंगेहाथ पकडलं होतं मी त्याला. चांगली मोठी होती मुलगी. तीस-एकतीसची असेल. कालिंदी नाव होतं तिचं. सॉफ्टवेअर इंजिनिअर होती. दहा वर्षांनी मोठ्या वयाच्या

कवीच्या प्रेमात पडली होती ती. दहा वर्षं म्हणजे काहीच नव्हती. वीस-पंचवीस वर्षांनी लहान असलेल्या मुलीही प्रेमात पडत होत्या त्याच्या. पण ही जास्त हुशार होती. त्याच्या बायकोसारखीच राहायची ती. ह्याच्याबरोबर कविसंमेलन, साहित्य संमेलन अशा सगळ्या कार्यक्रमाला जायची आणि स्वतंत्रपणे राहायची त्याच्या खोलीत. अनेकदा राजीव कुलकर्णींची बायको तीच आहे, असं वाटायचं लोकांना. मीना आणि स्नेहलने हासडलं होतं तेव्हा त्याला. तर म्हणाला, 'रंजना मठ्ठ आहे. माझी बौद्धिक भूक भागवली नाही जात तिच्याकडून. काय माहीत आहे तिला साहित्याबद्दल, कवितेबद्दल. कोणत्या चर्चेत घेऊ शकते का ती भाग? नाही जमलं मी कितीही प्रयत्न केला तरी. तिला मी कळलोच नाही कधी.'

खरंच नाही कळला तो मला कधीच. त्याची वैचारिक भूक भागवू शकत नव्हते मी की शारीरिक भूक? जोपर्यंत शरीरसंबंधात मी झोकून देत होते तोपर्यंत खूश होता की तो. पण पुढे नोकरी, रोहन आणि घरसंसार ह्यात थकून गेले मी. नाही घेता आलं ह्या माजावर आलेल्या बैलाला अंगावर. माझ्या थकलेल्या देहाचा कधी विचारही केला नाही याने. मनाचा विचार करणं तर सोडूनच दिलं होतं त्याने. हवं ते ओरबाडून घेतलं की शांत होत असला तरी मजा येत नव्हती त्याला माझ्यासारख्या थंड गोळ्याशी सेक्स करण्यात. अनेकदा बोलून दाखवायचा तो. 'पुरुषाला कसं रिझवायचं ते माहीत नाही तुला' असं म्हणायचा. एके काळी शृंगारात त्याच्याएवढाच सहभाग असायचा माझा. तेव्हा लाडात येऊन म्हणायचा, 'तुझ्याबरोबर घालवलेला प्रत्येक क्षण तृप्त करतो शरीराला आणि मनाला.' पण हळूहळू थंड गोळा झाले मी त्याच्या दृष्टीने आणि पुढे पुढे तर त्याच्या बाहेर शेण खाण्याचं कारणच होऊन गेला माझा हा थंडपणा. कळलं त्याच्या ह्या प्रकरणांबद्दल आणि मग नकार द्यायला लागले त्याला. एकदा तर ढकलून दिलं अंगावरून. तेव्हा डिवचलेल्या नागासारखा फणा काढून पाहत राहिला आणि उठून लाथ मारून निघून गेला भर रात्री कुठेतरी. त्यानंतर त्याच्यावर, त्याच्या शब्दांवर भाळणाऱ्या, नव्याने लिहिणाऱ्या कवयित्री, कॉलेजमधल्या मुलीच झाल्या त्याच्या शेजेकरणी.

ह्या गोष्टी नाही आल्या माझ्यापर्यंत. तेव्हा समोर येऊन सांगायची कोण हिंमत करणार? पण हळूहळू मी मात्र त्याच्या आयुष्यातून वजा होत गेले.

मध्यंतरी कॉलेजमधल्या एका मुलीने आत्महत्या केली. काही लिहिलं नव्हतं तिने सुसाईड नोटमध्ये. नाहीतर तेव्हाच गेला असता जेलमध्ये. शिक्षा झाली नाही त्याला पण लोकांच्या तिरस्काराच्या नजरांना सामोरं जावं लागलंच. रोहन बारावीला होता तेव्हा. तेव्हाच बाहेर पडणार होतो आपण, पण रोहनच्या बारावीच्या वर्षावर ह्या ताणाचा परिणाम नको व्हायला म्हणून थांबलो.

कधी रोहनच्या रूपाने, कधी समाजाच्या भयाने आणि अनेकदा आपल्याच कणाहीन स्वभावामुळे पायात बेड्या पडत गेल्या. आता ही नामुष्की येऊन उभी ठाकली आहे. पहिल्यांदाच त्याच्यावर आरोप करण्याचं धाडस दाखवलं आहे ह्या मुलीच्या घरच्या लोकांनी. चौकशी समिती नेमण्यात आली आहे. बारावीतली मुलगी. हा सीनिअर कॉलेजात. तरी सरांच्या कवितेवरच्या प्रेमाने ओढली गेली त्याच्याकडे. ह्या मुलींना कळत नाहीत का साध्या साध्या गोष्टी? पन्नाशी ओलांडलेला माणूस आपल्याशी जवळीक करतो, शब्दांच्या भुलभुलैयात अडकवतो, काही कारणं काढून भेटायला बोलावतो. कविसंमेलनांना घेऊन जातो, ह्याचा अर्थ काय आहे? एवढ्या मोठ्या कवीबरोबर त्याची खास विद्यार्थिनी म्हणून राहण्यात धन्यता मानतात ह्या पोरी. रात्री-अपरात्री आपल्याच सोबतीला कशासाठी असतो, आपली एवढी काळजी का घेतो, ह्याविषयी प्रश्नही उभे नाही राहत ह्यांच्या मनात? रिक्षात बसल्यावर अगदी सहज स्पर्श करण्याची त्याची तऱ्हा मलाही ठाऊक आहे. त्या काळात मलाही आवडायचं ते. पण मी प्रेयसी होते त्याची. तो कोणी परका पुरुष नव्हता माझ्यासाठी. पण ह्या मुलींसाठी परकाच ना तो. तरीही कशा आवडून घेतात त्या हे असे स्पर्श त्यांच्या बापाच्या वयाच्या पुरुषाचे? मायेचा स्पर्श, सहज झालेला स्पर्श आणि वासनेचा वास येणाऱ्या स्पर्शातला फरक नाही कळत त्यांना? राजीवशिवाय कोणा पुरुषाचा झालेला स्पर्श सहन होत नाही अजूनही आपल्याला. बसमध्ये, रस्त्यात होणारे असे स्पर्श टाळण्यासाठी काय काय करतो आपण. पण काही बायका मठ्ठच असतात या बाबतीत. एखादा पुरुष धपकन येऊन बसला बाजूला तरी काही नसतं त्यांना. आपण आजही आकसून घेतो स्वत:ला. कोणा पुरुषाच्या बाजूला बसलो तर स्पर्श तर होणार नाही ना ह्या ताणात अगदी कडेला बसतो सीटच्या. पण काहींना नसतं भान कसलंच. त्या दिवशी ती गुजराती तुपकट बाई समोरच्या सीटवर बसली होती आपल्या. नळस्टॉपला एक माणूस चढला आणि तिच्या मागे उभा राहिला. पुढचा भाग तिच्या खांद्यावर दाबत. तरी भान नव्हतं तिला. मग आणखी पुढे बसलेल्या जरा तरुण शिडशिडीत मुलीमागे जाऊन उभा राहिला त्याच पोशिझनमध्ये. तर ती पोर मैत्रिणीला काय काय सांगण्यात गुंतलेली. उठून जाऊन झोडावंसं वाटलं तेव्हा पण नाही धाडस झालं. मनातल्या मनात चांगलं झापडलं त्याला. अगदी बंदूकही रोखली माझ्या हातात कुठूनशी आलेली, त्याच्या लिंगावर. पण त्या बायकांना काही पडलं नव्हतं त्याचं. राजीवला भेटणाऱ्या मुलीही अशाच असतील? कधीच काही वाटलं नसेल त्यांना ह्या अशा पोट सुटलेल्या केसाळ माणसाच्या अवाढव्य शरीराची शय्या करताना? की हेच हवं असतं त्यांना? आपण मठ्ठ आहोत का हे न कळण्याइतपत?

शरीराचं पावित्र्य आणि चारित्र्य! आपल्या रोमँटिक प्रेमाची व्याख्या ह्यापुढे जातच नाही का?

शरीरापलीकडे जाणारं प्रेम खरं मानलं आपण आणि त्याचेच गोडवे गायले. इथे तर शरीरातच घुटमळतंय ते कायम. राजीव गेलाच नाही त्याच्यापलीकडे. फक्त कवितेतून बोलत राहिला उत्कट प्रेमाविषयी. प्रत्यक्षात केलं असेल त्यानं कोणावर असं उत्कट प्रेम?

कदाचित केलंही असेल. त्याच्या प्रेमाची तऱ्हा आपल्यालाच नसेल कळली.

घर शांत झालंय आता. रोहन ऑफिसला गेला आणि राजीव बाहेर! नेहमीप्रमाणे मी एकटी आहे आता घरात. गेले काही दिवस असं स्वत:ला कोंडून घेतलंय मी. चक्क पी.एल. टाकलीय. एवढ्या वर्षांत साठवलेली रजा संपवतेय. राजीवविषयी चर्चा सुरू झाली गावात आणि मीच तोंड लपवलं त्या दिवसापासून. लोकांच्या नजरा टाळण्यासाठी शोधलेला हा उपाय.

सवय पण नाही मला अशी अकारण घरी राहायची. दिवस खायला उठतो. ह्या खोलीतून त्या खोलीत किती फिरायचं? बाहेरही काहीच नाही पाहण्यासारखं! एकातंप्रिय आम्ही दोघंही. म्हणून इथे ब्लॉक घेतला होता. कोथरूड खूप शांत होतं तेव्हा. तुरळक बांधकामं झाली होती ह्या भागात. हिरवीगार झाडं आणि समोर दिसणाऱ्या टेकड्या. प्रसन्न वाटायचं बाहेर पाहिल्यावर. आता चारही बाजूंनी घेरून राहिले होते मोठमोठे टॉवर आणि आमची इमारत एकटीच खाली बसलेली अंग आकसून. कधी अंगावर कोसळतील आणि गाडून टाकतील मातीत ह्या भयाने दिवसेंदिवस निस्तेज होत चालली होती ती.

गेली सव्वीस वर्षं राहते आहे इथे पण जीवाभावाची मैत्रीण नाही झाली कोणी. तशा खूप आहेत पण मनातला कल्लोळ मोकळा करावा असं कोणी नाही. मीना आणि स्नेहलही सध्या नाहीत इथे. एक मुंबईला आणि दुसरी कॅनडाला मुलाकडे गेलीय सहा महिन्यांसाठी. आणि आता तेच ते रडगाणं कसं गायचं त्यांच्यापुढे? त्यांनी तर केव्हाच सल्ला दिला होता राजीवला सोडायचा.

खरंच घ्यायचा का निर्णय त्याला सोडून जाण्याचा? त्या सांगायच्या त्या वेळी नाही जमलं या ना त्या कारणाने. आता रोहन मोठा झालाय. तेही कारण नाही उरलं. आणि आपण होऊया की थोडं धीट. राहू एकट्या ह्यांच्याशिवाय. नाहीतरी ते दोघं घरात असून तसा काय उपयोग आहे आपल्याला? आपणच चालवतो आहोत ना हे घर? मग कशासाठी घाबरायचं? घेऊया आता निर्णय. फार झालं.

पण मी का जायचं हे घर सोडून? माझं घर आहे हे. जायचं असेल तर राजीव जाईल. त्याला काढूया घरातून बाहेर.

मी ठरवलं आता पक्कं. आणि मग आठवण झाली सजलची. रोहनचं आणि तिचं लग्न ठरलंय. मी राजीवला घराबाहेर काढलं तर सजलचे बाबा पत्करतील रोहनला जावई म्हणून? त्यांना जर हे कळलं तर काय म्हणतील ते? नकार दिला तर त्यांनी लग्नाला? बापसे बेटा सवाई म्हणून नाकारलं आपल्या पोराला तर? कोलमडून पडेल माझा रोहन. छे, आता सध्या तरी नाहीच घेता येणार काही निर्णय.

अंथरुणावर पडले. थोडी झोप काढली तर डोक्यातले विचार तरी जातील असं वाटलं. पण नाही आली झोप. पुन्हा उठून फिरले खोलीत. खरंतर मला आवडायची माझी ही खोली. पलंगावर पडून बाहेर पाहिलं की हिरव्या झाडांची दाट सावली डोळ्यांत यायची विसाव्याला. त्या झाडांवर येणारे पक्षी, त्यांचा कलरव कानांना सुखावायचा, सोबत व्हायची त्यांची.

राजीवची आणि माझी खोली. हौशीने सजवली होती तेव्हा. पण हळूहळू राजीव वजा झाला ह्या खोलीतून आणि माझीच झाली ती एकटीची.

टेबलावरचं पुस्तक उचललं मी वाचण्यासाठी आणि माझ्या आरामखुर्चीत बसले. तिथून थेट आभाळाचा तुकडा दिसायचा. टॉवरच्या पलीकडे लपलेला. तोही मी शोधून काढला होता. पुस्तक उघडलं पण अक्षरांवर नजर फिरत राहिली फक्त. अर्थासकट अक्षरं पोचत नव्हती डोक्यात. पण नेटाने वाचत राहिले. हल्ली मी मुद्दामहून नव्या लेखिकांची पुस्तकं आणत होते वाचायला. त्या दिवशी टेबलावर पुस्तक पाहिलं तेव्हा राजीव म्हणाला, 'वाचतेस का अशी पुस्तकं? चांगलं आहे. आजच्या बायका कसा विचार करतात ते पाहा जरा. किती पुढे गेल्यात त्या आणि तू किती मागे राहिलीस ते कळेल तुलाही.'

राग आला होता त्याचा तेव्हा. मी म्हटलं त्याला, 'तेवढी पुढे मीही जाऊ शकते राजीव.' तर म्हणाला, 'त्याला धाडस लागतं रंजना. तुझा पिंड नाही तो.'

चांगलं फटकारावंसं वाटलं होतं त्याला. पण नाही फटकारलं. नाहीच जमत मला. कथा-कादंबऱ्यांत ठीक आहे. स्वत:चे निर्णय घेऊन, घरादारावर लाथ मारून हवं तसं करायला बाहेर पडते त्यांची नायिका शेवटी. पण प्रत्यक्षात कितीही ठरवलं तरी असं येतं का बाहेर पडता सगळं सोडून? असं बोल्ड लिहिणाऱ्या लेखिका सगळ्यांनाच आवडतात. त्यांच्या नायिकांसारखे निर्णय घ्यावेसेही वाटतात पण प्रत्यक्षात नाही जमत. त्या लेखिकांना तरी जमत असेल का त्यांच्या आयुष्यात? ज्यांना जमतं, त्या असतात बिनधास्त. त्यांच्याविषयी किती घाणेरडं बोलत असतात हे सगळे. अनेकदा ऐकलंय मी. राजीव नेहमी करत नाही घरात पार्टी. पण जेव्हा कधी सगळे एकत्र येतात तेव्हा ऐकलं आहे मी त्यांचं बोलणं. अगदी मान्यवर पावलेले म्हातारे कवीही घाणेरड्या कॉमेंट्स करतात त्यांच्यावर. आक्रमक

लिहिणाऱ्या बायका बेडवर पण आक्रमकच असतील, असं गृहीत धरून त्यांच्याबरोबर एकदा तरी झोपण्याची स्वप्नं पाहतात हे सगळे. शेवटी बाई किती हुशार आहे, किती बुद्धिमान आहे, संवेदनशील आहे हे महत्त्वाच नाही वाटत त्यांना. त्यांच्यासाठी ती अजूनही मादीच आहे. इतकं वेगळं लिहिणाऱ्या ह्या बायकांच्या ह्या वेगळेपणाची, त्यांच्यातल्या आत्मसन्मान जागवणाऱ्या प्रेरणेची काहीच किंमत नाही त्यांना. शेवटी आपली स्वतंत्र ओळख निर्माण करण्यासाठी त्यांनाही किंमत चुकवावी लागतेच. पण कितीजणींमध्ये हे धाडस असतं? कितीजणींची तयारी असते अशी किंमत चुकवण्याची? काहीजणी चुकवतही असतील. पण मला नाही जमणार कदाचित ते. मला सुरक्षित, उबदार घर हवं होतं अगदी पहिल्यापासून. वयात आल्यापासून तेच स्वप्न पाहिलं. ते मिळावं म्हणून धडपडले. त्यासाठी कर्ज घेतलं बँकेचं आणि त्याचबरोबर आत्मसन्मानही गहाण ठेवला. तशी नाही तर अशी किंमत चुकवली. कशाच्या तरी बदल्यात काहीतरी.

काय चाललंय माझं? आज पुस्तकातही मन रमत नाही. सकाळी ते स्वप्न पडल्यापासून मन विसकटून गेलंय अगदी.

डोळे मिटून आरामखुर्चीत रेलले. अगदी डोळा लागतच होता आणि बेल वाजली.

राजीव होता. आल्या आल्याच विचारलं त्याने, ''बॅग भरलीस का'' म्हणून. मी विसरूनच गेले होते बॅगेचं. ''नाही'' म्हटलं तसा वैतागला.

''साडेसातची गाडी आहे माझी, वाजले किती पाहिलेस का?''

''दोन-अडीच तास आहेत अजून. मी चहा टाकते तोपर्यंत भर तू बॅग,'' मी म्हटलं.

''म्हणजे?''

''स्वत:ची बॅग भर की कधीतरी.''

''एवढी वर्षं तूच भरतेस.''

''हो. पण कुठून तरी सुरुवात करायला हवी ना तुला? मी काही जन्माला पुरले नाही. आजपासूनच कर सुरुवात.''

''संप वगैरे पुकारला आहेस की काय?'' तिरकसपणे त्याने विचारलं.

''छे! तसं काही नाही. संप पुकारायचा असता तर केव्हाच पुकारला असता. एवढा उशीर नसता केला.''

''सकाळी तुझा चेहरा हरवला होता तो अजून मिळाला नाही वाटतं?''

ही त्याची नेहमीची खोड. मला निरुत्तर करायला असं शब्दांचं हत्यार वापरायचं. पण आज मीही हार नव्हते मानणार. मी म्हटलं, ''चेहरा खूप पूर्वीच हरवला आहे राजीव. मला आज कळलं. पाहते आता सापडतो का! शोध सुरू केलाय आजपासून.''

"वाऽऽ आज काय चाललंय काय? एकदम साहित्यिकासारखं बोलतेस सकाळपासून."

मला वाटलं होतं राजीव वैतागेल. हट्टाने माझ्याकडून बॅग भरून घेईल. पण तसं काहीच झालं नाही. काही न बोलता स्वत:ची बॅग भरायला लागला तो.

हे असं प्रथमच होत होतं. माझा नकार त्याची कामं करण्याला आणि कोणतीही तक्रार न करता तो नकार स्वीकारणंही! माझं नाकारणं त्याने इतकं सहज स्वीकारलेलं पाहून दुखावलेच मी. क्षणभर तर वाटलं करावं त्याला बाजूला आणि नेहमीप्रमाणे आपणच भरावी ती बॅग. पण पाय हलले नाहीत जागचे.

चहाचा कप त्याच्यासमोर ठेवला तेव्हा वाटलं कदाचित चहालाही नाही म्हणेल. पण घेतला त्याने. बॅग भरून झाल्यावर अंघोळीला गेला. कपडे केले आणि तयार झाला.

मी मुद्दामहून बाहेरच पडले नव्हते स्वयंपाकघरातून. रोहनसाठी रात्रीच्या जेवणाच्या तयारीला लागले होते. घाई नसतानाही. माझे कान मात्र त्याच्या सगळ्या हालचाली टिपत होते. बॅग भरून तो हॉलमध्ये गेला तेव्हा क्षणभर ठोका चुकला माझ्या काळजाचा. न सांगताच जातोय की काय? पण नाही. निघता निघता डोकावला स्वयंपाकघरात आणि म्हणाला, "निघतो मी." मान न वळवता मी "बरं," म्हणाले. तो दारापर्यंत पोचला तेव्हा खरंतर पाय वळले होते नेहमीप्रमाणे त्याला दारापर्यंत सोडायला जायला. पण थांबले तिथेच. जाऊ दे. त्याची दखल नाही घेतली ह्याची सल मनात ठेवूनच जाऊ दे आज त्याला.

दार बंद झाल्याचा आवाज झाला आणि एवढा वेळ रोखून धरलेला नि:श्वास बाहेर पडला.

आज प्रथमच असा आडमुठेपणा केला होता मी. ठरवून नोंदवत होते माझा निषेध. आणि तो त्याची दखल न घेता निघून गेला होता सरळ. सणक गेली डोक्यात. रागाने पाणीही यायला लागलं डोळ्यांत, पण पुसलं मी ते निग्रहाने.

कशासाठी वाईट वाटून घेते आहे मी? आपल्या रागाची, आपल्या निषेधाची त्याने दखल घ्यावी म्हणून का करतेय मी अपेक्षा? त्याने कधी पर्वा केलीय का आपली तर आज करेल? त्याच्या प्रत्येक प्रकरणानंतर 'पुन्हा नाही असं काही करणार' असं म्हणायचा. तेही मित्रांनी मध्यस्थी केली तर. अन्यथा आपल्याला काय वेदना होत असतील ह्या सगळ्यातून जाताना ह्याचा विचारही कधी केला नाही त्याने. आपलाच कशाला पण रोहनचाही विचार नाही केला त्याने. कायम स्वत:चाच विचार केला त्याने. 'मला जे हवं ते मी करणार. माझी गरज आहे ती. ती जिथे भागवली जाईल तिथे भागवतो मी!' असंही म्हणाला होता एकदा. माझ्यासमोर असं सांगताना जीभ

कशी रेटली जात होती त्याची देव जाणे. इतका निर्लज्ज कसा झाला तो? कसा बदलत गेला माझा राजीव असा?

बेल वाजली तशी गॅस बंद करून बाहेर आले. रोहन आला होता. बरं वाटलं त्याला बघून. मनातून विचार तरी जातील आता हे सगळे. विचित्रच झालंय सगळं जगणं. अगदी पिकलेल्या गळूसारखं. धड कापूनही काढता येत नाही स्वत:पासून आणि वागवताही येत नाही शरीरावर. फक्त वेदना सहन करायच्या दुसरं काय?

जेवताना मी तशी गप्पच होते. रोहनच सांगत होता काहीतरी इकडलं तिकडलं. मग हातावर पाणी घेता घेता म्हणाला, ''तुझं आटपलं की सांग. जरा बोलायचं आहे आई.''

मी दचकून पाहिलं त्याच्याकडे. अजून विसरला नाही का पोरगा? आता पुन्हा तेच. राजीव आणि त्याचं प्रकरण!

''आज सजल भेटायला आली होती.''

''कशी आहे रे सजल? खूप दिवसांत आली नाही घरी!'' मी सहज विचारल्यासारखं केलं. पण मनातून धास्तावलेच. तिच्या कानावर गेलं नसेल ना हे प्रकरण. लग्न नाही करायचं तुझ्याशी हे सांगायला भेटली की काय रोहनला?

''ठीक आहे.''

''रोहन, अरे तिच्या आई-बाबांना भेटून एकदा तारीख ठरवायला हवी. मंगल कार्यालय मिळत नाही आयत्या वेळी.'' राजीवच्या ह्या प्रकरणात सगळं विसरायला झालं होतं. पोराकडे लक्षच नाही आपलं.

''मंगल कार्यालय पाहायचं वगैरे पुढची गोष्ट आहे आई. त्यांना तारीख ठरवण्यासाठी कोणत्या तोंडाने बोलवायचं सांग आधी.''

''म्हणजे?''

''सजलच्या बाबांच्या कानावर गेलंय बाबांचं प्रकरण!''

माझा श्वास थांबलाच क्षणभर.

''काय बोलतोयस तू रोहन? कसलं प्रकरण?''

''आई, सगळ्या पुण्यात बोंब झालीय आता. तू कितीही टाळलंस त्याविषयी बोलणं तरी आता नाही थांबवता येणार तुला ह्या गोष्टी. त्यांच्या कानावर सगळं गेलंय.''

''काय म्हणतात ते?'' मी श्वास रोखून विचारलं. कोणत्या उत्तराची अपेक्षा करत होते मी नेमकी?

''अस्वस्थ आहेत ते. त्यांचे नातेवाईक म्हणताहेत बापाचे गुण मुलातही उतरणारच. उद्या रोहनही असा वागला तर?''

"असं कसं म्हणू शकतात? एकट्या बापाचे गुण नसतात मुलामध्ये. आईचेही असतात."

"ते तुला वाटतं ग. लोकांना कसं समजावणार?"

"सजल काय म्हणते? ती ओळखते ना तुला चांगली!"

"तूही बाबांना ओळखत होतीस ना चांगली? प्रेमविवाह तुमचाही. तुला कळले होते बाबा तेव्हा?"

"अरे, आमच्या वेळी नसायच्या अशा गोष्टी डोक्यात. आंधळेपणाने जीव झोकून द्यायचो. आताची पिढी सजग असते. पारखते एकमेकांना."

"आजही तसा विशेष बदल नाही झालाय आई. आजही जवळ जवळ सगळेच प्रेमविवाह आंधळेपणानेच होतात. प्रेमाच्या उदात्तीकरणाने वेडावून जातात सगळी आणि मग चुकीचे निर्णय घेतात."

"तू आणि सजल तसे नाही आहात. मला माहीत आहे." मी आशेने पाहिलं त्याच्याकडे. तसा हसला तो. म्हणाला, "घाबरलीस ना? तुझ्यापुढे हा विषय ओपन करण्यासाठी दुसरा मार्ग नव्हता माझ्यापुढे."

"रोहन ऽऽ चांगला ॲटॅक आला असता ना मग कळलं असतं!" मी डोळे वटारत म्हटलं. मग विचारलं, "खरंच कळलं आहे का त्यांना काही?"

"कळलं तर आहे आई. आणि हे कळणारच. कळायलाही हवं."

"दुखावली असेल ना खूप. लग्न ठरलं आणि हे काय विपरीत असंच वाटलं असेल ना तिला."

"लग्न ठरण्याआधीपासून माहीत आहे आई तिला."

"कोणी सांगितलं? कुठून कळलं?"

"मी सांगितलं."

म्हणजे रोहनला माहीत होतं हे सारं?

"कसला विचार करतेस आई?"

"नाही. काही नाही." मी म्हटलं खरं पण प्रश्न होताच मनात.

"मला कुठून कळलं हा प्रश्न पडलाय ना तुला? आई, बाबांच्या ह्या प्रकरणांबद्दल तुला माहीत असणारच. पण माझ्यासमोर तू कधी उच्चारही नाही केलास त्याचा. माझ्यासाठी तुम्ही नेहमीच प्रेमळ, आदर्श असेच आई-बाबा राहिलात. कधीही न भांडणारे आई-बाबा! त्याला कारण तूही असशील आई. तू बाबांना कधी कटू बोलल्याचं, अशा प्रकरणांसाठी फैलावर घेतल्याचं मी पाहिलं नाही कधी. आणि बाबांनी तुला काही बोलावं अशी वागलीही नाहीस तू. कमीतकमी माझ्यासमोर तरी तुम्ही परफेक्ट मॅच पेअर म्हणूनच आलात. हास्यविनोदात रमणारी, आदरातिथ्य

करणारी, प्रगल्भपणे वागणारी आदर्श जोडी होती तुमची पण माझ्या ह्या कल्पनेला सुरुंग लागला तो इंजिनिअरिंगच्या शेवटच्या वर्षाला असताना.''

मी ऐकत होते सारा जीव कानात आणून पण त्याच्या डोळ्याला डोळा भिडवण्याचं सामर्थ्य नव्हतं माझ्यात.

''त्याआधी कधीतरी कोणाचे सरकास्टिक रिमार्क्स ऐकायला मिळायचे. 'अरे, तू त्यांचा मुलगा का? बरं, बरं,' असं म्हणत. 'सांभाळून रे बाबा' असं हळूच माझ्या मित्रांना सुचवणारे त्यांचे आई-बाबा अधूनमधून भेटायचे. पण लक्षात यायचं नाही. स्पष्टपणे कोणी बोलायचं नाही. त्या दिवशी शेवटचा पेपर झाला आणि सगळ्यांनी टूम काढली एक अनुभव म्हणून डान्स बारमध्ये जाण्याची. मी नाही म्हणालो. तेव्हा संकेत म्हणाला, 'तुला साला कशात इंटरेस्ट नाही. तुझे बाबा बघ कसे एव्हरग्रीन आहेत. त्यांच्याकडून शीक साल्या.' माझी सटकलीच. मी चिडलो त्यांच्यावर तर सगळे हसायला लागले. म्हणाले, 'रोहन, साल्या वेड पांघरून पेडगावला नको जाऊस. सगळ्या जगाला माहीत आहे आणि तू का छोटा बच्चा बनतोस? चल साल्या.' तेव्हा मंग्या म्हणाला, 'ह्याला ह्या पोरींमध्ये इंटरेस्ट नसेल रे. ह्याला पण त्याच्या बाबांसारख्या कॉलेजच्या कोवळ्या पोरी हव्या असतील!' खाड्कन कानफाटात मारली मी मंग्याच्या. तर सगळे बरसले माझ्यावर. 'मारतोस काय साल्या. आम्ही काय खोटं बोलतोय काय? जा जाऊन विचार त्यांना, किती पोरींची वाट लावली ते त्यांनी. नायतर आईला विचार तुझ्या. तिला पण माहीत असणार.' ''

''मग?'' काहीतरी प्रतिक्रिया द्यायची म्हणून मी म्हणाले. पण त्यात काही अर्थ नव्हता. सारं अंग थरथरत होतं. घाम फुटला होता मला. काय वाटलं असेल माझ्या पोराला त्या क्षणी? काय मन:स्थिती असेल त्या वेळी त्याची? एवढं झालं आणि त्याने कळूही दिलं नाही आपल्याला? ह्या गोष्टी फक्त माझ्यात आणि राजीवमध्ये आहेत. रोहनपर्यंत त्या पोचू द्यायच्या नाहीत, असं ठरवून वागत राहिले आजवर. आपले राजीवबरोबरचे संबंध संपलेच आहेत. पण पोराला आईबापाचं प्रेम मिळतंय ते हिरावून नाही घ्यायचं असं सांगत राहिले स्वत:ला. रोहनसाठी सगळं आलबेल आहे, ह्या भ्रमात राहिले मी एवढे दिवस.

''मग काय आई? असं काहीतरी आपल्या वडिलांबद्दल ऐकल्यावर काय वाटतं मुलाला? रात्रभर भटकत राहिलो पुण्यातल्या रस्त्यांवर. घरीही यावंसं नव्हतं वाटत. बाबांचं तोंडही नव्हतं पाहायचं. पण आलो घरी दुसऱ्या दिवशी. तुला आठवत असेल, त्याच काळात मी एम.बी.ए.साठी बंगलोरला गेलो होतो. परीक्षा दिली सी.ई.टी.ची तेव्हा पुण्यातही मिळत होतं ॲडमिशन. पण मुद्दामहून गेलो लांब. त्या दोन वर्षांत

सावरलं स्वत:ला. पण कोणाशी मैत्री नाही केली. एकटाच राहायचो. सजल तिथेच भेटली. छान मैत्री होईल असं वाटतानाच ती पुण्याचीच असल्याचं कळलं आणि मी टाळायला लागलो तिला. ती माझ्या प्रेमात पडली होती आणि मला नको होतं ते. ह्या शहराशी नातं जोडायचं नव्हतं मला. पुन्हा यायचंच नव्हतं इथे. मुख्य म्हणजे बाबांबरोबर राहायचं नव्हतं. पण सजल माघार घेणाऱ्यातली नव्हती. एक दिवस चिडून विचारलं तिने, 'का टाळतोय मी तिला' म्हणून. पण मी नाही सांगितलं काही. मग तीही म्हणाली, 'कळल्याशिवाय संपवणार नाही मी माझ्या बाजूने जोडलेलं नातं.' मला वाटलं सत्य सांगितलं तर स्वत:हूनच सोडून जाईल मला. म्हणून सांगून टाकलं सगळं.''

''पण नाही सोडलं तिने, हो ना रोहन?'' त्याच्या पाठीवरून हात फिरवत मी म्हटलं. सारं दडपण उतरलं होतं मनावरचं माझ्या.

''हं. नाही गेली सोडून. उलट मला समजावलं. कुशीत घेतलं. त्या दिवशी प्रथमच रडलो मी अगदी लहान मुलासारखा. दोन वर्षं मनात कोंडून ठेवलेलं दु:ख मोकळं केलं तिच्यापुढे. जे तुझ्याजवळ नाही करू शकलो ते तिच्याजवळ केलं. ती आई झाली माझी. म्हणाली, 'माणसं ओळखते मी रोहन.' मी म्हटलं, 'तुझ्या आई-बाबांना माहीत असेल बाबांबद्दल. त्यांची परवानगी मिळेल?' तर म्हणाली, 'त्याची काळजी तू नको करूस.' आई खरं सांगू एखाद्या कलंकासारखं वागवलं होतं मी बाबांच्या चारित्र्याला त्या दिवसांत. पण त्या क्षणी माझ्यापुरता मी मोकळा झालो. आपण स्वच्छ असताना कशासाठी जगायचं हा कलंक घेऊन? ज्याने तो वागवायचा तो माणूस मात्र राजरोसपणे मिरवतोय सन्मानाने सगळ्या लोकांसमोर. मग आपण का बिळात तोंड लपवून बसायचं, असा प्रश्न केला स्वत:ला. आणि सगळं सोप होऊन गेलं आई.''

त्याचा हात हातात घेऊन पाहत राहिले त्याच्याकडे. एका क्षणात एकदम खूप मोठा झाला होता रोहन माझ्यासाठी. त्याच्यावरून भाकरतुकडा ओवाळून टाकायला पाहिजे.

पण रोहनने मला उठू दिलं नाही. माझा हात घट्ट हातात धरून म्हणाला, ''आई, जो प्रश्न मी त्या वेळी स्वत:ला विचारला होता तोच प्रश्न आता तुला विचारतोय.''

''कसला प्रश्न?''

''गेला महिनाभर तूही रजा काढून घरात बसली आहेस. कशासाठी? अजून किती दिवस बसणार आहेस? चौकशी समिती नेमली आहे त्याचा निकाल लागेपर्यंत वेळ लागेल. ह्या वेळी प्रकरण चिघळलं आहे. मुलीचे आईवडील आणि भाऊ पर्वा नाही करणार तथाकथित समाजाला अपेक्षित असलेल्या तिच्या अब्रूची. त्यांनी बाबांना धडा

शिकवायचं ठरवलं आहे. अब्रूची पर्वा करणाऱ्यांनी आपल्या मुलींसाठी नाही पाठपुरावा केला ह्या प्रकरणांचा. बाबांच्या पथ्यावरच पडायचं ते. भ्रमात होते ते पोरी नाही येणार पुढे न्याय मागायला म्हणून. पण ह्या पोरीने मनावर घेतलं आहे. एका अर्थी बरंही वाटतं आहे मला. जे फार पूर्वी व्हायला हवं होतं ते आता होणार आहे.''

''तुला वाटतं राजीवला काही फरक पडणार आहे नोकरी गेली तर?''

''कदाचित नाही पडणार. करूनसवरून नामानिराळं राहणाऱ्या जमातीतले आहेत ते. पण शिक्षा होईल हे काही कमी नाही आई.''

''बापाला शिक्षा होणार ह्या कल्पनेने बरं वाटतंय तुला?'' मी विचारलं त्याच्या डोळ्यांत पाहत थेट. त्याने नाही म्हणावं असं उगीचच वाटत होतं मला पण त्याने पटकन विचारलं, ''तुला नाही वाटणार?''

पटकन नजर वळवली मी. तसा हसला. मग म्हणाला, ''ते जाऊ दे! मला हेच म्हणायचं आहे. तू ह्या सगळ्यातून बाहेर पड. चूक नसताना स्वतःला कोंडून नको घेऊस अशी. ह्या केसचा निकाल लागल्यावर तर मग कायमचीच रजा घ्यावी लागेल. नोकरी सोडून, हे शहर सोडून जाशील का मग?''

''तसं नाही रे,'' मी काय बोलायला हवं होतं ह्यावर मला कळेना.

''आई, काहीही चूक नसताना नसलेला डाग आपल्या पदरावर घेऊन नको जगूस. बाहेर पड यातून आणि स्वतःसाठी जग. आणि नोकरी सोडायचाच विचार असेल तर मग हे शहरही सोड आणि बाबांनाही सोड.''

''म्हणजे?''

''तेच सांगायचं होतं मला. सजलचं आणि माझं बोलणं झालं आज. लग्नानंतर मी पुण्यात राहणार नव्हतोच. आताही तुझ्यासाठीच राहतोय इथे. पण माझ्या नोकरीचं जमतं आहे मुंबईत. सजलही पाहतेय मुंबईत नोकरी.''

''अरे पण इथे नोकऱ्या आहेत तुमच्या.''

''जास्त पगाराची नोकरी मिळते आहे मुंबईत. सजललाही मिळेल. ती हुशार आहे माझ्यापेक्षा. आणि दुसरी गोष्ट आई, हे मंगल कार्यालय घेऊन लग्न वगैरे करायचं डोक्यातून काढून टाक.''

''काढून टाक म्हणजे?''

''आम्ही रजिस्टर्ड लग्न करणार आहोत. परवा बाबा म्हणत होते ना, 'बघ तुझ्या लग्नाला साहित्यविश्वातले सगळे लोक बोलावतो की नाही!' अगदी अभिमानाने सांगत होते...''

''पण थाटामाटात व्हायला हवं लग्न! एकुलता एक आहेस.''

''असेन. पण म्हणून थाटामाटात करायची काही गरज नाही. कोणी नको आहे

मला माझ्या लग्नात. मी, तू आणि सजलकडची माणसं.''

''आणि राजीव?''

''पाहूया.''

''काहीतरी काय रोहन!''

''आई, तू आता सोड त्यांचा विचार करणं. मी आणि सजलने ठरवलंय. घर घेतलं की तुला नेणार आम्ही तिथे. व्ही.आर.एस. घे आणि आमच्यासोबत चल. इथे राहायचं नाही बाबांबरोबर.''

''अरे पण...''

''काही बोलू नकोस आता. मी सांगतो ते ऐक.''

मला मजा वाटली त्याच्या बोलण्याची आणि हसूही आलं. एवढे दिवस राजीवचं ऐकत होते. आता ह्याचं ऐकायचं. म्हणजे माझं स्वत:चं काही मत आहे की नाही?

''हे बघ रोहन, तुम्ही दोघं राहा आनंदात. ह्या शहराची एवढ्या वर्षांची सवय आहे. दुसरीकडे नाही जमणार आता.''

''जमेल ग.''

''ठीक आहे. जमेलही कदाचित. पण मला सांग मी का सोडायचं हे घर? माझ्या नावावर आहे ते.''

''म्हणजे? अशीच राहणार इथे?''

''राहीन की. एवढी वर्षं राहिले तशी आताही राहीन. फक्त तू म्हणतोस तसं माझ्या पदराला कसलाही डाग लावून न घेता राहीन.''

''आई, प्लीज ऐक माझं. कशासाठी राहणार आहेस इथे? आणि कोणासाठी?''

''रोहन, तू एवढा विचार करतो आहेस माझा हेच खूप झालं. आणि सजलही एवढी समजूतदार आहे हे ऐकून आता माझी काळजी मिटली. तुला आता निर्धास्तपणे सोडून देऊ शकते मी तिच्यावर. राहिली माझी गोष्ट. त्याचं पाहू नंतर काय करायचं ते.''

रोहन वाद घालणार होता पुढे. पण 'रात्र झाली झोप आता' असं म्हणून पिटाळलंच मी त्याला त्याच्या खोलीत. मग नेहमीप्रमाणे गॅस, दिवे, दार बंद करून माझी बामची बाटली घेऊन माझ्या खोलीत आले मी. अंथरुणावर अंग टेकल्यावर बामचा एक फेरा कपाळावरून फिरवला आणि डोळे बंद केले.

डोळे मिटले तरी लगेच झोप यायची नाही अलीकडे. त्यात गेला अख्खा महिना घरात असल्याने थकतही नव्हते विशेष. त्यामुळे डोळे मिटून झोपेची आराधना करणं नेहमीचंच झालं होतं. आणि आज तर झोप येणं शक्यच नव्हतं. अर्थात डोळ्यांपुढे मागचं सारं आयुष्य आणणार नव्हते मी. त्या आयुष्याची दारं स्वत:च्या हाताने बंद

करायला हवीत. त्याशिवाय नवा विचार करणार नव्हते मी किंवा कोणत्या निर्णयालाही पोचणार नव्हते.

माझ्या दृष्टीने राजीवच्या अनैतिक आयुष्याची भागीदार झाले होते मी अप्रत्यक्षपणे. विरोध केला कधी कधी. पण अगदी क्षीण. म्हणजे तसं पाहिलं तर चालवूनच घेतलं ना सगळं! कशासाठी? वाल्याकोळ्याने कमीतकमी कुटुंबासाठी, बायका-मुलांसाठी वाटमारी केली तरी त्याच्या पापात नाही झाले ते भागीदार. राजीवने तर स्वत:च्या शरीराची भूक भागवण्यासाठी निवडला हा मार्ग. पहिल्या प्रकरणात त्याच्या कवितेवर प्रेम करणाऱ्या मुलीला वश झाला तो. मग ती गळ्यात पडायला लागल्यावर अलगत खड्यासारखी बाजूला केली तिला आयुष्यातून. त्यानंतर तर चटक लागत गेली त्याला कोवळ्या मनांना आणि शरीरांना आपल्या काबूत आणण्याची. आणि वर अभिमानही बाळगला आपल्या ह्या हिडीस कर्तृत्वाचा. इतक्या बायकांना मूर्ख बनवलं, वापरून सोडून दिलं ह्याचं काय कौतुक आहे त्याला! एकदा म्हणाला होता मला, 'तुम्ही बायका वाट पाहत असता घसरण्याची. शेवाळलेल्या जमिनीवर पाय ठेवायला तुम्हालाही आवडतं. स्वप्नांची भाषा करणारा कोणताही माणूस तुम्हाला स्वप्नांची सैर करून आणून जमिनीवर आपटू शकतो. पण रंजू, शरीराने गुंतत असलो ह्यांच्यात तरी मनाने मात्र अजूनही तुझ्यातच गुंतलोय.'

मनाने गुंतलोय म्हणे. मलाही चांगलं तोंडावरच आपटलं राजीवने. निर्लज्ज! काही बोललं की म्हणायचा, 'मला नाही आवडत माझ्या आयुष्यात कोणी ढवळाढवळ केलेली. मला वाटतं ते करतो. तुझ्याशी लग्न करायचा निर्णय घेतला तेव्हा कोणाच्याही विरोधाला न जुमानता केलं मी. तेव्हा केला का कोणाचा विचार?'

बायको, प्रेयसी आणि इतर कोणी ह्यात फरक नव्हता का? सगळ्या सारख्याच होत्या का त्याच्यासाठी? साहित्यिक म्हणून प्रसिद्धी मिळत गेली तसा आणखीनच मग्रूर झाला तो. हे असं मुलींना गुंतवणं स्वत:मध्ये ही तर मिरवण्याचीच गोष्ट झाली त्याच्यासाठी. सिगरेट, दारू आणि एखादी कोवळी पोरगी. काळ, वेळ, स्थळ कशाचंही भान नसायचं हे मिळालं की. मी तर काकूबाई होते त्याच्यासाठी. त्याच्या इमेजला न शोभणारी. सुरुवातीला सगळीकडे त्याच्या सोबत असणारी मी हळूहळू वजा झाले त्याच्या सार्वजनिक आयुष्यातून. त्याच्या लेखक, कविमित्रांच्या बायका नेहमी विचारायच्या का नाही येत म्हणून. तेव्हा हाच सांगायचा तिला आवड नाही म्हणून. खरंतर त्यांच्यासारखीच मीही गेले असते सोबत त्याने म्हटलं असतं तर. पण त्याने नाही बोलावलं कधी आणि त्याच्यावर पाळत ठेवण्यासाठी नव्हतं जायचं मला. निखिलेशने दोन-तीन भानगडी केल्यावर त्याची बायको त्याच्या सोबतच जायला लागली. तिला नाही जमलं तर मुलांना तरी पाठवायचीच त्याच्याबरोबर.

मी नाही केलं तसं काही. अशी पाळत ठेवून काय मिळणार होतं? एकदा हातातून आणि मनातूनही गेलेलं माणूस पुन्हा परत येतं थोडंच?

आज अनेकांना माहीतही नाही राजीव आपला नवरा आहे म्हणून. त्याच्या वाचकांना आणि फॅन्सना आपण माहीतही नसू. त्यांच्यासाठी अस्तित्वातही नसू आपण. अर्थात राजीवसाठी तरी कुठे अस्तित्वात आहे मी? मनाने तुटले वीस वर्षांपूर्वीच. शरीरसंबंध तर नाहीच आता गेल्या दहा-बारा वर्षांत. त्याच्याशी तर नाहीच पण दुसऱ्या कोणाशी ठेवण्याची गरजही नाही भासली. शरीराची भूक भागवण्याचा त्यांचा हा खटाटोप पाहून मन उडालं अशा आनंदावरचंही. कधीतरी अजूनही फुलून येतो सारा देह आतून पण तेवढ्याच तातडीने मारूनही टाकते मी ती इच्छा. खरंतर आपल्यालाही शोधता आला असता मार्ग. रेवतीने नाही शोधला? तिने तर सोडून दिलं श्यामला. सोडून द्यायच्या लायकीचाच होता श्याम. सख्ख्या मित्राच्या बायकोबरोबर पकडलं होतं रेवतीने त्याला तर म्हणाला तिला, 'आपण घटस्फोट घेऊ. तू तिच्या नवऱ्याशी लग्न कर. मी तिच्याशी करतो.'

असे कसे होते हे सगळे सारखेच. संवेदनशील मनांचे कवी, लेखक! ह्यांच्यापेक्षा सामान्य पुरुष पत्करले. विश्राम, सुहास मात्र त्याचे कान धरत राहिले. तेच खऱ्या अर्थाने मित्र होते त्याचे. पण आता तेही दूर गेलेत आपल्यापासून. आलेच कधी तर पुन्हा त्याच तक्रारी कुठे करायच्या. कितीही म्हटलं तरी नाही सुधारला तो. आणि मीही कोरडी होत गेले त्याच्या बाबतीत.

ह्या माझ्या पलंगावर आता पडून असते कोरड्या विहिरीसारखी. पाहत राहते मिटीमिटी भरून आलेल्या आभाळाकडे. पण तेही कोसळावं मनमुक्त असं नाही वाटत अलीकडे.

कवितेची ओळ सुचल्यासारखाच विचार करतो आपणही. समजा मी लिहिली असती कविता तर काय असतं तिच्यात? दु:ख, वेदना की बंडखोरीची भाषा?

काहीही असो पण कविता नाहीच लिहिणार मी कधी. नाही जाणार तिच्या वाटेला.

अंथरुणातून उठून मी ड्रेसिंग टेबलजवळ आले. मिट्ट अंधार होता आजूबाजूला. दिवा लावला आणि बसले ड्रेसिंग टेबलसमोर. आरशात पाहिलं स्वत:कडे. काहीच दिसत नव्हतं. पण आता मात्र गोंधळले नाही मी. स्वत:ला पुन्हा त्या आरशात आणायचं होतं मला. संपूर्ण शरीर आणि चेहरा ह्यांच्यासकट.

मी उठले. दार उघडलं. घरभर फिरले. स्पर्श केला प्रत्येक वस्तूला, भिंतींना. माझं घर! मी कर्ज घेऊन उभं केलेलं माझं घर. मला हव्या त्या गोष्टींनी सजवलेलं घर. ह्या साऱ्या घराला त्याचाही स्पर्श होता पण त्याच्याहूनही जास्त माझा स्पर्श होता. माझा गंध होता. माझा आत्मा होता त्यात.

त्या घराला लागलेला त्याचा स्पर्श पुसायला लागले मी हळूहळू. त्याच्या सगळ्या वस्तू, पुस्तकं बांधली मी पोत्यात आणि अडगळीत लोटून ठेवली ती पोती. त्याने नेली आल्यावर कुठे दुसरीकडे तर बरं, नाहीतर भंगारवाल्याला द्यायची असं ठरवलं मी.

मग पुन्हा फिरले मी घरभर. माझ्या चेहऱ्यावर चढलेली जळमटं काढून टाकली. त्याच्या सामानाच्या स्पर्शाने लागलेले डाग स्वच्छ धुतले बाथरूममध्ये जाऊन. मग बाहेर येऊन अंग पुसलं खसखसून. आता माझ्या शरीराला केवळ माझा गंध होता. मी माझ्या खोलीत आले पुन्हा. घड्याळात पाहिलं. पहाटेचे पाच वाजले होते. अजून अंधार होता बाहेर. अंधार सरेपर्यंत मी वाट पाहणार होते. मग पहाटेच्या प्रकाशात आरशासमोर बसून शोधणार होते मी माझा चेहरा.

बाहेरचा प्रकाश आत यायला लागला हळूहळू आणि मग आरशात एक आकार दिसायला लागला. खूपसा अनोळखी पण अगदी फ्रेश चेहरा आणि शरीरही. नुकत्याच उमललेल्या कळ्यांसारखे स्तन आणि त्याच्याकडे विस्मयाने पाहणारे माझे डोळे. निष्पाप पण कुतूहलाने ओथंबलेले.

हा कोणाचा चेहरा होता? माझाच की आणखी कोणाचा? राजीवला भेटण्याच्या आधीचा रंजनाचा तो चेहरा मी कुरवाळला हाताने. सारं शरीर सामावून घेतलं डोळ्यांत. मग अलगत एक एक वस्त्रं चढवली त्यावर. चेहऱ्याला कुरवाळलं स्वत:च्या हातांनी आणि उठले.

मी जागी झाले तेव्हा बाहेर फटफटलं होतं. पाखरांचा किलबिलाट ऐकू येत होता. दार बंद होतं माझ्या खोलीचं. ते उघडून बाहेर आले. पहाटेची शांतता श्वासात भरून घेतली. मग स्वयंपाकखोलीत जाऊन चहाचं आधण ठेवलं.

गरम गरम वाफाळता चहा पोटात गेल्यावर तयारीला लागले मी. बँकेत पोचायचं होतं आज साडेआठच्या ठोक्याला. तयारी करताना सहज आरशात पाहिलं तर खरंच कोवळा नसला तरी प्रसन्न चेहरा आरशातून उभारून वर येत होता. राजीवला भेटण्याआधीच्या रंजनाचा!

***

सूर्य प्यायलेली मुलं

कृष्णन् घरी आला तेव्हा चांगलीच टेन्शनमध्ये होते मी. त्याचं स्वागत कसं करायचं हेच कळेना मला. अशा परिस्थितीत कितीही ठरवलं तरी वागण्या-बोलण्यात सहजता नाहीच आणता येत. आणि आणली तरी चेहरा वेगळंच काही बोलत राहतो.

माझ्या मनात चाललेलं द्वंद्व कळलं असावं बहुतेक त्याला. आल्याबरोबर जवळ घेतलं मला आणि म्हणाला, "कशी आहेस?"

मी हसले कसनुसं आणि "ठीक आहे" असं म्हणून मान डोलावली. नजर मात्र नाही मिळवली त्याच्याशी. आत गेले पाणी आणायचं निमित्त करून तर मागे आला माझ्या.

"हे काय आई, गोंधळायला काय झालं तुला? तुझ्यासाठी मी तोच आहे." त्याच्या नेहमीच्या शैलीत 'च'वर जोर देत तो म्हणाला.

मी हसले फक्त. मग पाणी, चहा, खायला-प्यायला नेहमीप्रमाणे केलं. त्याला आवडायचे ते पदार्थ केले. सहसा कोणालाही न आवडणाऱ्या कारल्याच्या तळलेल्या कापा त्याला आवडायच्या. त्या केल्याच पण सोबत बिरड्याची भाजी आणि पुरणपोळीही करून घेतली माझ्या स्वयंपाकीणबाईंकडून.

शुद्ध शाकाहारीच राहिला तो नंदिताशी लग्न झाल्यावरही. नंदिता वैतागायचीच त्याच्यावर. हे काय 'घास-फूस' खातोस नुसता. त्यामुळेच असा मिळमिळीत. इडली-सांबारासारखा. नंदिताला अजिबात आवडायचं नाही साऊथ इंडियन जेवण. तिला रोज मासे लागायचे जेवणात. ते नसतील तर कमीतकमी चिकन किंवा अंडी. आणि काहीच नसलं तर सुकी मासळीही चालायची. आणि ह्याला तर अंडंही चालायचं नाही. लग्नानंतर सुरुवातीच्या दिवसांत पाळत होती सारं. करत होती त्याच्या मनाप्रमाणे. पण मग हळूहळू फ्रिज भरायला लागला तिचा अंडी आणि माशाच्या वासाने.

एकूण नंदिता तिला हवं तसंच वागत गेली. आजही तशीच आहे. काहीही बदल

झाला नाही तिच्यात. आपण एवढं समजावलं तिला पण 'मी घेतलेला निर्णय बदलणार नाही' असं म्हणाली सरळ. आणि एवढं होऊनही आता कृष्णन्‌लाच सांगितलं, 'आईचं ऑपरेशन आहे गुडघ्याचं. तू तिथं राहा सगळं व्यवस्थित होईपर्यंत.'

ह्या आजकालच्या मुलांचं खरंच काही कळत नाही. इतक्या सहज कसं काय सांगू शकली ती ह्याला आणि पुन्हा हक्काने?

जेवण झाल्यावर मग कृष्णन्‌ने ताबा घेतला माझा. टेस्टचे रिपोर्ट्‌स पाहिले. शुगर कंट्रोलमध्ये आहे की नाही, बी.पी. किती आहे सगळं विचारून घेतलं आणि मग म्हणाला, "आता रेस्ट घे तू. उद्या सकाळी आठ वाजता पोचायचं आहे तिथे. मी पण झोपतो. प्रवासाचा त्रास झालाय थोडा."

कितीही दमला असला तरी तो असा लगेच कधीही झोपायचा नाही. रात्र सरली तरी गप्पा संपायच्या नाहीत त्याच्या. अजित असताना तर कसल्या कसल्या गोष्टी चालायच्या दोघांच्या. कोणताही विषय वर्ज्य नसायचा त्यांना. राजकारण, आर्थिक धोरणं, साहित्य, चित्रपट, संगीत सगळ्या गोष्टींविषयी भरभरून बोलायचे. कधी कधी तर वादही घालायचे. नंदिता वैतागायची त्यांच्यावर. 'तुम्हाला कोणी विचारतंय का तुमची मतं? उगीच तावातावाने भांडता. काय उपयोग आहे त्याचा? झोपा आता. आजूबाजूचे लोक मारायला येतील रात्री दोन वाजता असे आवाज चढवलेत तर!' असं ती म्हणाली की हसायचे दोघे. मग शांत बसून भीमसेन ऐकायचे. कधी झाकीरच्या तबल्यावर ठेका धरायचे आणि सगळं झालं की मग कृष्णन्‌चा मृदुंग बाहेर यायचा. छान वाजवायचा तो मृदुंग.

मी मुद्दाम आठवण काढली मृदुंगाची तर म्हणाला, "हल्ली वेळच नाही मिळत आई मला. पण वाटतं खूप वाजवावासा, पण काय करणार?"

मी म्हटलं, "हे बघ बाबा, काहीही झालं तरी वेळ काढायचाच. आपले छंद जोपासायला नकोत का? त्यामुळे तर ओल राहते जगण्यात. नाहीतर मग काय उरणार आयुष्यात?"

"तेही खरंच बोलतेस तू आई, पण तरी नाय होत..." कृष्णन्‌चं मराठी चांगलंच सुधारलं होतं आता. तो दाक्षिणात्य आहे, असं वाटायचंही नाही. त्याचं मराठी ऐकून नंदिताचा तर आग्रहच होता त्याबाबत. तीही नव्हती का शिकली तमिळ! पण कृष्णन्‌च्या मते त्याच्या मराठीएवढी तिची तमिळ चांगली नव्हती.

तो मराठी शिकला म्हणून बरं झालं. संवाद तरी साधता येतो त्याच्याशी. नंदिताने लग्न ठरवलं आणि घेऊन आली घरी तेव्हा कसं स्वागत करावं, तेच कळत नव्हतं मला. खूप गोष्टी विचारायच्या होत्या त्याला आणि काही विचारताच येत नव्हतं.

त्याला मराठी कळत नव्हतं आणि माझं इंग्रजी अगाध होतं. पण हळूहळू जमत गेलं त्याच्याशी. भाषेचा अडसर नाही राहिला आमच्या नात्यात. तसा लाघवीच होता तो. प्रेमाने करायचा सगळ्या गोष्टी. नंदितापेक्षाही. तिला नाहीच जमायचं दुसऱ्याचं करणं. दुसऱ्यांनी तिची सारी कोडकौतुकं करावीत, असं वाटायचं तिला. तशीच तर वाढली होती ती लहानपणापासून. अगदी लाडाकोडात. धाकटी होती ती. अजितचा तर प्राणच अडकलेला तिच्यात. वर्षा-दीड वर्षाची असताना आलेला ताप डोक्यात गेला होता. डोळे फिरवलेच होते तिने. पण वाचली. पुढे फीट्स येत राहायच्या. ट्रीटमेंट सुरू केली तेव्हा डॉक्टरांनी जपायला सांगितलं. ताप आला तरी तो वाढू नये म्हणून काळजी घ्यायची सांगितलंच पण शक्यतो ताप येऊ द्यायचा नाही असंही बजावलं. दुसऱ्या कोणत्या कारणानं फीट्स येऊ नयेत म्हणून तिच्या मनावर ताणही येऊ देऊ नका, असे म्हणाले होते. त्यामुळे मी आणि अजित जरा जास्त जपायचो तिला. पुढे पुढे तर सायलीला जाणवण्याएवढं. सायलीला सांगितलं होतं आम्ही, 'तू मोठी बहीण आहेस तेव्हा तू काळजी घ्यायला हवीस तिची.' सायली जपायचीही सुरुवातीला. पण पुढे पुढे नंदिताचा रागच करायला लागली ती. मागे एकदा म्हणाली होती, 'अकारण जरा जास्तच काळजी घेत होतात तुम्ही तिची. तिच्यावर प्रेमाचा वर्षाव करताना आपल्या मोठ्या मुलीलाही त्याची आवश्यकता आहे, हे विसरलात तुम्ही. तुला माहीत नाही आई, पण त्या काळात मी देवाकडे प्रार्थना करायचे. नंदितापेक्षा मोठा आजार होऊ दे मला. कॅन्सरबिन्सरसारखा म्हणजे मला तरी अटेन्शन मिळेल तुमचं असं वाटायचं.'

वाईट वाटलं तेव्हा थोडं. पण झालं खरं माझ्याकडून आणि अजितकडून हे. त्या दोन बहिणींतला दुरावा आमच्यामुळेच वाढला असं वाटतं आता. त्या दिवशी नंदिताचं सांगितलं तेव्हाही म्हणाली, 'नको तेवढी चढवून ठेवलीत तिला. अशी वागेल नाही तर काय?'

सायली नंदिताला समजावेल अशी अपेक्षा होती माझी. पण सायली सहज म्हणाली, 'शी इज ग्रोन अप नॉव. घेऊ दे तिचे निर्णय तिला. प्रत्येक वेळी काय समजवायचं तिला? नाही राहायचं तिला कृष्णन्‌बरोबर तर नको राहू दे. आपण कशाला फोर्स करायचा?'

असं म्हणून अंग काढता आलं असतं का ह्या प्रकरणातून? शेवटी तिचे प्रॉब्लेम आमचे नव्हते का? एकटी कशी राहणार होती ती आठ वर्षांच्या मुलीला घेऊन. म्हणून काळजी करत राहिले मग एकटीच.

त्या क्षणीही कृष्णन्‌पेक्षा नंदिताचाच विचार केला आपण. कृष्णन्‌ची ह्या निर्णयानंतर काय अवस्था झाली असेल, असा साधा विचारही नाही आला मनात.

आणि आता नंदिता आणि सायली दोघीही इथे नसताना तोच धावून आला.

"आई, झोप आता. जागरण झालं तर बी.पी. वाढेल. उद्या सकाळी एकदम फ्रेश पाहिजे."

"हो रे, झोपते. एवढ्या लवकर झोपायची सवय नाही मला. जरा बस इथे. किती दिवसांनी आलास तू? नंदितापासून वेगळा झालास तेव्हा भेटलो पण त्या वेळी सावट होतं तुमच्या त्या निर्णयाचं त्या भेटीवर."

"हं," तो बाजूला बसत हुंकारला.

"एक विचारू?"

त्याने डोळे उंचावत पाहिलं माझ्याकडे.

"काय झालं होतं नेमकं तुमच्यात?"

"फरगेट इट आई. तो विषय आता नको."

"खरंतर मी हे नंदिताकडून जाणून घ्यायला हवं होतं. जावयाला असा प्रश्न विचारणं चुकीचं आहे. हो ना?"

"असं का म्हणते तू आई? मी जावई म्हणून राहिलो कधी? आणि राहिलो असतो तर आज इथे आलो असतो का? आता जावई थोडा राहिलो आहे तुझा?"

"मग बोल की मोकळेपणाने."

"नंदिता बोलली असेल ना?"

"नंदिता! आणि बोलणार? ती कधी बोलते का मनातलं? तिच्या मनात आलं काही की करून मोकळी होते ती."

"असं नाही हं काही आई."

"मला माहीत आहे बाबा तिचा स्वभाव. आतासुद्धा तिचीच बाजू घे. काय काय केलंस तू तिच्यासाठी आणि तरी ह्या निर्णयाला आली ती."

"आई, नवरा-बायकोच्या नात्यात खूप गुंतागुंत असते. सोपी गणितं नसतात त्यात. मी चांगला आहे. नंदिता चांगली आहे. मी तिच्यासाठी काहीतरी केलं. तिने माझ्यासाठी काहीतरी केलं. एवढंच नसतं ना ह्या नात्यात! खूप छोट्या छोट्या गोष्टी असतात. नाती त्याच्यातूनच पक्की होत जातात. त्या नाही जमल्या तर नाही कंटिन्यु करता येत रिलेशनशिप. आता ह्या मृदुंगाचंच पाहा ना. बाहेरून वाटतं किती छान आहे याची बांधणी, याचा आकार. पण ती बांधणी नीट नसेल, थोडी जरी कमी राहिली त्याच्यात तर हवा तसा सूर नाही उमटत त्याच्यातून. ती कमी वाजवणाऱ्यालाच कळते. इतरांना नाही कळत."

"नाही कसं. सूर नाही उमटला व्यवस्थित तर ऐकणाऱ्याच्या कानालाही त्रास होतोच की."

कृष्णन् हसला खळखळून.

“हसू नकोस रे. खरंच, एवढं सगळं असूनही का नाही राहिलात बांधून एकमेकांना?”

“नाही राहिलो आता काय करायचं सांग?”

“नंदिता आणखी कोणात गुंतली आहे का रे?”

“तुला तसं वाटतं?”

“नाही. तसं जाणवलं नाही कधी.”

“मलाही नाही वाटलं तसं कधी.”

“मग काय झालं नेमकं?” आज जाणून घ्यायचंच असं ठरवलं होतं मी.

“दहा वर्षं एकत्र राहिल्यावर अनेक गोष्टी जाणवत जातात आई. अनेक गोष्टींची अपेक्षा नसते केलेली आपण. त्याच खुपत जातात.”

“कोणत्या गोष्टी?”

“एकमेकांच्या स्वभावातले बारकावे. विचारांमधले डिफरन्सेस, वागणूक सारंच.”

“पण तुमचा प्रेमविवाह ना रे. दोघं ओळखत होतात एकमेकांना. जाणत होतात सगळ्या गोष्टी.”

“तो गैरसमज होता. सगळ्याच प्रेमात पडलेल्या माणसांचा असतो. एकमेकांसोबत राहिल्याशिवाय खऱ्या अर्थाने नाही कळत आपण एकमेकांना.”

“तेही खरंच.”

“............”

“काय चुकलं रे नंदिताचं?”

“चुकलं कोणाचंच नाही आई.”

“अरे, नाही चुकलं तर राहायचं तसंच समजून एकमेकांना. शेवटी लग्न म्हणजे ॲडजस्टमेंट असते. एकमेकांना त्यांच्या स्वभावासकट, विचारांसकट स्वीकारायचं असतं. तसं नाही केलं तर सगळीच लग्नं मोडतील.”

“अशी कशी मोडतील लग्नं? आपल्याकडे तर लग्न करतानाच पहिली अट लग्न न मोडता आयुष्य घालवायची असते. जिथे समाज काय म्हणेल ह्याचं भय असतं; जिथे विचार करण्याची कुवतच नसते किंवा आपल्याला नेमकं काय हवं आहे, हे माहीत नसतं तिथे सगळं चालवून घेतात लोक. ह्या माणसाबरोबर काहीही झालं तरी राहायचंच असं एकदा ठरवलं की मग स्वभावांचीही सवय होऊन जाते. विचारांची देवाणघेवाण होतंच नाही अशा संबंधात. मग चार माणसं लॉजवर एकत्र राहतात तसेच राहतात नवरा-बायको आपापलं स्वतंत्र आयुष्य जगत.”

“तुमच्यावर तेवढी तर वेळ आली नव्हती ना?”

"हळूहळू आली आई. पण एका घरात राहून स्वतंत्र आयुष्य जगताना सगळं व्यवस्थित चाललंय असं दाखवण्याचं ढोंग कशाला करायचं? नंदिता समाजाची पर्वा करणारी नाही. मी आहे थोडाफार ऑर्थोडॉक्स. पण ती नाही विचार करत अशा गोष्टींचा. तिला वाटतं ते ती करते."

"तुला नको होता घटस्फोट?"

"माहीत नाही. कदाचित... नको होता," तो सुस्कारा टाकून म्हणाला.

वाईट वाटलं मला क्षणभर. वाटलं जवळ जाऊन डोक्यावरून हात फिरवावा त्याच्या. पण नाही उठले. बसून राहिले तशीच.

"मला नाही जमलं तिच्या वेगाबरोबर धावणं. तिच्या विचारांशी एकरूप होणं. तिच्या साच्यात स्वतःला बसवून घेणं. तिला जसा हवा होतो मी तसा नव्हतोच मी कदाचित."

"ती होती तुला हवी तशी?" मी थोडा सावध प्रश्न विचारला.

कृष्णन् हसला फक्त.

"हसलास का रे?"

"असंच. खरं सांगू? मी हा विचारच केला नाही कधी. मला हवी तशी म्हणजे नेमकी कशी? लहानपणापासून आपल्या आजूबाजूच्या स्त्रिया पाहतो आपण आणि एक प्रतिमा निर्माण करतो आपल्या जोडीदाराविषयी. बायकांचंही असंच होत असेल. ही प्रतिमा म्हणजेच आपल्याला हवी तशी स्त्री असते किंवा पुरुष असतो. माझी आई पारंपरिकच. बहिणींनाही मी तसंच वाढताना पाहिलं आणि पुढे त्यांच्या कुटुंबासाठी करताना पाहिलं. मला हवी तशी स्त्री अशीच सगळं विनातक्रार करणारी होती. नंदिता तशी अजिबात नव्हती. पण तरीही तिच्या प्रेमात मी पडलो. तिच्यातल्या वेगळेपणाकडे अ‍ॅट्रॅक्ट झालो. मग ती मला हवी तशी नव्हती असं म्हणणं हा अन्यायच आहे ना तिच्यावर? मला तिचं हे रूप आवडत होतं, तिच्यातला मोकळेपणा, बिनधास्तपणा आवडत होता. त्याचबरोबर मला ती माझ्या आईसारखी असावी, असंही वाटत होतं. मला वाटतं हा माझा दोष आहे. आपल्याला नेमकं काय हवं असतं हे नाही ठरवता येत आपल्याला. आणि आपल्याला हवं तसं कोणी नसतं, अगदी आपले आईवडील, भावंडंही."

"रक्ताच्या नात्यात चॉइस नसतो कृष्णन्."

"नंदिताही असंच म्हणायची. रक्ताच्या नात्यात चॉइस नसतो. पण आपण पारखून घेतलेल्या नात्यात आपला चॉइस असतो."

"आणि तो चुकतो कधी कधी."

"होतं असं. आमचंही तेच झालं असावं कदाचित. म्हणजे बघा, मी स्वतः

दुकानात जाऊन माझ्या आवडीच्या रंगाचा, मापाचा शर्ट विकत आणतो. घरी आल्यावर घालून पाहिला की लक्षात येतं फिटिंग परफेक्ट नाही किंवा आपल्याला आवडलेला रंग आपल्याला खुलून दिसत नाही. तसंच होतं ह्या अशा नात्यांचं.''

''मग पश्चात्ताप होतो. हो ना?''

''पश्चात्ताप नाही होत. पण उगीच चुकल्याचुकल्यासारखं वाटतं. उगीच आणला असं वाटत राहतं. पण जाऊन बदलावासा नाही वाटत. एवढा आवडीने आणलाय तर राहू दे. घालू कधीतरी म्हणून कपाटात ठेवून देतो. घालायला काढतो. कधी घालतोही तो पण मन प्रसन्न नाही होत. कुठेतरी वाटतंच राहतं; नाही शोभत आपल्याला म्हणून. पण फेकून नाही देत आपण तो.''

''हं!'' मी सुस्कारा सोडला. तशी आवडीनेच केली कृष्णन्‌ने नंदिताला! गळ्यापर्यंत बुडाला होता तिच्या प्रेमात. घरी सांगितल्यावर अनेकदा यायचा तो घरी. मागे मागे असायचा तिच्या. कोर्टशिप पिरिअड होता त्यांचा तो. पण पुढे लग्न झाल्यावरही तसाच होता अनेक दिवस. पारंपरिक होता तो पण नंदिताचं पारंपरिक नसणंच आकर्षून घ्यायचं त्याला. तिचं नेहमीच जगाच्या उलटं वागणं पाहताना त्याच्या डोळ्यांत आश्चर्याची फुलपाखरं उडायची. तेव्हा चिमटीत घेऊन कुरवाळावीशी वाटायची ती. 'डोळे स्वच्छ उघडून पाहा माझ्या पोरीकडे आणि मगच लग्न कर' असं अजितने बजावलं होतं त्याला. पण तो होता कुठं भानावर? काहीतरी मॅग्नेटिक होतं नंदितामध्ये आणि आमच्या घरातल्या वातावरणामध्ये जे ओढत होतं त्याला तिच्यासकट आम्हा सर्वांकडे.

रियाच्या वेळी नंदिताला दिवस गेले होते तेव्हा हवे ते लाड पुरवले त्याने नंदिताचे. कधी तिच्या घरी गेले तिला भेटायला तर बाईसाहेब पलंगावर आडव्या आणि हा स्वयंपाकखोलीत. माझ्याच जीवाला बरं नाही वाटायचं. पटायचं नाही मनाला. ओरडायचे तिला तर म्हणायची, 'प्रेम केलंय ना माझ्यावर. मग मोजायला नको त्याची किंमत? करू दे त्याला! काही बिघडत नाही. आणि आता हे करतो आहे ना ते बाळ आहे त्याचं माझ्या पोटात म्हणून. नाहीतर नसती हं केली एवढी सेवा त्याने.'

मूल नको होतं नंदिताला. पण कृष्णन्‌साठी तयार झाली होती ती. अर्थात त्याने सगळं करायचं ह्या अटीवर. आणि तोही तयार झाला आनंदाने. बाप करणार होती त्याला नंदिता म्हणजे उपकारच त्याच्यावर. तिची भाषा तशीच असायची.

आणि आता रियाची कस्टडी मागून घेतली तिने. कृष्णन्‌ला काय वाटलं असेल ह्याचा विचारही केला नाही.

''रियाची आठवण येते का रे?''

''येते ना. पण मी भेटायला जातो तिला पाहिजे तेव्हा. नंदिता अग्रीड टु दॅट. तशी ॲडजस्टिंग आहे आई.''

'कप्पाळ माझं.' मी मनातल्या मनात म्हणाले. ह्याला खरंच सगळं असंच म्हणायचं आहे की मी नंदिताची आई आहे म्हणून म्हणतोय हा? छे, तसा नाही तो! खरंच मनापासून बोलतोय तो. त्याशिवाय तिने सांगितल्याबरोबर नसता आला असा.

"कृष्णन्, एक विचारू?"

"विचार ना."

"आज इथे आलास ते माझ्यासाठी की नंदिताने सांगितलं म्हणून?"

"तुझ्यासाठी."

"माझ्याजागी दुसरं कोण असतं आणि नंदिताने सांगितलं असतं तर आला असतास?"

"तुझ्याजागी कोण असणार?"

"कोणीही."

"म्हणजे?"

"म्हणजे सायली असती किंवा तिचा नवरा किंवा आणखी कुणी."

"आय डोण्ट नो एक्झॅक्टली! पण कदाचित आलो असतो. माझी पण अटॅचमेंट झाली आहेच ना आई तुमच्याशी. नंदिताचे कोणी पण रिलेटिव्ह असते तरी आय वुड हॅव गॉन आणि आजारपणात तर सगळे डिफरन्सेस विसरायचे असतात ना?"

"हो रे माझ्या राजा!" म्हणत त्याच्या डोक्यावरून परत हात फिरवावासा वाटला मला पण नाहीच फिरवला. हसले फक्त.

कोणतं उत्तर अपेक्षित होतं मला त्याच्याकडून? त्याने माझ्यासाठीच यावं, नंदिताने सांगितलं म्हणून काही करू नये, हे की आणखी काही?

हा खरंच इतका इनोसंट आहे की दाखवतो आहे मला तसं? नंदिताविषयी एकही कडवट शब्द नाही उच्चारत आहे तो. का? तो साधा आहे, प्रेमळ आहे म्हणून की कणाच नाही त्याला? स्वत:चा आवाज नाही का त्याच्याकडे?

लग्न करून पहिल्यांदा नंदिता सासरी गेली होती तेव्हा त्याच्या त्या भल्या मोठ्या घरात हरवूनच गेली होती. तिला कसं वागावं, बोलावं कळतंच नव्हतं आणि हा दिवसभर घराबाहेर. त्यांच्या कुटुंबाच्या ताब्यात तिला देऊन. पाळी आली तर बाहेर बसवलं तिला एका अंधाऱ्या खोलीत. प्रथम दबकून गेली पोरगी. पण मग मात्र वैतागली. हा समोरच येत नव्हता तिच्या. परतून घरी आली इथे तेव्हा नंदिताने अगदी थयथयाट केला होता. चिडून वाट्टेल तसं बोलत होती त्याला आणि हा गप्प उभा होता तिच्यासमोर अपराध्यासारखा. दहा वेळा सॉरी बोलला. पण तिथे मात्र त्याने त्याच्या आईसमोर तोंड नाही उघडलं. पाळीचे तीन दिवस तर आईने त्याला तिच्या

खोलीत डोकावूनही नाही दिलं. नंदिताचा तो उद्रेक आजही आठवतोय. चिडली होती खूप. म्हणाली, 'आय वॉज ट्रिटेड लाइक अन्टचेबल. इट वॉज सो ह्युमिलिएटिंग. आयुष्यभर नाही विसरणार मी ते आणि ह्याचं शुंभासारखं गप्प बसणं.'

हमसाहमशी रडली होती त्यानंतर मला मिठी मारून. तेव्हा वाईट वाटलं होतं तिचं. काळजीही वाटली होती तिची. ह्या घरात उधाणलेल्या समुद्रासारखी फुटायची किनाऱ्याचे बांध तोडून. तिला हवं ते करायची. हवं तशी वागायची. सासरी जाऊन आली आणि आईबापाने दिलेल्या स्वातंत्र्याची किंमत कळली तिला. तेव्हा मलाही कृष्णन्‌चा खूप राग आला होता. पण दहा वेळा सॉरी बोलल्यावर मलाच दया आली त्याची. मग मीच म्हटलं, 'किती वेळा नवऱ्याला सॉरी बोलायला लावणार नंदिता? विसर आता.'

शेवटी तो नवरा आहे हे माझ्याही मनात आलंच. पटत नव्हतं तरी. पण नंदिता ह्या अशा मानसिकतेच्या खूप पुढे गेलेली. अशा काही गोष्टी घडल्या की उभं-आडवं सोलायचीच त्याला शब्दांनी. कधी कधी तर हातही उगारायची.

अजितला अजिबात आवडायचं नाही ते. 'काही झालं तरी नवरा आहे तो आणि तोही सतत नमतं घेणारा. ह्या पोरीला हे कळत कसं नाही' असं म्हणून चिडायचा तो. मला सांगायचा तिला समजाव म्हणून.

अजितच नाही तर सायलीही वैतागायची. सायली आणि अजित कायम कृष्णन्‌च्या बाजूने असायचे. अजितची खरंतर लाडकी होती ती. पण ह्या बाबतीत तिचे लाड नाही चालायचे. कधी कधी मीही फटकारायचे तिला. पण मग वाटायचं नेमकं काय होतंय ह्यांच्यात ते जाणून घ्यायला हवं. एवढी टोकाला जाते नंदिता त्याच्यामागे काहीतरी कारण असणारच, असं आतून वाटत राहायचं. पण नाही कळलं काहीच. अजूनही नाही कळलं. काय आहे कृष्णन्‌मध्ये असं ज्यामुळे अशा टोकाच्या निर्णयाला पोचली ती?

"आई झोपा आता. विचार करत बसू नका. सकाळी उठायचं आहे लवकर. जागरणाने बी.पी. वाढेल उगीच."

"हो."

मग उठले मी. अंथरुणावर पडले तरी प्रश्न पडला होताच मला. गेल्या दहा वर्षांत किती कळला मला हा पोरगा? नंदिता तरी कळली का आपल्याला? छत्तीस वर्षांची झालीय पोरगी. आपल्या उदरातून जन्माला आली ती आणि सायलीही. तीही नाही कळली धड. सुरुवातीची समंजस शांत सायली आता किती बदललीय. कायम वैतागलेली असते जगावर. नंदितावर तर केवढा जीव होता लहानपणी. आणि आता एकही गोष्ट पटत नाही तिला नंदिताची. आपल्या मागे नंदिताला तीच सांभाळेल

असं वाटायचं पूर्वी. आता मात्र वेगळंच रूप येतं तिचं समोर. मुलीही धड ओळखता नाही आल्या आपल्याला. मग कृष्णन्‌विषयी काय म्हणणार?

कधीतरी झोप लागली. मग दुसऱ्या दिवसापासून हॉस्पिटलचा वास, अॅनेस्थेशिया, ऑपरेशन, गुंगी, औषधं आणि काय काय!

ते आठ दिवस कृष्णन् सतत माझ्यापाशी होता. नर्स होती सगळं करायला. पण तोही तत्परतेने करत होता सारं. कुठेही परका असल्याची भावना नव्हती त्याच्यात. सख्ख्या मुलाहूनही जास्त काळजी घेत होता तो. कदाचित मी म्हणजे नंदिताने सोपवलेली महत्त्वाची जबाबदारी होते त्याची. म्हणून जातीने करत असावा. घटस्फोटानंतरही नंदितासाठी हे सारं करण्याची त्याची धडपड अस्वस्थ करत होती मला. कशासाठी करतोय तो तिला इम्प्रेस? अजूनही आशा आहे का त्याला?

हॉस्पिटलमधून घरी आल्यावर मग तो बाहेर जायला लागला. मुंबईत त्याची काय काय कामं होती ती करत होता. जुन्या मित्रांना भेटत होता. मी हिंडा-फिरायला लागले तसा निघाला पुन्हा परत जायला.

गेल्या पंधरा दिवसांत पुन्हा विषय नव्हता काढला मी नंदिताच्या आणि त्याच्या संबंधांविषयी. अधूनमधून रिया आणि नंदिताचा उल्लेख व्हायचा आमच्या बोलण्यात पण तो वेगळ्या संदर्भात. सहज येऊन जायच्या त्या दोघी आमच्या गप्पांत. जणू काही झालंच नाही त्यांच्यामध्ये. आता तो जणू माझ्यासाठी आला होता आणि पुन्हा परत जाणार होता त्यांच्याचकडे इतक्या सहज बोलायचा तो त्या दोघींविषयी.

जायचं म्हणाला तसं मी विचारलं, ‘‘आता कुठे जाणार?’’

‘‘कुठे म्हणजे? बेंगलोरला.’’

‘‘एकटाच राहतोस की आईला वगैरे आणलं आहेस?’’

‘‘एकटाच.’’

‘‘लग्न करून टाक आता.’’

‘‘तुम्ही सांगताय हे?’’

‘‘मग काय झालं? नंदिताची आई असले तरी तूही मुलगाच आहेस ना माझा? एक सांगू. ह्या सगळ्यात कोणाचा दोष आहे मला माहीत नाही. त्यामुळे मी तिला दोष देणार नाही की तुला. नंदिता गेली ना तुला सोडून? घेतला तिने तिचा निर्णय. झाली मोकळी तुझ्यापासून. तर तूही हो की मोकळा. आता आपापलं आयुष्य जगा बाबांनो. एकटा किती दिवस राहणार?’’

‘‘आय अॅम एन्जॉयिंग इट.’’

‘‘काय? एकटेपणा?’’

‘‘येस्! का करू नये तोही एन्जॉय?’’

''एकटेपणा नाही बाबा साजरा करता येत. मला विचार. अजित गेल्यापासून एक क्षणही गेला नाही त्याच्या आठवणी काढल्यावाचून. आणि एक दिवस नाही गेला माझा रडल्यावाचून. वेड लावतात हे भकास दिवस. नंदिता निघून गेली कॅनडाला त्यानंतर नाही वाटलं तुला असं?''

''सुरुवातीला वाटलं आई. पण मग मी म्हटलं आपला काय दोष आहे ह्यात? तिला वाटलं तोडावंसं, तिने तोडलं. म्हणून काय कायम दु:खात राहायचं? हा मॉनिंग पिरिअड नको होता मला. सो आय हॅव टोल्ड मायसेल्फ लेट मी एन्जॉय धिस फ्रीडम.''

''ह्याला फ्रीडम म्हणतोस तू गाढवा? घटस्फोट नको होता ना तुला?''

''नको होता आई. पण मिळाला तर काय करायचं? रडत बसायचं काय? मी जुन्या आठवणी काढतो. पण चांगल्या आनंद देणाऱ्या. कधी वाटलं तर रियाशी चॅटिंग करतो. एवढंच काय नंदितालाही फोन करतो.''

''आणि फोनवर काय बोलता?'' मी आश्चर्याने विचारलं.

''काहीही. माझ्या कामाविषयी. तिच्या कॅनडाच्या लाइफविषयी. तिचं काम, तिचा बॉस, माझा बॉस एनिथिंग. वुई स्टिल शेअर अवर गुड ॲण्ड बॅड मोमेण्ट्स, हॅपी ॲण्ड सॅड मूड्स.''

''इतकं सोप होतं आयुष्य घटस्फोटानंतर?'' मी अवाकच झाले ऐकून.

''इट डिपेण्ड्स! तुम्ही कसं घेता सगळं ह्यावर अवलंबून असतं सगळं. ग्रीव्हन्सेस असतील मनात तर कठीण जातं. मी आणि नंदिताने खूप विचार करून घेतला आहे हा घटस्फोट. रियालाही समजावलं होतं. माझे आणि मम्मीचे विचार पटत नाही म्हणून आम्ही सेपरेट होतोय, पण त्याचा आमच्या रिलेशनशिपवर काही परिणाम होणार नाही, हे सांगितलं तिला. आणि ते खरंच होतं आई. खरंच नाही होत काही परिणाम.''

''मग पुन्हा एकत्र यावंसं नाही वाटत?''

''अजून तरी नाही. वाटलं तरी मागचे सारे प्रसंग उभे राहतात डोळ्यांसमोर आणि मग वाटतं, इट इज बेटर टु बी लाइक धिस. कमीतकमी आता एकमेकांवर चिडणं नाही, वैतागणं नाही. एकमेकांवर हक्क नाही. डॉमिनेशन नाही. काहीही नाही. फक्त प्युअर फ्रेंडशिप. उलट आता जास्त छान वाटतं. आणि मुख्य म्हणजे आम्ही तिघंही एन्जॉय करतो आहोत ही मैत्री.''

हे नव्हती बोलली नंदिता मला. काहीच सांगितलं नाही ह्याविषयी आणि हाही आज बोलतोय. माणसं लग्न करून आनंदात राहण्याची स्वप्नं पाहतात. लग्न करून आयुष्य एन्जॉय करतात किंवा कदाचित करतही नसतील. पण घटस्फोट एन्जॉय करणारी माझी ही पोरं पहिलीच असावीत.

सायलीला जमलं असतं हे? आणि मलाही? छे... जमणारच नाही. नंदितालाच जमू शकतात अशा गोष्टी. म्हणून तर हक्काने पाठवलं तिने कृष्णन्‌ला आणि तोही आला आणि इतकं आनंदाने केलं माझं सगळं.

मी हळूच म्हटलं, ''कृष्णन्, उद्या जाणार तू. जाण्याआधी एक रिक्वेस्ट करू?''

''बोल ना आई.''

''आज मृदुंग वाजव ना.''

तो हसला. ''खूप दिवसांत नाही वाजवला. पण आज वाजवतो तुझ्यासाठी. कदाचित घरी गेल्यावर पुन्हा सुरू करेन आठवण ठेवून. तू म्हणतेस तसं जपायला हवेत आपले छंद.''

मी हसले. मग मृदुंग काढला त्याने. अजित गेल्यापासून थाप पडली नव्हती त्याच्यावर. कृष्णन्‌चा हात फिरला त्याच्यावरून आणि सूर पसरत गेला माझ्या कानावरून.

तो थांबला तेव्हा उठून बसले. जवळ बोलावलं त्याला आणि म्हटलं, ''थँक्स्.''

''पुढच्या वेळी येईन तेव्हा हात बसलेला असेल माझा. मग आपण प्रोग्राम करू तुमच्या मैत्रिणींसाठी.''

मी हसले.

''आता झोपा,'' माझ्या अंगावरची चादर नीट करून तो म्हणाला. का कुणास ठाऊक डोळे भरून आले माझे. माझ्याकडे पाहून बावरला तो.

''काय झालं आई?''

''काही नाही रे. मनावर ओझं होतं खूप. आज उतरलं ते. खूप अपराधी वाटत होतं मला. हे तुमच्यात जे काही झालं त्यात माझ्या मुलीने अन्याय केला तुझ्यावर असं वाटत होतं. पण आज भार हलका झालाय मनावरचा. शांत वाटतंय. अर्थात तू म्हणालास ते खरं असेल तर हं.''

''मी खोटं नाही बोलत आई!'' तो हसत म्हणाला.

''मला माहीत आहे!'' हळूच त्याच्या केसावरून हात फिरवत मी म्हटलं. प्रथमच नंदितापेक्षाही आपला वाटत होता तो आज मला.

***

नियोग

अनुजा म्हणाली, ''डॉक्टरकडे जायचं आहे मला. सकाळी साडेदहाची अपॉइंटमेंट आहे. गिरगावात आहे दवाखाना. माझ्याबरोबर चला ना प्लीज?''

माझी काहीच हरकत नव्हती जायला पण सकाळी साडेदहाला गिरगावात पोचायचं तर घरातून दोन तास आधी निघावं लागलं असतं. अगदी साडेआठ वाजताच. म्हणजे ऑफिसची वेळ. गाडीत चढणं शक्यच झालं नसतं मला त्या गर्दीत. पण अनुजा पुन्हा म्हणाली, ''वसईहून सुटणारी गाडी पकडूया आपण. मला सवय आहे धावत्या गाडीत चढायची. तुमच्यासाठी तरी एक सीट पकडेनच.''

अनुजाने तेवढं केलं असतंच एक सीट पकडण्यासाठी. अर्थात उभं राहून जायला लागलं असतं चर्नीरोडपर्यंत तरी चाललं असतं मला. एवढी काही म्हातारी झाले नव्हते मी अजून. प्रश्न होता तो साडेआठच्या आधी घरातलं सगळं आटपून बाहेर कसं पडायचं ह्याचा. अर्थात नोकरी करणाऱ्या बायका करतात रोजच. सगळं आटपून, मुलाबाळांचं करून रोज साडेआठच्या आधीच घराबाहेर पडणाऱ्या बायका राहायच्या आमच्या बिल्डिंगमध्ये. पण त्यांना सवय होती. सगळं आटपायला मला रोज बारा-साडेबारा वाजायचे. त्यामुळे कसं जमवायचं प्रश्नच होता. रात्री भांडी घासून ठेवली तरी केरवारा, लादी पुसणं, कपडे घासून मशीन लावणं होतंच. समजा, लादी पुसायला दिली असती सुट्टी. मशीनही लावली असती संध्याकाळी पण देवपूजा, स्वयंपाक काही टाळता नसता आला. जेवण अजूनही साग्रसंगीत करावं लागतं. वरण, भात, दोन भाज्या, चटणी, कोशिंबीर सगळंच. चटणी, कोशिंबिरीला चाट देऊ हवं तर उद्या. ह्यांना सांगू तसं. थोडे कटकट करतील पण ऐकतील एखादा दिवस नसली तर. हल्ली रिटायर्ड झाल्यापासून तशी विशेष तक्रार नाही करत. घेतील चालवून पण तरी एकूण कठीणच वाटत होतं सगळं.

मी थोडे आढेवेढे घेतले. तर म्हणाली, ''प्लीज काकू, पहिल्यांदाच जाणार आहे मी ह्या डॉक्टरांकडे. कोणीतरी सोबत असावंसं वाटतंय. आणि तुमच्यासारखं मोठं

माणूस सोबत असलं की आधारही वाटेल मला. पुढच्या खेपेला नका येऊ हवं तर. जाईन मी एकटी. पण ह्या वेळी याच. नाही नका म्हणू. जाताना असेल गर्दी पण येताना रिकामी मिळेल गाडी. मी बसवून देईन विरार ट्रेनमध्ये.''

''म्हणजे येताना सोबत नसणार तू?''

''मी रजा नाही टाकलीय. कॅज्युअल्स संपल्यायत माझ्या. आता जानेवारी सुरू झाला की मग घेता येईल आणि लेटमार्क शिल्लक आहेत माझे दोन. उगीच कशाला सिक लीव्ह टाकायची आता. पुढे लागतीलही कदाचित. उद्या लंचच्या आधी पोचलं की झालं. तुम्हाला अजिबात प्रॉब्लेम नाही येणार. चर्नीरोडला बसलात की सरळ वसईला उतरायचं. रिक्षा करून घरी.''

''हो ग. पण...''

''प्लीज काकू माझ्यासाठी.''

तिच्या डोळ्यांतली ती आर्जवं पाहिली आणि मग दिला होकार.

उद्याच्या टेन्शनने रात्रभर डोळ्याला डोळा नाही लागला. माझं असंच होतं अलीकडे. सकाळी काही कारणाने लवकर उठायचं असलं, कुठे जायचं असलं की उद्या उठू की नाही, सगळी कामं आटपतील की नाही, ह्या चिंतेने डोळाच लागत नाही. त्यात हे जरा वैतागलेच माझ्यावर. 'तुला कोणी सांगितलं नको त्या उठाठेवी करायला? तिचा नवरा नाही का तिच्याबरोबर जायला? उगीच विकतचं दुखणं...' वगैरे वगैरे.

ह्यांचं पहिल्यापासून असंच. ह्यांना नाही आवडत उगीचच कोणाच्या एवढं जवळ जायला. आपलं काम बरं की आपण. कोणाशी धड बोलणं नाही की मैत्री नाही. अगदी मुखदुर्बळ. मी दहा वाक्य बोलले तर एखादा शब्द फुटतो तोंडातून. अगदी घरात आलेल्या पाहुण्यांशीही नाही बोलता येत त्यांना. कोणाकडे गेले तरी तेच. मला बघायला आले होते तेव्हाही असेच. घुम्यासारखे बसले होते. तेव्हा वाटलं, असतील संकोचत मोठ्या माणसांसमोर बोलायला. तरी एखादा प्रश्न विचारायला काय हरकत होती? पण नाही. हूं की चूं केलं नाही. त्यांचा मोठा भाऊच बडबडत होता आपला. आता बोलतात म्हणा थोडंफार पण तेही त्यांना रस असेल त्या विषयात तरच. नाहीतर अख्खा दिवस टीव्ही लावून त्यात बोलणाऱ्या लोकांची बडबड ऐकत राहतात.

मला नाही बाई जमत असं घुम्यासारखं राहायला. माझा स्वभाव पहिल्यापासून बडबडाच. कोणीतरी बोलायला लागतंच मला. लग्नानंतर दहा वर्षं एकत्र कुटुंबात काढली. त्यामुळे तसा एकटेपणा नाही जाणवला. पण पुढे वेगळे झालो आणि सगळा संवादच संपला. दिवसभर नसायचेच हे घरात. पण असले नसले तरी काही फरक

नाही पडायचा. मग ज्या चाळीत घर घेतलं होतं तिथेच उभं केलं मी माझं जग. सुट्टीचा दिवस सोडला तर इतर दिवशी घर भरलेलं असायचं माझं. कोणत्या ना कोणत्या तरी निमित्ताने बायका, मुली यायच्या घरात. शिवणकाम करत होते. त्यामुळे ब्लाऊज शिवायला, फॉल-बिडिंग करायला यायच्या. कधी एखादा पदार्थ शिकायला, तर कधी काही सल्ला मागायला येणं व्हायचंच. तशी काही फार अनुभवी नव्हते मी. पण त्यांना वाटायचं तसं. अगदी मुलांच्या अभ्यासापासून ते नवऱ्याशी होणाऱ्या भांडणापर्यंत सगळ्या गोष्टींत माझा सल्ला महत्त्वाचा वाटायचा त्यांना. साधी मॅट्रिक झाले होते मी चार वेळा परीक्षा देऊन. सुरुवातीला तर साधं वर्तमानपत्रही नव्हते वाचत. आता ह्या नव्या फ्लॅटमध्ये आल्यापासून फिरवते डोळे बातम्यांवरून दुपारी वेळ मिळाला निवांत तर. एवढंच काय ते ज्ञान! पण ह्या बायकांना वाटायचं संसार करण्यात, घर चालवण्यात माहीर आहे मी. माझा चकचकीत भांड्यांचा नीटनेटका संसार डोळे भरून पाहायच्या त्या. रोज स्वच्छ धुतलेलं पातळ, सकाळी उठल्याबरोबर केस विंचरून घातलेला अंबाडा, कपाळावर लावलेलं ठसठशीत कुंकू; रोज़ची पूजा-अर्चा, सारी व्रतवैकल्यं, उपवास, सणवार, कोणत्या देवाची कशी पूजा करायची; कोणत्या प्रसंगी कोणतं पक्वान्न बनवावं; कोणता नैवेद्य दाखवावा; श्राद्धाला काय करायचं; तेराव्याला कोणता विधी करायचा; बारसं, साखरपुडा, लग्नकार्य सगळ्या सगळ्याची माहिती. एवढं सगळं असल्यावर आदर्श गृहिणीचा किताब मिळायला अजिबात जड जात नाही. नव्याने लग्न झालेल्या पोरींसाठी तर अनुभवाची शिदोरीच होते मी. त्यामुळे घरात दिवसभर राबता असायचा सगळ्यांचा. रात्री ह्यांचं पाऊल पडलं घरात की सगळ्या अदृश्य झाल्यासारख्या नाहीशा व्हायच्या. काका खूप कडक होते त्यांच्या दृष्टीने. त्यांच्यासमोर नाहीच थांबायच्या त्या. पण मला नाही वाटायचं काही त्याचं. मी प्रयत्नही केला नाही त्यांचं ह्यांच्याबद्दलचं मत बदलायचा.

चाळीतून ह्या बिल्डिंगमध्ये आल्याला आता झाली पाच-सहा वर्षं. आता हे रिटायर्डही झालेत. घरातच असतात दिवसभर. पण माझा स्वभाव काही मी बदलला नाही. इथेही माझं जग केलंय मी निर्माण.

अनुजा गेल्या वर्षीच आली राहायला. पण तिने ब्लॉक घेतल्यापासून जाणं-येणं सुरू झालं माझं तिच्याकडे. गणेशपूजन करताना मीच होते तिच्यासोबत. पूजेचा प्रसादही मीच केला होता तेव्हा. अगदी बारीकसारीक गोष्टींसाठी येते माझ्याकडे.

पाच वर्षं झालीत लग्नाला तिच्या. पण अजून मूलबाळ नाही. विचारलं त्याबद्दल तर हसून टाळते. 'अजून वेळ आहे' असं म्हणते.

तशी बरी आहे वागाय-बोलायला. अर्थात नव्या पिढीची असल्याने जरा आधुनिक विचारांची आहे. राहणीमानही तसंच. पँट, शर्ट, स्कर्ट. सगळी फॅशन करते. लग्न

झालेली बाई पण अगदी पोरकटासारखी राहते. साडीत एकदाच पाहिलं. तेही सत्यनारायण केला त्या दिवशी. आणि सत्यनारायण करायची तिची इच्छा नव्हतीच तशी. सासरची माणसं मागे लागली म्हणून केला म्हणे. देवाबिवाचंही फार काही नाही करत. म्हणते, वेळ कुठं आहे असल्या गोष्टी करायला. इथं आली तेव्हा पहिलीच वटपौर्णिमा होती तिची. आम्ही सगळ्या बायका जायचो एकत्र कोपऱ्यावरच्या वडाची पूजा करायला. तिलाही घेऊन जावं, सांगावं काय काय करायचं असतं म्हणून गेले तिच्या घरी, तर हसायला लागली. म्हणाली, "काकू, कोणत्या जमान्यात राहता आहात तुम्ही? उपवास वगैरे करायला वेळ आहे कुणाला? आणि ताकदही? मला नाही झेपत ते." तर मी आपलं म्हटलं, "झेपत नसेल तर नको करूस उपवास. पण पहिली वटपौर्णिमा आहे तुझी. वटसावित्रीचं व्रत महत्त्वाचं असतं बाईसाठी."

"कसलं व्रत काकू? सात जन्म तोच नवरा मागायचा? काही अर्थ आहे का त्याला? ह्याच जन्माचं काही माहीत नाही आणि पुढच्या सात जन्मांचं ओझं कोणी घ्यायला सांगितलंय खांद्यावर? आपल्याकडचे बहुतेक नवरे बायकांच्या मनाचा विचारही करत नाहीत. मूड असेल तर बरे, नाहीतर झोडतातही कधी कधी बायकांना. तरी त्यांच्यासाठी उपवास करून, व्रत करून पुढच्या जन्मी हाच नवरा दे, म्हणत पूजा करायची?"

मी गोंधळलेच थोडी. पण रेटून म्हटलं आपलं, "तसं नाही ग. सात जन्माचं कोणी पाहिलंय? ह्याच जन्मासाठी करायचं सगळं. आपल्या नवऱ्याला चांगलं आरोग्य मिळावं, दीर्घायुष्य लाभावं म्हणून करायचं सगळं. शेवटी तो असतो म्हणून सौभाग्य असतं. त्यामुळे अहेवलेणं लाभतं बाईला. केसात चार फुलं माळता येतात, रंगीत पातळं नेसता येतात. चार दागिने घालता येतात."

तर किती हसली अनुजा. आणि म्हणते कशी, "बघा काकू, मी पातळ नाही नेसत, फुलं नाही माळत. कुंकवाचं म्हणाल तर कधी लावते, कधी नाही. लावलं तरी मॅचिंग ड्रेसप्रमाणे. जीन्सवर तर वाईटच दिसतं ते. ह्याच्यासाठीच करायचं असेल तर मग अर्थच नाही, हो की नाही?"

मला कळलंच नाही सुरुवातीला. पण मग आलं लक्षात. माझी थट्टा करत होती ती. नवीन ओळख झाली होती म्हणून काही बोलले नाही मी वेडवाकडं. पण तरी माझा मुद्दा नाही सोडला मी. मी म्हटलं, "ते आपलं उदाहरण दिलं मी. महत्त्वाचं काय तर नवऱ्याचं स्वास्थ्य."

"आणि आपलं स्वास्थ्य?" तिने पटकन विचारलं. "आपण धडधाकट राहावं म्हणून करतं का कोणी एखादं व्रत किंवा उपवास?"

काय बाई बोलणार मी ह्यावर? असे विचित्र प्रश्न विचारते ना ही कधी कधी. अगदी निरुत्तरच व्हायला होतं. आता आपल्या तब्येतीचा विचार करतात की आपली माणसं. आजारी पडलं तर दवापाणी नवरेच तर करतात. पण म्हणून काय बायकोच्या स्वास्थ्यासाठी त्यांना उपवास करायला लावायचे? ही कसली विचित्र मागणी ह्या पोरीची? शेवटी बायका आहोत आपण हे विसरून कसं चालेल?

चांगली कानउघाडणी करावीशी वाटली तिची, पण नाही बोलले काही. मनातल्या मनात मात्र चांगली धारेवर धरली तिला. तिची ही असली विचित्र मतं नाही बाई पटत मला. माणसाने आधुनिक असावं. पण इतकं टोकाला जाऊ नये. शेवटी बाईने बाईसारखं वागायला नको का?

एवढी ही अशी विचित्र मतं सोडली तर बाकी स्वभावाने मात्र बरी आहे अनुजा. म्हणून तर बोलते मी तिच्याशी. आणि खरं सांगायचं तर मला नाही बाई जमत अशी माणसं तोडायला. मी घेते जुळवून सगळ्यांशी. स्वभाव नाही जुळले त्यांचे आणि माझे तरी. तसं नसतं केलं तर केला असता का गोळा एवढा मोठा गोतावळा? आणि तोही असा माणूसघाणा नवरा असताना?

आणि तसा विचार केला तर अनुजाचंही बरोबरच होतं म्हणा. आपण बायका राब राब राबतो. आजारपण आलं तर अंगावर काढतो. कधी विचारतात का आस्थेने नवरे, काय होतंय म्हणून? बाकीच्यांचं नाही बाई माहीत पण आमच्या ह्यांनी नाही कधी विचारलं प्रेमाने. स्वत:साठीही कधी गेले नाहीत डॉक्टरकडे. मीच घेऊन जायचे त्यांना. मग माझ्यासाठी कुठले जाणार? त्यांचंही करायचं आणि माझंही मीच करायचं.

स्वत:हून कुठं जायचं माहीतच नाही ह्यांना. घरात एवढी कामं निघतात छोटी छोटी. बायकांना नाही जमत ती. म्हणजे प्लंबिंगचं, इलेक्ट्रिकचं. कधी फर्निचर करून घ्यायचं असतं. आता अशी कामं ह्यांनी करायची की नाही? पण नाही. काही सांगितलं तर म्हणणार, 'दिवसभर घरात असतेस तू. तूच करत जा. ऑफिसमधून आल्यावर माझ्या डोक्याला ताप नको.' आता मी कुठे जाणार प्लंबरला शोधायला? पण नाही. गळतोय नळ, गळू दे. आता रिटायर्ड झाल्यावर तरी करायचं की नाही? पण नाही. सगळं आपलं बायकोने करायचं. घरात दिवसभर बसून असतात घरकोंबड्यासारखे. पण जरा पडावं बाहेर, आणावं बायकोला फिरवून, कधी न्यावं नाटक-सिनेमाला. काही नाही. कसली हौसच नाही ह्या माणसाला. स्वत:ही केली नाही आणि मलाही नाही दिली कसली हौस करून. नेमका पैसा ठेवायचे हातात. दोन हजारांत सगळं घर चालवत होते. पैसा असून काटकसरीने केला संसार. आता वाढवलेत पैसे. देतात पाच हजार हातात. रिटायर्ड झाल्यापासून थोडे बदललेत. मी बोलून बोलून नवीन

मंगळसूत्र घेतलं घडवून. बांगड्याही केल्या पाच तोळ्यांच्या. पण तेवढंच. बाकी काही स्वभाव बदलला नाही. दिवसभर घरात असून उपयोग नाही काही. मग मी आपली जाते शेजारच्या मांजरेकरांकडे, नाहीतर पवारबाईंकडे. आता अनुजा आल्यापासून तिचंही घर झालंय हक्काचं. संध्याकाळी ती आल्यावर जाते तिच्याकडे.

सांगायचं काय तर अनुजाचे विचार कसेही असले तरी स्वभावाने बरी आहे. काही हवं असेल तर इतकी छान लाडीगोडी लावत 'प्लीजऽऽ' म्हणते, की नाही म्हणताच येत नाही तिला. बरं वाटतं मला. काही गोडाधोडाचे पदार्थ केले की पाठवते तिच्याकडे. अगदी चवीने खाते आणि कौतुकही करते. परवाच म्हणत होती, "तुमच्या हाताला अगदी आईच्या हाताची चव आहे म्हणून." बरं वाटलं मला. असं कोण म्हणणार आहे मला? असे शब्द ऐकायला मिळतात म्हणून नाही तोडत तिला. म्हणूनच होकार दिला मी शेवटी.

सकाळी गजर व्हायच्या आधीच उठले. कुठून कोण जाणे पण अंगात अगदी उत्साह भरून आला होता. पटकन वरण-भाताचा कुकर लावला. भाजी केली. त्यांच्यापुरत्या चार चपात्या केल्या. मग केरवारा, धुणी, अंघोळ आणि घाईघाईत पूजाही आवरली. साडेआठ वाजता तयार होऊन बसले मी.

अनुजाबरोबर निघाले तेव्हा अगदी पंचविशीच्या पोरीसारखी लगबग चालली होती माझी. अनुजा पुन्हा पुन्हा थँक्स म्हणत होती. मी म्हटलं, "ते राहू दे. आता फक्त जागा पकड माझ्यासाठी."

प्लॅटफॉर्म अगदी गच्च भरला होता माणसांनी. दुपारच्या वेळी जायचे मी गाडीने पण तेव्हा एवढी गर्दी नसायची. त्या गर्दीकडे पाहून छाती दडपलीच माझी. पण अनुजा मात्र सहज चालली होती त्या गर्दीला चिरत. अगदी सप्सप् हात मारत पाण्यात पोहणाऱ्या मुलीसारखी. गाडी स्टेशनात शिरल्याबरोबर धाड्धाड् उड्या मारत लोक आत शिरले. गाडी पूर्णपणे थांबली तेव्हा प्लॅटफॉर्म रिकामा झाला होता आणि गाडी गच्च भरून गेली होती. मी गाडी थांबल्यानंतर आत चढले तेव्हा एका कोपऱ्यातून अनुजा बोलावत होती मला. मला बसायला सीट देऊन ती उभी राहिली. मी म्हटलं, "तू बस ना थोडा वेळ, मी उभी राहते." तर म्हणाली, "नको, शेजारची बाई बोरिवलीला उतरणार आहे. मी लावली आहे सीट. तुम्ही बसा."

बोरिवली जवळ आलं तशी उठली ती बाई. अनुजा बाजूला बसली माझ्या. मग मी हळूच विचारलं,

"कोण आहे ग डॉक्टर?"

"डॉ. फिरोदिया म्हणून आहेत. गायनॉकॉलॉजिस्ट आहे."

"म्हणजे बायकांचीच ना ग?"

“हो, खूप नाव आहे त्यांचं.”

“कशासाठी दाखवायचं ग?”

“तिकडे गेल्यावर सांगते.”

“मुलासाठीच ना ग?” मी आवाज बारीक करत कुजबुजल्यासारखं विचारलं.

ती हसली. मान डोलावली तिने आणि मग मागे टेकून डोळे मिटून घेतले तिने. विषय वाढवायचा नव्हता तिला. आजूबाजूच्या बायका ऐकत नव्हत्या काही. त्यांचं आपलं स्वत:चंच काही काही चालू होतं. कोणी पोथ्या वाचत होत्या, कोणी स्वेटर विणत होत्या. समोर बसलेल्या मुली आणि बायका तर मोठमोठ्याने गाणी म्हणत होत्या. मी मग त्यांच्याकडेच पाहत राहिले.

काय चाललं असेल हिच्या मनात? पाच वर्षं झाली लग्नाला. पण तसं काही गंभीरपणे नव्हतं घेतलं तिने मुलाचं. मीच थट्टा करायचे अधूनमधून. बातमी कधी देणार म्हणून विचारायचे. कधी हसत हसत म्हणायचेही, ‘फार झालं बाई तुमचं प्लॅनिंगबिनिंग. आता विचार करा.’

तेव्हा हसायची फक्त. कधी कधी म्हणायचीही. ‘नोकरी करते मी काकू, संध्याकाळी येते तेव्हा इतकी थकलेली असते. मूल होऊ दिलं तरी सगळं करायला वेळ आणि ताकद हवी की नको.’

असं म्हणाली की मीच समजवायचे तिला. ‘एवढ्या नोकरी करणाऱ्या बायका आहेत मुंबईत. करतात की मुलांचं अगदी व्यवस्थित. तुलाही जमेल. त्यात काय मोठंसं?’

‘बरं, बरं, बघूया.’ म्हणून हसून टाळायची.

मला बाई वाटतं, सगळ्या गोष्टी कशा वेळेत झाल्या पाहिजेत, नाहीतर आमच्यासारखं व्हायचं. धड एकही गोष्ट झाली नाही वेळेवर. गोरीपान, केतकीच्या रंगाची, नाकीडोळी नीटस, अगदी नजर लागेल अशी होते मी. आरशात पाहिलं स्वत:कडे तर नजर खिळून राहायची. स्वत:च्या रूपाच्या प्रेमात होते मी तेव्हा. चाळीतल्या सगळ्या बायका म्हणायच्या, ‘सहज पळवेल कोणी आमच्या वैजूला.’ मीही वाट पाहायची त्या पळवायला येणाऱ्या राजकुमाराची. एका लग्नात दिसलाही होता तो. त्यानेही पाहिलं माझ्याकडे. मागणी घातली. सगळे खूश झाले होते. अगदी मनासारखं स्थळ होतं. पण माशी शिंकली मधेच. पत्रिका जुळली नाही. पत्रिका जुळली नसती तरी मी घेतलं असतं जुळवून त्याच्याशी. पण नाहीच जमलं. शेवटी मोडलं लग्न. मग किती वेळा चहा-पोह्यांचा कार्यक्रम. प्रथम होकार मग पत्रिका पाहिल्यावर नकार.

केतकीच्या सुकल्या पानागत झाले मी. रंग काळवंडला, डोळ्यांपुढे काळी वर्तुळं

वाढायला लागली. मागच्या भावंडांची लग्नं अडली. ह्यांचं स्थळ सांगून आलं तेव्हा तिशीला पोचले होते. हेही एक-दोन वर्षांनीच मोठे. नव्हते आवडले फारसे. पण ह्यांच्याशी नेमकी जुळली पत्रिका. मग बाबांनी सुटकेचा नि:श्‍वास टाकला अगदी. सरकारी नोकरी होती कायमची. आणखी काय हवं असतं? झालं लग्न. हा रामरगाडा घरचा. भलंमोठं कुटुंब. हे मोठे सगळ्यांत. त्यामुळे सगळी जबाबदारी ह्यांच्यावरच. लग्न होऊन घरात गेल्या दिवसापासून मन मारायला शिकले. तडजोडींना सुरुवात झाली. दिवस घरकामात, स्वयंपाकात कसा जायचा कळायचंच नाही. लग्न करून घरच्यांचं मन सांभाळून, घरकाम करणारी स्वयंपाकीणच आणतात बहुतेक सगळे नवरे. मलाही त्यासाठीच आणलं असावं असं वाटायचं. हे तर वाट्याला यायचे ते रात्रीच. पण तेही क्षण निमूट जायचे ह्यांच्या स्वभावामुळे. मग दिवसभर त्यांच्या माणसांत रमवायचा जीव. मोठं कुटुंब असल्याने नातेसंबंधही जास्त. बारशी, लग्नं, साखरपुडे, तेरावं, श्राद्ध, कोणत्या ना कोणत्या निमित्ताने बाहेर पडता येत होतं. सून असल्याने राबावं लागायचं. पण माझ्या बडबड्या स्वभावामुळे हळूहळू जमलं सगळ्यांशी. शेवटी आपलं मन आपणच रमवायला हवं ना!

"काकू उठा, ग्रँटरोड गेलं. उतरायचं आहे पुढच्या स्टेशनवर." अनुजाने हाक मारली तेव्हा बाहेर आले भूतकाळातून. हल्ली अनेकदा होतं असं. मागच्या दिवसांत कधी शिरते ते माझंच मला कळत नाही.

स्टेशनबाहेर आलो. अनुजाने टॅक्सी केली आणि पत्ता सांगितला. बसले त्या गुबगुबीत सीटवर तेव्हा वाटलं, किती सहज टॅक्सी केली ह्या पोरीने. स्वत: कमवत असलं की अशी चैन करता येते. आपल्याला अजून धाडस नाही होत. रिक्षा करताना दहा वेळा विचार करतो. नाहीतर चालतच जातो सामानाच्या पिशव्या हातात असल्या तरी. ह्यांना तर स्वत:हून रिक्षा, टॅक्सी करा म्हणून अजून सांगता येत नाही. त्यांना वाटलं तर ही चैन, नाहीतर आहे आपली पायपीट.

हॉस्पिटलमध्ये पोचलो तेव्हा बाहेर गर्दी होती. अनुजाने आत शिरल्यावरच आपलं नाव सांगितलं टेबलाच्या मागे बसलेल्या बाईला. आम्हाला बसायला सांगितलं तिथेच. छान कोच होते मोठे मोठे. मी बसले जाऊन निवांत. आणखी पाच-सहा बायका होत्या तिथे. काही अगदी तरुण तर काही तीस-पस्तिशीच्या. एकट्या कोणीच नव्हत्या. तीन-चारजणींबरोबर माझ्या वयाच्याच बायका होत्या. आणि दोघींबरोबर नवरे होते त्यांचे. खरंच अनुजाने का नाही आणलं तिच्या नवऱ्याला? तो आला असता, हिने सांगितलं असतं तर. तसा बरा आहे स्वभावाने. समोर भेटला की थांबून बोलतो. चौकशी करतो तब्येतीची. त्यालाच आणायला हवं होतं हिने. शेवटी कितीही झालं तरी मी परकीच. नवऱ्याचा आधार हवा असतो बाईला अशा परिस्थितीत. पण

नवरे नाही येत बऱ्याचदा. टाळतात आपली जबाबदारी. हे तरी कुठं यायचे तेव्हा आपल्याबरोबर? आईच असायची बऱ्याचदा. एकदाच आले होते. तेही डॉक्टरांनी भेटायला यायची जबरदस्ती केली म्हणून.

अनुजा उठून पुन्हा त्या नाव लिहून घेणाऱ्या बाईकडे गेली. मग पुन्हा येऊन बाजूला बसत म्हणाली, ''अजून दोन नंबर आहेत. मग आपला नंबर.''

''नंबर लावला होतास नं आधीच फोनवरून?''

''हो. अपॉइंटमेंट घेतली होती.''

''मग तरी एवढा वेळ?''

''डॉक्टर उशिरा आल्या.''

''सगळे डॉक्टर मेले तसेच. स्वत: दिलेली वेळ कधी पाळत नाहीत. आपण मात्र पाळायची. नाहीतर नंबर जातो. लवकर येऊन वाट पाहत बसायची आपण त्यांची.''

''म्हणून तर आपल्याला पेशंट म्हणतात,'' अनुजा हसत म्हणाली. मग मला समजावत म्हणाली, ''तसं काही नाही काकू. सकाळी ऑपरेशन्स असतात त्यांची. ती करून येतात इथे. मग पुन्हा दुसऱ्या दवाखान्यात जातात संध्याकाळी.''

''हो का?'' मी म्हटलं. ''दमून जात असतील ना ग?''

''हो.''

''मला नेहमी वाटतं अनुजा, ह्या अशा बायकांचं घर कसं ग चालत असेल?''

''म्हणजे?''

''म्हणजे मुलंबाळं व त्यांचं करणं, नवऱ्याची अरेरावी, त्याला जिथल्या तिथे देणं. हे सगळं करून परत बाहेर असा अख्खा दिवस राबायचं. कठीण असेल नाही?''

''तसं कठीण असतंच. पण घरी नोकरचाकर असतात त्यांच्या.''

''तरी काय ग! बाईच्या वाट्याला घरचं करणं चुकलं आहे काय?''

''आता ते दिवस नाही राहिले काकू,'' अनुजा हसत म्हणाली.

''बरं ते जाऊ दे. अनुजा, कधीपासून विचारेन विचारेन म्हणत होते मी. घरी तुझ्या नवऱ्यासमोर नाही काही विचारता आलं आणि आमच्या घरी ह्यांच्यासमोर नाही बोलता आलं काही. आता सांग मला जरा सविस्तरपणे. काय झालं आहे? कशासाठी आलीस इथे?''

''तुमच्या लक्षात नाही आलं काकू?''

''तसं आलंय लक्षात माझ्या. मघाशी म्हणालीस तू मुलासाठी म्हणून.''

''हो.''

''काही तपासण्या करायच्या आहेत का आता?''

''त्या झाल्या करून.''

"काय बोलतेस? कधी?" मी आश्चर्याने विचारलं. म्हणजे सगळं करून झाल्यावर माझी गरज लागली हिला? जरा नाराजच झाले मी.

"झाले काही दिवस."

"कुठे केल्यास? पेंडसेबाईंकडे गेली होतीस का?"

"हो. त्यांनी सांगितल्या होत्या टेस्ट करायला."

"मग?"

"काही नाही. त्या म्हणाल्या नैसर्गिकरीत्या नाही होणार गर्भधारणा. शक्यता कमी आहे. म्हणून मग ह्या डॉक्टरांचा पत्ता दिला. ह्यांना भेटायला सांगितलं."

"दोघांनीही केल्या का तपासण्या?" मी कुतूहलाने विचारलं. खरंतर मला अनुजाचा नवरा तपासणीला तयार झाला की नाही, हे जाणून घ्यायचं होतं.

"नाही. विनयने नाही केल्या तपासण्या."

"मग दोष कुणाच्यात आहे हे कसं कळलं त्यांना?"

"माझ्यात तसा काही दोष नाही."

"अच्छा म्हणून नाही का करत तो तपासण्या?" मी पटकन विचारलं.

"माहीत नाही. तो म्हणतोय अजून वाट पाहूया. तपासण्या कशासाठी हव्यात म्हणून."

"पण लग्नाला पाच वर्षं झाली ना तुमच्या?"

"हो. पण प्लॅनिंग सुरू होतं सुरुवातीला."

"पण आता नाही ना?"

"हो. आता नाही. दोन वर्षं झाली."

"तरी म्हणतोय वाट बघूया."

"हं," अनुजा हिरमुसल्यासारखी म्हणाली.

"काही बदल झाला नाही ह्या पुरुषांत. पंचवीस वर्षांपूर्वी जसे होते तसेच आहेत. अगदी आधुनिक विचारांची झाली पोरं आताची असं म्हणतो आपण पण जग आहे तिथेच आहे. तोच त्यांचा पुरुषी अहंकार. तो संपणार आहे थोडाच!" मी म्हणून गेले पटकन आतून चिडल्यासारखी. मग अनुजाच्या आश्चर्यचकित चेहऱ्याकडे पाहून सावरून म्हटलं, "नाही म्हणजे आम्हाला आपलं वाटायचं, आजच्या मुली जेवढा आधुनिक विचार करतात तेवढाच मुलंही करत असतील. पण शेवटी पुरुषांची वृत्ती काही बदलत नाही ग. अहंगड असतोच ना? त्याच्यावर मात कशी करणार?"

"तसंच नाही काही काकू. खरंतर विनयला वेळही नाही तेवढा. सकाळी सातला जातो तो रात्री आठ-साडेआठला येतो. कधी करणार टेस्ट? सांगा ना. संध्याकाळी आल्यावर कुठे जायचा, काही करायचा उत्साहच नसतो. शरीर, मन थकून जातं अगदी."

“विनयचंही?” मी आश्चर्याने विचारलं.

“तोही माणूसच आहे ना काकू?”

“नाही, आपलं बायकांना नको वाटतं हे रोजचंच पण पुरुषांचं नसतं बाई तसं. अन्न लागतं पोटाला, तसं हवं असतंच त्यांना कितीही थकले तरी.”

“मी त्याविषयी नव्हते बोलत.”

“तेच म्हणते मी असं कसं होईल? शेवटी पुरुष आहे तो! लागणारच रोज.”

“हे कोणी सांगितलं तुम्हाला?”

“आमचा आपला अनुभव. पस्तीस वर्षं होतील लग्नाला आता.”

“असं काही नसतं काकू. प्रत्येकाचा पिंड वेगळा असतो. स्वभाव वेगळा असतो आणि गरजाही वेगळ्या असतात. मनाचा थकवा असेल तर नाही उत्साह राहत कशात. आम्हाला तर कधी अंथरुणात पडून झोपतो असं होतं. पाठ टेकली की डोळे मिटतात. त्या गोष्टीसाठीही मूड लागतोच. अशी यांत्रिकपणे उरकण्याची गोष्ट नाही ती.”

“म्हणूनच हल्ली पोरं होत नाहीत पटापट तुमच्या पिढीतल्या मुलांना.” मी हसून म्हटलं. तशी अनुजा हसली. माझी, माझ्या बोलण्याची गंमत वाटली होती तिला. खरंतर रोज शरीरसंबंध येऊनही आमच्या वाट्याला काय आलं, हाही प्रश्न होताच. त्यामुळे अनुजाचं म्हणणं तसं पटलं मला मनातल्या मनात. पण गप्प बसले मी. मग पुन्हा थोड्या वेळाने विचारलं, “इथं आता काय करणार आहेत डॉक्टर?”

“अजून डॉक्टरांशी बोलणं व्हायचं आहे ह्यावर. बघू त्या काय म्हणतात ते.”

“त्याही पुन्हा सांगणारच दोघांच्याही तपासण्या करायला.”

“हो, माहीत आहे मला.”

“मग करेल का तुझा नवरा?”

“तयार करेन त्याला. एखाद दिवस रजा टाकायला सांगेन.”

“आणि नाही झाला तो तयार तर?”

“तर आययूव्ही करायचं.”

“ते काय असतं?”

“त्याचे स्पर्म्स माझ्या गर्भाशयात बाहेरून सोडून गर्भधारणा करायची.”

“स्पर्म्स म्हणजे?”

“शुक्राणू. पुरुषांच्या वीर्यात असतात ते. त्यामुळेच बीजधारणा होते. म्हणजे मूल होतं.”

“अगबाई ऽऽ असं असतं का?” मी आश्चर्याने विचारलं. हे असलं काही बाहेरून वगैरे करता येतं हे नव्हतंच माहीत मला. ही चांगलीच कल्पना आहे बाई.”

''कल्पना नाही, सायन्स आहे काकू.''

''तेच ते, पण तुझ्या नवऱ्याला चालेल ना?''

''चालवून घ्यावं लागेल. त्याची इच्छा नसली तरी. मला मूल हवंय आता.''

''हो बाई, मूल हवंच. नाहीतर काय काय सोसावं लागतं बाईला? एकदा वांझपणाचा शिक्का बसला की जग बोलेल ते ऐकावं लागतं.''

''त्यासाठी नाही काकू. वांझपणाचा शिक्काबिक्का आय डोंट केअर. लोक काय म्हणतील ह्याची मला अजिबात पर्वा नाही. बाई स्वत:तून दुसरा जीव जन्माला घालू शकते, निर्मिती करू शकते, हा अनुभवच ग्रेट वाटतो मला. माझ्यात काही दोष असता तर नसता घेता आला हा अनुभव. पण तरी मूल दत्तक घेऊन आई होण्याचा अनुभव घेतला असता मी. पण माझ्यात काही दोष नाही तर ह्या अनुभवातून मी का जाऊ नये? मला नाही मुकायचं त्या आनंदाला! त्यासाठी विनयच्या परवानगीचीही गरज नाही मला.'' माझ्या आऽ वासलेल्या तोंडाकडे पाहत अनुजा म्हणाली, ''माझे विचार कदाचित पटणार नाहीत तुम्हाला. मी नीट सांगूही शकणार नाही मला काय वाटतं आहे ते. पण आई होण्याचं सुख अनुभवायचं आहे मला. आणि ते कोणी हिरावून घेणार असेल तर मी निमूट बसून सहन करणार नाही.''

किती सहज बोलली अनुजा हे सगळं. क्षणभर वाटलं, तिला घट्ट जवळ घ्यावं उराशी. अलाबला काढावी तिची बोटं मोडून. पण तेवढ्यात नंबर आला तिचा. मग आतच गेलो आम्ही.

डॉक्टरांसमोर आम्ही बसलो. अनुजा आणि त्या इंग्रजीत बोलत होत्या काय काय. मला काही कळत नव्हतं. पण डॉक्टर आवडल्या. छान गोरीपान, नाजूक चणीची होती ती. असेल चाळिशी ओलांडलेली. पण बोलणं खूप मृदू होतं, अगदी आईने मुलीशी बोलावं तसं.

अनुजाने दाखवलेले रिपोर्ट्‌स पाहिले तिने आणि मग तपासायला घेऊन गेल्या तिला.

मी तिथेच बसून राहिले इकडे तिकडे पाहत. त्या खोलीतल्या प्रत्येक भिंतीवर छान छान फोटो लावले होते गोंडस बाळांचे. कोणी पालथं पडलेलं, कोणी तोंडात बोट घालून आश्चर्यचकित होऊन पाहणारं, कोणी तोंडावर हात ठेवून खळखळून हसणारं, कोणी खेळण्यात दंग तर कोणी आईच्या स्तनाला लुचत असलेलं.

अनुजा बाहेर आली. डॉक्टरांनी पंधरा दिवसांनी भेटायला बोलावलं. नवऱ्यालाही सोबत आणा म्हणाल्या. काहीतरी लिहून दिलं कागदावर आणि मग माझ्याकडे वळून अनुजाला विचारलं, ''आपकी मम्मी है.''

अनुजा म्हणाली, ''नाही. शेजारच्या काकू आहेत. पण आईसारख्याच आहेत.

आई नागपूरला असते माझी. एवढ्यासाठी तिला कुठे बोलवायचं? एकटी आले असते मी, पण अशा वेळी कोणी जवळचं सोबत असलं की बरं वाटतं. मनाने खंबीर असले तरी कधी कधी नाही सावरता येत स्वत:ला. म्हणून आधारासाठी आणलं काकूंना.''

डॉक्टरांना समजलं मराठीतलं बोलणंही आणि मग मोडक्यातोडक्या मराठीत त्या म्हणाल्या, ''बराबर हाये तुमचा. पण तू पण एकदम स्ट्रॉंग औरत आहेस. तशीच राहा.'' मग माझ्याकडे वळून म्हणाल्या, ''आंटी, अनुजाबरोबर राहा तुमी. सपोर्ट करा तिला.''

मी अगदी आज्ञाधारक मुलीप्रमाणे मान हलवली. मला खूप बरं वाटलं होतं. खरंतर भरूनच आलं होत. अनुजाने आणि तिच्या डॉक्टरने केवढा विश्वास दाखवला होता माझ्यावर.

हॉस्पिटलमधून बाहेर पडल्यावर अनुजाने हॉटेलात नेलं मला. कितीतरी दिवसांनी आले होते हॉटेलात. ह्यांच्याबरोबर जायचे तशी कधीतरी. इडली-डोसा खायला. पण फार क्वचितच. कधी दादरला खरेदीला गेलो तर आपलं 'विसावा'मध्ये न्यायचे हे. कधी साबुदाणावडा आणि कोथिंबीर वडी खायला 'प्रकाश'मध्ये. पण ते मागवतील तेच खायची आपली. स्वत:च्या आवडीने कधी काही मागवलं नाही आजपर्यंत. अनुजाने मात्र मला विचारलं, ''काय खाणार?'' पावभाजी खावीशी वाटली. सांगितलं तिला मोकळेपणाने. नाहीतरी आता म्हणाली होतीच ती, मी आईसारखी आहे तिला म्हणून. मग पावभाजी खाल्ली पोटभर. दोन पावही घेतले जास्तीचे आणि वर थंडगार अननसाचा रस घेतला भलामोठा ग्लास भरून.

अगदी तृप्त झाले होते. स्टेशनवर माझ्याबरोबर आली ती. विरार गाडीत बसवून दिलं आणि गेली मग. गाडी रिकामी होती दुपारची वेळ असल्याने. खिडकीची जागा मिळाली. लहान मुलासारखी खूश झाले मी. लहानपणी, अगदी लग्न होईपर्यंत कुठेही प्रवासाला गेले की खिडकी मलाच मिळायची. पण लग्न झालं आणि गेली कायमची. एकदा लग्नानंतर दुसऱ्या दिवशीच बसने ह्यांच्या नातेवाइकांकडे चाललो होतो. मी चढल्याबरोबर खिडकी पकडली आणि ह्यांना बोलावलं जवळ बसायला, तर हे सरळ दुसऱ्या सीटवर जाऊन खिडकीत बसले. म्हणाले, 'मला खिडकी लागते. तुला बसायचंय खिडकीत तर बस. वेगवेगळे बसू.' इतकी हिरमुसून गेले होते. उठले आणि गेले त्यांच्या बाजूला बसायला. तेव्हापासून गेली ती गेली खिडकी.

गाडी सुरू झाली आणि बाहेरचा छानसा वारा अंगावर यायला लागला. पुढच्या स्टेशनवर एक बाई दोन मुलांना घेऊन चढली. समोर बसली माझ्या. एक मूल अगदीच तान्हं होतं. मी हसून हात लावला गालाला तर रडायला लागलं. तिने पटकन

पदराखाली घेतलं त्याला. माझ्या डोळ्यांसमोर डॉक्टरांच्या दवाखान्यातले ते फोटो आले. आपला टपोरा स्तन बाळाच्या तोंडात देऊन स्वर्गीय सुखाचा आनंद भोगणारी ती बाई आठवली. वेगवेगळ्या भावना व्यक्त करणारी ती बाळं आठवली. इतक्या छान बाळांना जन्माला घालते बाई. आपल्या शरीराचा अंश आपल्याच गर्भात नऊ महिने वाढवण्याचा आनंद खरंच विलक्षण असेल नाही? मूल गोरंगोमटं असो की काळबेंद्रं, आपलं पोर असतं ते फक्त. हे आपलं पोर वाढवण्याचा आनंद सगळ्यांना सारखाच मिळत असेल का? की मूल जन्माला घातलंय म्हणून वाढवायचं आपलं, ह्या भावनेने वाढवतात सगळ्या? ती समोरची बाई तर अगदी मठ्ठासारखी बसली होती. कसलीच भावना नव्हती तिच्या चेहऱ्यावर. साऱ्या जगण्याचाच कंटाळा पसरला होता तिच्या चेहऱ्यावर. मधेच दुसऱ्या दोन-तीन वर्षांच्या पोरावर खेकसत होती.

ज्याला देव देतो भरभरून त्याला किंमत नसते त्याची. हजार उपवास, व्रतवैकल्यं करून, देवाच्या पायावर साकडं घालूनही ज्यांना नाही होता येत आई त्याच बायकांना कौतुक असतं अशा स्वर्गीय अनुभवाचं. जसं आज अनुजाला वाटतंय, जसं आपल्यालाही असायचं.

मन उगीचच भरून यायला लागलं माझं. पुन्हा ते सगळे दिवस आठवायचे नव्हते मला. भूतकाळाचे दरवाजे घट्ट बंद करून ठेवले होते केव्हापासून. ते अजिबात उघडायचे नव्हते पण गाडीने वेग घेतला तसा खडखडत उघडला दरवाजा आणि पोचले मी आत आत.

आधीच उशिरा झालेलं लग्न, त्यात पहिली तीन वर्षं काहीच बातमी नाही. अगदी जवळ जवळ रोज संबंध येऊनही. मग आईच म्हणाली, 'डॉक्टरला दाखवा' म्हणून. ह्यांना तसं म्हटलं तर काहीच बोलले नाहीत. जणू ऐकूच गेलं नाही त्यांना. एखाद्या गोष्टीकडे दुर्लक्ष करायचं असलं की असेच करायचे ते.

मागून लग्न झालेल्या धाकट्या दिराला मुलगी होऊन एक वर्ष झालं होतं. त्यानंतरच्या दिराच्या बायकोला दिवस गेले होते. सहा महिनेच झाले होते त्यांच्या लग्नाला. येणारा-जाणारा प्रत्येकजण 'तुम्ही कधी बातमी देणार?' असं विचारायचा तेव्हा कानकोंडं व्हायचं. मी हसायचे फक्त. ह्यांना काहीही वाटत नव्हतं त्याचं. शेवटी रात्री भेटले एकांतात की भुणभुण करायला लागले. तेव्हा मग म्हणाले, 'मला वेळ नाही डॉक्टरकडे जायला. तुला हवं तर जा. घे काय घ्यायच्या आहेत त्या तपासण्या करून. आणि दोष निघाला तुझ्यात तर सोडून देईन हा.' अशी टिंगल करत एक धमकीही मिळायची. मी म्हटलं, 'एकदा बरोबर या मग जाईन मी.' तर नाहीच म्हणाले. शेवटी आईलाच नेत राहिले प्रत्येक वेळी.

रिपोर्ट आला माझ्या तपासण्यांचा तेव्हा डॉक्टर म्हणाले, 'नवऱ्याला बरोबर आणा पुढच्या वेळी. त्यांच्याशी बोलावं लागेल.' मी म्हणाले तेव्हा नाही ऐकलं. मग आईने सासूबाईंना सांगितलं. दोघी मिळून काय बोलल्या देव जाणे, पण झाले तयार. पण इतके चिडले होते की विचारू नका. 'आईला मधे आणलंस म्हणून येतोय. पुन्हा जर असं काही केलंस तर याद राख' असंही म्हणाले.

डॉक्टरांनी सुनावल्या चार गोष्टी त्यांना. 'नवरा म्हणून काही कर्तव्य आहे की नाही तुमचं?' असं विचारलं तर मठ्ठ चेहरा करून बसून राहिले. मग डॉक्टरांनी सांगितलं, 'ह्यांच्या तपासण्या झाल्या आहेत. त्यांच्यात काही दोष नाही. तुमच्या तपासण्या कराव्या लागतील. त्यानंतरच ट्रीटमेंट सुरू करता येईल.'

तिथे फक्त मान हलवली. काही बोलले नाहीत. बाहेर आल्यावर मी घाबरत घाबरतच विचारलं, 'कधी करायची तुमची तपासणी?' तर अस्सा जळजळीत कटाक्ष टाकला माझ्याकडे की विचारायची सोय नाही. ताडताड चालायला लागले. मी आपली फरफटल्यासारखी धावत होते त्यांच्या मागून.

पुढे किती दिवस बोलतच नव्हते माझ्याशी. जणू मीच गुन्हा केला होता. माझंही धाडस झालं नाही काही विचारायचं.

माझ्यात काही दोष नाही, हे खटकलं होतं त्यांना. कारण आता बोट त्यांच्यावर जात होतं. माझ्यात दोष असता तरी त्यांनी सोडलं नसतं मला. हे माहीत होतं मला. माझ्यावर दया दाखवत संसार करायला आवडलं असतं त्यांना. पण आपल्यात दोष असणार, ही शक्यताच सहन झाली नाही त्यांना.

शेवटी तपासणी नाहीच केली त्यांनी. एकदा धाडस करून मी विचारलं डॉक्टरांना, 'त्यांनी तपासणी केली नाही तर नाही का चालणार?' तर हसले डॉक्टर. म्हणाले, 'काय बोलणार ह्यावर सांगा. सुशिक्षित आहे तुमचा नवरा. साधी गोष्ट कळत नसेल त्याला तर आम्ही तरी काय करणार? अशी औषधं कशी सुरू करायची तुम्हीच सांगा? त्यांना समजावा, थोडी वाट पाहा. नाही झालं मूल तर दत्तक घ्या. ह्या उपर मी काहीच सांगू शकत नाही तुम्हाला.'

नाही समजावू शकले मी ह्यांना. फक्त वाट पाहत राहिले. घरात हळूहळू पोतेऱ्याची किंमत यायला लागली. फक्त राबायचं. आल्या-गेल्या माणसांचं हौशीने स्वागत करायचं. मूल देऊन मन जिंकता येत नव्हतं कोणाचं. मग पडेल ते काम करत सर्वांना जिंकण्याचा प्रयत्न सुरू केला. नातेवाइकांकडे कोणतंही कार्य असो त्यात हिरिरीने भाग घ्यायचा, राबायचं. कधी मिळाला तर एखादा कौतुकाचा शब्द मिळायचा. त्यासाठी जीवाचं रान करायचं. ह्यांना काहीच फरक पडत नव्हता. थकून जायचे दिवसभर राबून तरी रात्री केवळ मूल होईल, ह्या आशेवर सहन करत राहिले

ह्यांना. पुढे उरलेल्या भावंडांची लग्नं झाली आणि आमची झोपायचीही जागा गेली. मूल जन्माला घालत नव्हतो ना आम्ही. आम्हाला आता एकांताची गरजच नव्हती उरली त्यांच्या दृष्टीने. स्पष्ट कोणी बोलत नसलं तरी त्यांच्या कृतीवरून लक्षात येत होतं. पैसा पुरवणारे म्हणून हे हवे होते आणि बिनपगारी मोलकरीण म्हणून मी हवी होते सर्वांना.

एकदा धीर करून मूल दत्तक घेण्याविषयी बोलले ह्यांना. तर चिडलेच एकदम. 'कोणीतरी पाप करून रस्त्यावर सोडून दिलेलं मूल आणायचं नाही घरात' असं म्हणून विषयच बंद केला त्यांनी. म्हणाले, 'एवढी हौस आहे मुलांची तर घरात काय कमी नाहीत. त्यांचं कर.' मी करत होते त्यांच्या भावांच्या मुलांचं. पण अशी कुणाची मुलं आपली मानून ती आपली होतात का? त्यांच्या जास्त जवळ गेले तर उलट भयच वाटायचं सगळ्यांना. हिला मूल नाही म्हणून जास्त माया लावून आपलं मूल हिरावून घेईल की काय, असं वाटायचं मनातून. पण बाहेरून मात्र माझी कीव करायचे. आल्या-गेल्याला सांगायच्या माझ्या जावा. 'बघा आमच्या मुलांचं एवढं करते. स्वतःचं असतं तर किती केलं असतं' वगैरे म्हणायच्या.

खूप त्रास झाला त्या काळात शारीरिक आणि मानसिकही. झोपायची खोली गेल्यावर मात्र हे जागे झाले. मग हातपाय हलवले त्यांनी. वेगळं बिऱ्हाड केलं. चाळीत गेलो राहायला. तिथेही पहिला प्रश्न असायचा. 'मुलं किती म्हणून?' मूल नाही सांगितल्यावर काही गप्प झाली आणि विषय बदलला. काही म्हणाले, 'अजून वय नाही झालं, होईल हो.' मग कोणी दर्ग्यावर नेलं, कोणी नवस करायला सांगितले, गंडेदोरे बांधले. कोणी साधूकडे, बाबा-बुवांकडे नेलं. जे जे सांगितलं ते ते केलं. पण काही उपयोग झाला नाही. होणार नाही, हेही माहीत होतंच पण मग सवय होते मनाला आशेचीही. आशा सोडत नाही पाठ. त्यावर नाही मात करता येत.

चाळीतल्या बायका त्यांच्या मुलांच्या अभ्यासाविषयी बोलायच्या. त्यांची कौतुकं, तक्रारी सांगायच्या. माझ्याकडे काहीच नसायचं सांगायला. संवाद तुटून जायचा अशा वेळी. ऐकायचं काम करायचे मी फक्त. त्यांनाही कोणी ऐकणारं हवं होतंच ना. इथे काम जास्त नसायचं. हे गेले ऑफिसला की मोकळीच असायची मी. मग शिवण-टिपण, फॉल-बिडिंग सुरू केलं. कधी त्यांचे पापड लाटून दे, कधी लाडू वळून दे, कधी सांडगे घाल, कधी चिकोड्या करा. तास दोन-तासासाठी त्यांच्या पोरांना सांभाळा आणि रिकामपणाचे सल्ले द्या. मूल नसलेली बाई रिकामीच असते, असं गृहीत धरलं होतं सगळ्यांनी आणि कामालाही लावलं. करत राहिले मीही जमेल तसं. अर्थात माया मिळत होती लोकांची. गरजेला का होईना पण मी हवी होते त्यांना.

आता त्याच्यातच आनंद मानते. हे नसतं सगळं केलं तर कशी गेली असती एवढी वर्षं त्या मुलाबाळांविना सुन्या घरात? पुढल्या वर्षी साठी आहे माझी. आता तर पिशवीही सुकून गेली. सहा वर्षं झाली पाळी जाऊन. पाळी जाण्याच्या दिवसांत कितीदा आशा वाटली. दोन-तीन वेळा चुकली पाळी. तेव्हा मुलं होण्यासाठी आयुर्वेदिक औषध घेत होते एका वैद्याकडून. त्याने आशा लावली होती. 'अजूनही राहाल गर्भार', असं म्हणाला होता. पहिल्यांदा पाळी चुकली तेव्हा हौसेने सांगितलं त्याला. तोही खूश झाला आपल्या औषधाने गुण आला म्हणून. पण दोन महिन्यांनी परत आली. 'खूप रक्त गेलं ' तर म्हणाला, 'मूल पडलं आतल्या आत.' दोन-तीन वेळा असं झालं. शेवटी बायकांच्या डॉक्टरकडे गेले. तर ती काहीतरी म्हणाली, कसला पॉझ का काय ते. 'पाळी जायचे दिवस होते म्हणून तसं होत होतं' म्हणाली. शेवटी थांबला झरा कायमचा आणि त्याबरोबर ओलही संपली आतली.

कसली निर्मिती आणि कसला त्याचा आनंद! अनुजा म्हणत होती निर्मितीबिर्मितीचं काहीतरी. बाईच घालू शकते नवा जीव जन्माला वगैरे. पण तो अनुभव नाही आला माझ्या वाट्याला. ह्यांच्यामुळे. ह्यांनी नाही घेऊ दिला तो मला. तेव्हा माहीत असतं असं काही करता येतं आपल्या पुरुषाच्या मदतीशिवाय तर मीही... छे, नसतं बाई असं धाडस केलं अगदी तशी सोय असती तरी.

अनुजा म्हणत होती, मला कळणार नाही तिला काय म्हणायचं आहे ते. वेडीला काय माहीत माझ्याशिवाय आणखी कोणाला कळणार ते. आयुष्यभर तडफडत राहिले आई होण्यासाठी. काय दु:ख असतं वांझ बाईचं ते फक्त मलाच माहीत. पण तो वांझपणा घालवण्यासाठी असं काही नसतं केलं बाई मी. नसतंच जमलं मला. ह्यांच्या शब्दाबाहेर जायची टाप नव्हती तेव्हा. आणि समजा गेले असते तर वाऱ्यावर सोडलं असतं ह्यांनी. अगदी माझ्या माहेरच्या माणसांनी तरी पाठिंबा दिला असता की नाही, देव जाणे. एकटीच्या जोरावर कसला निर्णय घेऊ शकले असते मी? धड शिक्षण नाही, नोकरी करायचा कधी विचारही नाही केला. ह्यांनी पुरवलेल्या पैशात संसार चालवला, त्यांनी विकत आणलेली साडी-चोळी अंगावर ल्यायली, त्यांच्याच अन्नावर जगले. काय बिशाद होती माझी असं काही करायची. आजही नाही करू शकत त्यांच्या मनाविरुद्ध काही. आजच्या ह्या पोरी खरंच भाग्यवान. स्वत: कमावतात, स्वत:ला हवं तसं जगतात आणि स्वत:चे निर्णय स्वत:च घेतात.

अनुजाचंच पाहा ना. पण तिच्यासारख्या मुलीही नाही बघायला मिळत सगळीकडे. मांजरेकरांची सून प्रांजल अनुजाएवढीच तर आहे वयाने. चांगली बी.ए. झाली आहे. लग्न होऊन तिलाही आता पाच-सहा वर्षं झाली. कुठे मूल आहे तिला? डॉक्टरांकडे गेली होती की नाही, बोलल्या नाहीत कधी मांजरेकरताई. पण ह्या देवीला

गेलो होतो, त्या बुवाकडे गेलो होतो असं सांगत असतात. प्रांजलही जाते मुकाट. करते उपासतापास, घेते बांधून गंडेदोरे. कुठे काय बोलते आहे ती. सुकून गेली आहे अगदी. अनुजाकडे असलेलं धाडस प्रांजलकडे अजिबात नाही. दोघीही आजच्या जगातल्याच आहेत ना? तरी प्रांजलला नाही जमलं काही. शेवटी बंडही रक्तात असावं लागतं. बाईमाणसाने कसं आणि कुणाच्या विरोधात करायचं बंड? मला तर वाटतं करूच नये. उगीच नावं ठेवायला जागा मिळते लोकांना. अनुजाला काय कमी नावं ठेवतात बिल्डिंगमधले लोक. मांजरेकरताईंना तर अजिबात आवडत नाही ती. प्रांजलला तर बोलूच देत नाहीत त्या अनुजाबरोबर. मी एकदा सहज म्हटलं त्यांना, 'तशी वाईट नाही हो अनुजा. चांगली मुलगी आहे,' तर पट्कन म्हणाल्या होत्या, 'तुम्ही साध्या आहात वैजयंतीताई, तुम्हाला सगळीच चांगली वाटतात. उद्या नवऱ्याला विकून खाईल तेव्हा कळेल.'

"आपको किधर उतरनेका है?" एका बाईने तोडली माझी तंद्री. मी रागाने पाहिलं तिच्याकडे आणि म्हटलं, "वसई."

"वसई आयेगा अभी. मुझे देना आपकी सीट," ती म्हणाली.

वसई आयेगा अभी म्हटलेलं तेव्हढं कळलं मला. पुढचं नाही कळलं. मी पटकन उठले आणि म्हटलं, "कळलंच नाही बाई. बरं झालं विचारलंत हो." त्या बाईने हसून मान डोलावली आणि माझ्या जागेवर बसली.

वसईला उतरले. वाटेत भाजी घेतली थोडी. रिक्षा करूनच आले घरी. तीन वाजले होते.

दोन तांबे अंगावर टाकले तेव्हा बरं वाटलं. भूक नव्हतीच. अजूनही पावभाजीचे ढेकर येत होते. थोडं पडावं म्हणून बेडरूममध्ये गेले तसे आले हे मागे मागे.

"कशासाठी गेली होतीस तिच्याबरोबर?"

"डॉक्टरकडे गेलो होतो आम्ही."

"कोणत्या?"

"आहेत कोणीतरी. नाव नाही आठवत आता. बायकांच्या डॉक्टर आहेत."

"कशासाठी गेला होतात?"

"पाच वर्षं झाली त्यांच्या लग्नाला तरी मूल होत नाही ना म्हणून!" मी जरा ठसक्यातच म्हटलं.

"मग?"

"मग काय? प्रयत्न करायला नको? की बसून राहायचं वाट पाहत होईल म्हणून?"

"तसं नाही म्हणत मी. पण त्यासाठी इतक्या लांब कशाला जायला हवं?"

"तपासण्या करून झाल्यात त्याचे रिपोर्ट्स दाखवायला. ती नावाजलेली बाई

आहे ह्या बाबतीत.''

''दोघांच्याही झाल्या का?''

''काय?''

''तपासण्या?''

''तिच्या झाल्यात. तो तयार नाही करायला.''

''का?''

''का ते मला विचारा आता!'' मी जळजळीत नजरेने पाहिलं त्यांच्याकडे. नसत्या चौकशा आणि ते पण साळसूदपणाचा आव आणत. 'का?' म्हणे. जसं काही उत्तर माहीतच नाही ह्यांना. चांगलं धारेवर धरावं, उभं-आडवं घ्यावं आज अनुजाच्या नवऱ्याच्या निमित्ताने असं वाटलं मला. पण तेवढ्यात गेले हे निघून बाहेर आणि बसले गुपचूप टीव्ही लावून.

माझ्या आवाजातली धार कळली असणार त्यांना. स्वत:चं मूल नाही झालं, नाही मिळाला तो नऊ महिने नऊ दिवस मुलाला आपल्या गर्भात वाढवण्याचा आनंद पण दत्तकही घेऊ दिलं नाही मूल ह्या माणसाने. मूल वाढवण्याचा आनंदही नाही भोगू दिला मला आणि आता विचारताहेत 'का?' म्हणून.

डोक्यावर चादर ओढून झोपायचा प्रयत्न करायला लागले मी. पण झोपच येईना. डोक्याचा भुगा झाला होता आज जुन्या आठवणींनी. ह्या अनुजामुळे अकारण आज जखमेवर धरलेली खपली निघाली. उगीच जीवाला त्रास ह्या वयात. ह्यापुढे नाही जायचं तिच्याबरोबर कुठेही. मी ठरवून टाकलं पक्कं. मगच डोळा लागला माझा.

पंधरा-वीस दिवसांनी आलीच परत अनुजा. म्हणाली, ''काकू, थोडा त्रास द्यायला आलेय. परवाची अपॉइंटमेंट घेतली आहे. दुपारची आहे. आरामात निघता येईल. जमेल ना यायला?''

हे घरात होते म्हणून बोलता आलं नाही काही. लक्ष नाही असं दाखवत असले तरी कान आमच्याच बोलण्याकडे होते म्हणून जास्त चौकशी नाही केली. का कुणास ठाऊक पण 'नाही'सुद्धा नाही म्हणाले. हळूच म्हटलं, ''ह्यांना विचारून सांगते.''

तर म्हणाली, ''प्लीज, ह्या वेळी याच. गेल्या आठवड्यात एकटीच गेले होते मी. पण आता ट्रीटमेंटला सुरुवात होणार आहे. भीती वाटतेय थोडी. तुम्ही सोबत असलात तर धीर येईल.''

वाटलं विचारावं तिला, आईला का नाही बोलावून घेत म्हणून. पण मग वाटलं आता विचारलं तर वाईट वाटेल तिला. परकेपणा दाखवतो आहोत असंही वाटेल. आणि तिची आईसुद्धा जावयाच्या घरी येऊन किती दिवस राहील? ट्रीटमेंट काही एक दिवसाची नसणार. ती चांगली नऊ महिनेही चालेल. उगीच विषय काढून पोरीला कशाला दुखवायचं. मग म्हटलं, ''ठीक आहे, येईन.''

ती गेल्यावर काही बोलले नाही लगेच. हे पाहत होते अपेक्षेने. मग संध्याकाळी चहा घेता घेता म्हटलं हळूच, "परवा परत जाणार आहे मी अनुजाबरोबर डॉक्टरकडे."

ह्यांनी मान वर करून एक कटाक्ष टाकला माझ्याकडे. मला कळला त्याचा अर्थ. पण मी दुर्लक्ष केलं. परवानगी नव्हती मागितली मी. सरळ निर्णयच जाहीर गेला होता ना! चिडले असतील मनातून. चिडू दे. आता नाही करायची पर्वा.

आयुष्यभर सगळ्या गोष्टींसाठी परवानगी मागत राहिले. स्वत:ला हवं ते कधीच करता आलं नाही. अगदी साध्या साध्या गोष्टींसाठी ह्यांच्या तोंडाकडे पाहत राहिले. सगळ्या गोष्टी त्यांच्या आवडीप्रमाणे केल्या. त्यांना आवडते ती भाजी, ती मासळी, ती फळं आणली. त्यांना आवडते म्हणून शेपूची भाजीही गिळली. त्यांना आवडत नसलेला पदार्थ जर मला आवडत असेल तरी नाही आणून दिला कधी. कपड्यालत्त्याचंही तेच. साधी साडी नाही घेतली कधी स्वत:च्या पसंतीची. चाळीत असताना दारावर यायचा साडीवाला. सगळ्या बायका घ्यायच्या विकत एखादी तरी साडी. मलाही करायच्या आग्रह. पण मी सांगायचे, 'आहेत त्या साड्या नाही नेसून होत. आणखी घेऊन ठेवू कुठे?' दोन रुपयांचा गजरा आणतानाही दहादा विचार करायला लागायचा. घरात एक चैनीची वस्तू नव्हती तेव्हा. मी होते ना राबायला. मग कशाला हवा मिक्सर, कशाला हवी वॉशिंग मशीन. वाट पाट्यावर वाटण. त्याला चव चांगली असते. धू हाताने कपडे. स्वच्छ निघतात. कंबर मोडली तरी चालेल. किती वर्षं सोळा इंचाचा ब्लॅक अँड व्हाइट टीव्ही होता. आता ह्या घरात आल्यावर रंगीत टीव्ही घेतला. म्हातारी झाले म्हणून मिक्सर आला, वॉशिंग मशीन आली. नवीन पिढीसाठी ह्या गरजा आहेत पण माझ्यासाठी अजूनही चैनीच्याच गोष्टी आहेत त्या.

खरंच कधी नाही केला माझा विचार ह्यांनी. मला काय आवडतं, काय नाही ह्याची साधी चौकशीही नाही केली. कायम गृहीत धरलं मला.

आता मात्र नाही गृहीत धरू देत त्यांना. त्या दिवशी म्हटलं एवढा पैसा आलाय हातात रिटायर्ड झाल्यानंतर, जाऊ की फिरायला बाहेरगावी. तर म्हणाले, 'कुठे जाणार आता म्हातारपणात? आपलं आपल्यालाच झेपत नाही.' असा नुसता विचित्र स्वभाव. पण आता नाही गप्प बसत मी. पंचवीस-तीस वर्षं एकत्र काढली की येतं बायकांना धाडस तेवढं. आणि आता ह्या वयात कुठे जातील ते आपल्याला सोडून. आपलीच गरज आहे आता त्यांना ह्याची एकदा खात्री वाटायला लागली की बायका होतात थोड्या आक्रमक. जोपर्यंत असुरक्षिततेची भावना असते मनात तोपर्यंत वागतात गरीब गायीसारख्या. एकदा का सुरक्षित असल्याची खात्री पटली की मग

शिंगं फुटायला लागतात थोडी थोडी ह्या गरीब गायींना. त्यामुळेच मीही करत नाही हल्ली ह्यांच्या रागालोभाची पर्वा. सरळ दुर्लक्ष करते. आताही तेच केलं. अनुजाबरोबर जायचं पक्कं केलं.

अकरा वाजून गेले होते. प्लॅटफॉर्म गच्च भरला नसला तरी बऱ्यापैकी लोक होते. तिने ठरवली होती ती गाडी चुकली आमची. तिकीट काढायलाच पंधरा मिनिटं गेली रांगेत. मग ती म्हणाली, ''ह्यानंतर पंधरा मिनिटांनी आहे गाडी. गर्दी नसेल तर चढू नाहीतर पुढची आहे पाचच मिनिटांत.'' मी ''बरं'' म्हटलं. एका चौथऱ्यावर दोघीही टेकलो तोपर्यंत.

''विनयने तपासणी करून घेतली का?'' म्हणून विचारलं मी तिथेच तिला तर म्हणाली, ''नाही.'' मग आजूबाजूला पाहायला लागली. कदाचित विषय वाढवायचा नसेल तिच्या मनात. पण मी विचारलं भोचकपणे, ''मग काय म्हणाल्या डॉक्टर?''

''तसं काही विशेष नाही. पण समजा तो नाहीच तयार झाला नजीकच्या काळात तर माझी तयारी आहे का एकटीने सगळं पेलण्याची असं विचारलं त्यांनी.''

''पण एकटीने कसं होणार सगळं? मूल तर त्याचंच हवंय ना तुला.''

''हवं आहेच. त्याचंच मूल वाढवायचंय मला माझ्या उदरात. आमच्या दोघांचंच मूल हवं आहे मला. नैसर्गिकरीत्या होणार नसेल मूल तर बाहेरून रुजवता येतं बीज आपल्या गर्भात. त्याने वीर्य द्यायला हवं फक्त!'' अनुजा कुजबुजत्या आवाजात म्हणाली.

''मग काय म्हणतो तो?''

''तो तयार नाही त्याचे स्पर्म्स द्यायला.''

''का?''

''त्याला वाटतं होईल नैसर्गिकरीत्या. त्यासाठी एवढी महागडी ट्रीटमेंट कशासाठी घ्यायची?''

''मग पाहा बाई वाट अनुजा, तो एवढं म्हणतो आहे तर. तो देणार नसेल ते—काय तू म्हणतेस ते—तर काय उपयोग? दुसऱ्याचं तर नाही घेऊ शकत आपण!'' मी तिला समजावत म्हटलं.

''आणि मग?''

''नाहीच झालं तर घ्या दत्तक.''

''ते चालेल? इथे आमच्या दोघांच्या रक्तामांसाचं मूल होऊ शकतं आम्हाला तर कशासाठी दत्तक घ्यायचं? आणि दत्तक घेऊन त्या अनुभवातून कशी जाणार मी? कशासाठी नाकारू मी स्वत:ला ते सुख. मी बघीन बघीन आणि सरळ स्पर्म बँकेतून घेईन स्पर्म्स आणि वाढवीन माझ्या गर्भात!'' ती वैतागून म्हणाली.

"म्हणजे दुसऱ्याचे घेणार?" माझ्या तोंडाचा वासलेला 'आ' बंद होईल असं वाटेचना मला.

"कोणाचं का असेना. काय फरक पडणार आहे. मला कळणारही नाही डोनरचं नावं. विनयचंच आहे असं समजेन मी. माझ्या गर्भात वाढवेन मी ते. कमीतकमी माझ्या रक्तामांसाचं तरी असेल ना ते काकू."

"असं नको बाई करू अनुजा. अग नावं देईल का विनय त्याला?" मी काकुळतीला येऊन विचारलं.

"नाही दिलं तर नको देऊ दे," ती उद्वेगाने म्हणाली.

"म्हणजे?"

"मी देईन माझं नाव त्याला. आजकाल बरीच मुलं लावतात आईचंच नाव."

"वेडी आहेस की काय अनुजा?" मी समजावत म्हटलं तिला, "अग लग्न मोडेल तुमचं अशाने."

"ज्या लग्नात एवढाही समजूतदारपणा नसेल, एकमेकांची मनं समजत नसतील तर काय करायचं आहे असं लग्न? उगीच जग काय म्हणेल म्हणून रेटत राहायचं का काकू?"

"अग तसं नसतं अनुजा. थोडं समजुतीने घ्यावं लागतं. असं हट्टाला पेटून नाही चालत ह्या नात्यात. थोडा वेळ दे त्याला. समजाव नीट."

"तुम्हाला काय वाटतं काकू, मी समजावलं नसेल त्याला? सहा वर्षं होतील आता तीन महिन्यांनी लग्नाला. गेली दोन वर्षं समजावते आहे पण त्याच्या डोक्यात काही शिरेल तर शपथ."

"त्याला स्वतःचं मूल नको आहे का?"

"हवंय ना. पण त्याला वाटतंय अजून काही वय झालं नाही आमचं. उगीच घाई करण्यात काही अर्थ नाही. वाट पाहायची असं म्हणतो आहे. असं वाट पाहण्यात आयुष्य गेलं की काय म्हातारपणी मूल होऊ द्यायचं? सांगा ना?"

"हे बरोबर आहे तुझं."

"काय चुकलं माझं सांगा? तपासण्या करून घे सांगते तर मुद्दाम वेळ काढत नाही. टाळाटाळ करतो."

"तू तर म्हणत होतीस त्याला वेळ नाही मिळत."

"काकू, अशी नवऱ्याची तक्रार कशी करायची म्हणून बोलले तसं त्या दिवशी. पण आता तुमच्याकडे सगळंच बोलते आहे तर माझी बाजूही नको का कळायला तुम्हाला? तुम्हाला माहीत आहे का त्याला काय वाटतं ह्या ट्रीटमेंटबद्दल?"

"काय?"

"तो म्हणतो नैसर्गिकरीत्या न होता असं बाहेरून वीर्य देऊन झालं तर लोक षंढ म्हणतील त्याला."

"पण हे कोणाला कशाला कळेल?"

"तेच म्हणते मी. नको त्या पुरुषार्थाच्या कल्पना आहेत आपल्या समाजात. त्यामुळे असं होतं ह्यांचं. काय उपयोग आहे शिक्षणाचा? आणि तुम्ही सांगा, हा आला असता सुरुवातीपासून माझ्यासोबत तर तुम्हाला काही कळलं असतं का? तुम्हाला नेलंच नसतं ना मी सोबत."

"बरोबर आहे तुझं. पण समजा, त्याने नाही दिलं तर तू दुसऱ्याचं वीर्य घेशील, हे सांगितलं आहेस का त्याला?"

"नाही. आणि सांगणारही नाही. जेव्हा त्याला टेस्ट करायला सांगितली तेव्हा तो नाही म्हणाला. त्या वेळीच मी ठरवलं त्याला वाटतंय ना नैसर्गिकरीत्या होईल तर होईल तसंच. पाहूया वाट."

मला काही कळेचना अनुजा काय म्हणते आहे ते. आता तर म्हणत होती दुसऱ्याचं वीर्य घेईन आणि आता म्हणते आहे पाहूया वाट म्हणून.

"मग डॉक्टरकडे कशासाठी चालली आहेस तू?" मी विचारलं.

"बघू काही औषधं वगैरे घेऊन फरक पडतो आहे का?" अनुजा एकदम तुटकपणे म्हणाली.

"हे बरं केलंस अनुजा. उगीच टोकाला जाऊन काही निर्णय नको घेऊस. दुसऱ्याचं पोरबीर तर नकोच होऊ देऊस."

"नाही करणार तसं काही. मी रागाने बोलले मघाशी. कधी कधी होतो जीवाचा संताप. मग मन थाऱ्यावर नाही राहत."

अनुजा म्हणत होती खरी समजुतीने पण मला उगीचच खात्री नव्हती वाटत तिच्याविषयी. काहीतरी लपवू पाहत होती ती माझ्यापासून. हा असा अचानक बदल कसा झाला तिच्यात? मी गप्प बसले.

एक गाडी गच्च भरून आली. ती सोडली आम्ही. तशाच बसून होतो दोघीही. मग एकदम माझा हात हातात घेऊन ती म्हणाली, "काकू, मी मघाशी म्हणाले काहीबाही ते दुसऱ्याचं वीर्य वगैरे घेण्याविषयी त्याबद्दल बोलू नका हं कुठेही प्लीज."

"नाही ग. मी कशाला बोलू कुठे?"

"अगदी काकांनाही नका सांगू. ते बोलायचे कुठेतरी आणि विनयपर्यंत पोचायचं ते."

"छे ग. काळजी करू नकोस. आपल्या दोघीतही नाही राहणार ते. विसरूनच जाईन मी पूर्णपणे."

"फक्त माझ्याबरोबर कधी गरज लागली तर येत राहा. मला सपोर्ट करा प्लीज. ह्या गोष्टी मी आईलाही नाही सांगू शकणार."

"बरं." मी मायेने हात घट्ट धरला तिचा. तिच्या डोळ्यांत पाणी तरळलं होतं. पण तेवढ्यात गाडी आली दुसरी. दोघीही उठलो.

गाडीत गप्पच होतो दोघीही.

मोकळेपणाने बोलत होती अनुजा सुरुवातीला. अचानक असा पवित्रा का घेतला असेल तिने? मला तिचे विचार पटत नव्हते म्हणून? मी तिची समजूत काढत होते म्हणून? की असा काही निर्णय घेण्यापासून तिला मागे खेचत होते म्हणून?

आता आपल्याला म्हणाली आहे, असा काही निर्णय घेणार नाही म्हणून. पण समजा आपल्याला काही न सांगता तिने घेतलं दुसऱ्याचं वीर्य तर?

शहाराच आला माझ्या अंगावर क्षणभर. असं कसं दुसऱ्या पुरुषाचं वीर्य शिरू द्यायचं आपल्या गर्भात? पावित्र्य वगैरे काही आहे की नाही बाईचं? अनुजाचं काहीतरीच आपलं. पण ज्याला आपला मानला तोच तयार नसेल तर काय करेल बाई? काय करणार? गप्प बसेल आणि काढेल आयुष्य आपल्यासारखं! दुसऱ्यांच्या मुलाबाळांनी भरलेल्या संसाराकडे आशाळभूतपणे पाहत. अशा बायकांनी फक्त रडत राहायचं असतं आकांताने आतल्या आत आणि जगत राहायचं सुखाचा मुखवटा चेहऱ्यावर पांघरून.

किती बायका जगतात असा वांझपणाचा शिक्का कपाळावर घेऊन आणि मरतातही तशाच. कोणाला पडलंय त्यांच्यातल्या त्या निर्मितीबिर्मितीचं. ह्या आताच्या पोरींना प्रश्नच फार पडतात आपल्या जगण्याचे. आपलं अस्तित्व, आपली अस्मिता आणि काय काय गोष्टी करत असतात उगीचच.

पण तसं पाहिलं तर काय चुकलं त्यांचं? आजच्या काळात शक्य होत नाही ते महाभारताच्या काळात नाही का सहजपणे स्वीकारलं? धृतराष्ट्र, पंडू आणि विदूर असेच तर जन्माला आले. आणि कुंतीला नाही का झाली सगळी मुलं अशीच. विनय आणि ह्यांच्यासारखीच तर गत होती पंडूची. पण त्याने दिली परवानगी कुंतीला परपुरुषाशी संग करण्याची. केवळ मूल व्हावं म्हणून. आणि कुंतीनेही सहज स्वीकारलं ते. आता शास्त्र एवढं पुढे गेलं आहे की संग करण्याचीही गरज नाही. केवळ वीर्यातून काय ते स्पर्मस् की काय घ्यायचे आणि रुजू द्यायचे आपल्या गर्भात. किती सोपं झालं आहे सगळं. अनुजाला एवढं वाटतंय तर घेऊ देत की दुसऱ्या कोणाचं वीर्य. आई होण्याचं सुख महत्त्वाचं नाही का?

का रोखलं आपण तिला? आपल्या मनाची तयारी नाही होत अजून हे स्वीकारायची म्हणून की आपल्याला हेवा वाटतो तिचा म्हणून? आपल्याला जे

मिळालं नाही ते अनुजाने अशा तऱ्हेने बंड करून मिळवलं तर काय हरकत आहे? आपण नाही लढू शकलो स्वत:साठी. मन मारून जगलो कायम. तसंच आजच्या ह्या पोरींनीही जगावं अशी अपेक्षा करायची? आपणच बळ नको गा द्यायला त्यांना? आपल्याला नाही मिळाला तो स्वर्गीय आनंद पण अनुजाने का भोगू नये?

मी अनुजाकडे पाहिलं. खिडकीतून ती बाहेर पाहत होती. उदास डोळ्यांनी. क्षणभर वाटलं तिला सांगावं, 'जा कर तुला हवं ते. घे त्या कोणत्या स्पर्म बँकेतून स्पर्म का काय ते! होऊ दे तुझ्या मनासारखं. ज्या कोणाचं असेल त्याचे गुण येतीलही तुझ्या मुलात पण तुझ्या रक्तामांसाचं असेल ते. जीव ओतलास त्यात तर फुलेल तुझ्या मनासारखं. सगळं ठीक होईल. बायकांसाठी लागू असणाऱ्या पावित्र्याच्या कल्पना लाव तू धुडकावून. सगळं सोपं होईल. आणि हे गुपित फक्त आपल्या दोघींतच राहील.

पण तिथे नाही बोलू शकले एवढं सगळं त्या गर्दीत. खूप वेळ गप्प बसून राहिले. मग हळूच हात हातात घेतला अनुजाचा. मायेने कुरवाळला तशी हसली ती माझ्याकडे पाहून. मग मी हात थोपटत म्हणाले, "कर हवं ते तुला. बाईने स्वत:चा विचार करायलाही शिकलं पाहिजे आता. आम्हाला नाही जमलं काहीच. तुमच्या पिढीला तरी जमू दे. आपल्याला हवंसं वाटणारं सुख मिळवायला हवं. आपलाही हक्क आहे तो. काळजी करू नकोस. मी आहे तुझ्या सोबत."

अनुजाने हात घट्ट दाबला माझा आणि हसली अगदी निरागस मुलीसारखी निर्मळ. मला उगीचच वाटलं हसता हसता डोळे भरले आहेत तिचे आणि माझेही.

***

सत्तेची काठी

जन्मल्याबरोबर वशाने आपल्या लिंगाकडे अभिमानाने पाहिलं. त्याच्या चेहऱ्यावर नकळत हसू पसरलं. लेबररूममधल्या आया, नर्स, डॉक्टर आणि त्याची आई जन्मत:च हसणाऱ्या ह्या मुलाकडे आश्चर्याने पाहू लागल्या. अंधारगर्भातून बाहेर आल्यावर अचानक समोर दिसलेला उजेडाचा तुकडा बऱ्याचदा घाबरवून सोडतो नवजात बालकाला आणि मग हमखास रडतं ते, असा सगळ्यांचा एवढ्या वर्षांचा अनुभव. (वशाच्या आईचाही हा सातवा अनुभव.) त्यामुळे वशाच्या चेहऱ्यावर उमटलेली हास्याची लकेर अगदीच अनपेक्षित होती त्यांच्यासाठी! त्याच्या आईला वाटलं हे जन्मत:च श्रीकृष्णासारखं हसणारं बाळ आपल्या पोटी आलं, ही गेल्या जन्माची पुण्याईच आणि ह्या जन्मीची तपश्चर्याच! (सहा मुलींना जन्म देऊन मुलासाठी प्रयत्न करणं ही तपश्चर्याच होती तिच्या किरकोळ अशक्त देहासाठी.) डॉक्टरांनाही क्षणभर सर्व प्रेषितांच्या चेहऱ्याभोवती दिसते तशी वशाच्या चेहऱ्याभोवती आभा म्हणजेच तेजोवलय वगैरे दिसायला लागलं. डॉक्टर स्वत: बाई असल्यामुळे साऱ्याच बायकांना अकारण वाटतं तसं ह्या नुकत्याच जन्माला आलेल्या बाळाचं कौतुक वाटायला लागलं. आणि हे हसणारं बाळ पाहून तर त्या कौतुकात आणखीनच कौतुकाची भर पडली.

आपल्याला जन्म देणाऱ्या बाईचा (त्या क्षणापासून आईचा), तसेच तिच्याभोवती जमलेल्या साऱ्या बायकांचा आश्चर्यचकित चेहरा पाहून वशाला आणखीनच हसू फुटलं. इतक्या साऱ्या बायका आणि त्यांच्या गराड्यात आपण एकटे पुरुष! तरीही आपण पूर्णपणे सुरक्षित! विशेष म्हणजे कौतुकाचा विषय! वशाला अभिमान वाटला पुन्हा एकदा स्वत:चा आणि मुख्य म्हणजे ज्याच्या जोरावर ही सुरक्षितता आणि कौतुक वाट्याला आलं होतं त्या लिंगाचाही!

आता ही सत्तेची काठी आपल्या हातात आहे. तिच्या साहाय्याने आपल्याला राज्य करता येईल ह्या बायकांवर! पाहिजे तेव्हा पाहिजे तिथे ठोकू शकू आता ह्या बायकांना!

नुकत्याच जन्माला आलेल्या (म्हणजे गर्भातच जन्माला आलेल्या पण आता ॲक्टिव्ह झालेल्या) त्याच्या मेंदूत असा भन्नाट विचार आल्याने वशा आणखीनच खूश झाला स्वत:वर. आपण पुढे मोठे झाल्यावर नक्कीच विचारवंत वगैरे होणार. अगदीच काही नाही तर लेखक, कवी तरी नक्कीच होणार. कारण तेच असे कल्पनेच्या घोड्यावर स्वार होऊन दाही दिशांना चौफेर उधळतात, हे त्याला जन्मत:च कळलं होतं. नुसत्या कल्पनेनेच वशाच्या अंगावर रोमांच उभे राहिले. तो आपले पाळण्यातले पाय पाहू लागला. पाळण्यातल्या पायांना फुटलेले पंख पाहून तर त्याला काय काय सुचायला लागलं. उज्ज्वल भविष्याची स्वप्नं पाहताना त्याला होणारा आनंद त्याच्या चेहऱ्यावर स्पष्ट दिसू लागला. हळूहळू त्याला आनंदाच्या उकळ्या फुटू लागल्या आणि मग तो जोरजोरात हसू लागला.

नुकताच जन्माला आलेला हा खिदळणारा पोरगा आजूबाजूच्या रडणाऱ्या मुलांमध्ये वेगळाच उठून दिसायला लागला. अशा हसणाऱ्या मुलांना घेण्यासाठी बायका नेहमीच उत्सुक असतात. हॉस्पिटलमधल्या सगळ्या आया, नर्सेस, डॉक्टर्स आणि इतर रडणाऱ्या मुलांच्या आया सगळ्यांनाच वशाला कुशीत घ्यावंसं वाटायला लागलं. अगदी नुकत्याच हॉस्पिटलमध्ये ॲडमिट होऊन कळा देत किंचाळणाऱ्या बायकाही आपल्या वेदना विसरल्या आणि वशासारखं हसणारं पोर आपल्याही पोटी जन्माला येवो, अशी प्रार्थना करत त्याला छातीशी धरू लागल्या. वशाही खूश झाला. जन्मत:च इतक्या साऱ्या स्त्रियांच्या स्तनांचा स्पर्श आणि आधार मिळत होता त्याला! त्याने डोकं घुसळलं त्या घुमटांत, गंध भरून घेतला श्वासात आणि चेकाळून पुन्हा हसू लागला. त्याला पुन:पुन्हा अभिमान वाटायला लागला त्याच्या लिंगाचा.

वशा वेगळा उठून दिसायला लागला सगळ्या मुलांमध्ये. त्याच्या हसण्यामुळे आणि त्याच्या उन्मत्त गंडामुळेही!

आईने कौतुकाने कुरवाळलं त्याच्या गंडाला. डॉक्टर, नर्सेस, आया साऱ्यांनी प्रशंसा केली त्याच्या गंडाची. बापाने अभिमानाने हात फिरवला त्याच्या गंडावरून. बहिणी आसुसून पाहत राहिल्या त्याच्या गंडाकडे. शेजारी कौतुकाने म्हणाले, ''जन्मत:च कसा गंडधारी पुरुष दिसू लागलाय हा पोरगा. सत्ता असणारच ह्याच्या हाती!''

वशाने मान डोलावली आणि मनात म्हणाला, 'तथास्तु!'

***

मुलाचे पाय पाळण्यात दिसतात ही म्हण मात्र वशाच्या बाबतीत खरी होण्याची चिन्हं दिसेनात. वशाच्या जन्माला अठ्ठावीस वर्षं चार महिने आठ दिवस झाले. काही

दिवसांनी तो एकोणतीस वर्षांचा होईल. मग तीसही! ह्या अट्ठावीस वर्षं चार महिने आठ दिवसांतल्या प्रत्येक दिवसाची सुरुवात जे आपल्याला सत्ता प्राप्त करून देऊ शकेल, त्या लिंगाकडे पाहून वशा करत होता. पण अजूनही त्या लिंगाच्या जोरावर त्याला सत्ता प्राप्त झाली नव्हती की त्याचा गंड कुरवाळला जाईल, असं काही घडलं नव्हतं.

काळाच्या ओघात त्याच्यात जन्मत:च दिसलेल्या गंडधारी पुरुषाला सारेच विसरून गेले होते. आणि अत्यंत सामान्य जगणं त्याच्या वाट्याला आलं होतं. म्हणजे उदाहरणार्थ, जन्मल्याबरोबर लाऊडस्पीकर वगैरे लावून (सहा बहिणींच्या पाठीवर जन्मला होता वशा) त्याचं बारसं झालं. 'वसंत' असं नाव ठेवलं त्याच्या बहिणींनी पुढाकार घेऊन! (त्यांच्या स्वत:च्या जन्मामुळे त्यांच्या आईबापांच्या आयुष्यात आलेल्या रणरणत्या उन्हात खरंतर पावसासारखा ओलावा घेऊन आला होता तो. वर्षावच केला होता त्याने आनंदाचा. पण 'वर्षा' नाव स्त्रीलिंगी असल्याने नवी पालवी, नवी आशा घेऊन येणारा 'वसंत' त्यांच्या पसंतीला उतरला.) पुढे यथावकाश वशा रांगायला लागला, चालायला लागला. त्याच्या बोबड्या बोलांनी सर्वांना आनंदही दिला. पण हे सगळ्याच मुलांमध्ये असतं. वेगळं उठून दिसण्यासाठी आयुष्यभर काहीतरी वेगळं करणं गरजेचं असतं. म्हणजे समजा वशा हसता हसता जन्मत:च बोलायला लागला असता किंवा पालथा पडायला लागल्याबरोबर रांगायचं सोडून पाच-सहा महिन्यांचा असताना सरळ उठून चालायला लागला असता, तर वशाचं वेगळेपण लोकांच्या सतत नजरेत राहिलं असतं. पण सदासर्वदा सहापैकी कोणत्यातरी एका बहिणीच्या कडेवर राहिल्याने स्वत:च्या पायावर उभं राहणं काही जमेना त्याला. जेमतेम बारावी झाला. मग बापाने सरळ टर्नरफिटरच्या कोर्सला पाठवला. पण वशाचं मन रमेना तिथे. त्याला जन्मत:च पाहिलेले आपले पाळण्यातले पाय आठवायचे. विचारवंत नाही तर नाही, पण कमीतकमी लेखक किंवा कवी होऊन कल्पनेच्या भराऱ्या मारण्याचं स्वप्न आठवायचं आणि त्याचबरोबर लिंगाच्या जोरावर बायकांवर सत्ता मिळवण्याची इच्छाही आठवायची.

अर्थात आपल्या व्यवस्थेत लिंगाच्या जोरावर बायकांवर सत्ता सहज गाजवता येत असली तरी विचारवंत किंवा कवी होता येतं, असं नाही. कल्पनाशक्ती ही काही लिंगाबरोबर बोनस म्हणून मिळणारी गोष्ट नाही, हे वशाला आता कळून चुकलं होतं. त्यात त्याच्या वर्गात त्याच्याबरोबर शिकणारे मित्र बायकांवर सत्ता मिळवण्यापेक्षा बायकांच्या योनीची आणि स्वत:च्या लिंगाची चित्रं कॉलेजच्या टॉयलेटमध्ये काढण्यापलीकडे जात नव्हते. अशी चित्रं काढून किंवा काहीतरी चावट मजकूर लिहून बायकांवर सत्ता गाजवता येणार नाही. त्यासाठी प्रथम त्यांना वश करून नंतर अंकित

करण्याची गरज आहे, ह्याची वशाला पूर्ण कल्पना होती. आणि बायका टॉयलेटमध्ये अश्लील चित्रं काढणाऱ्या किंवा भिंतीवर अश्लील मजकूर लिहिणाऱ्या माणसाला वश होत नाहीत, तर आर्ट गॅलरीत बायकांच्या न्यूड चित्रांचं प्रदर्शन भरवणाऱ्या किंवा त्यांच्या शरीराची कवितेतून पुष्कळ पुष्कळ वर्णनं करणाऱ्या कवींवर फिदा होतात, हेही वशाला नंतरच्या काळात कळायला लागलं होतं.

वशा टर्नरफिटर होऊन त्याच्या बापाच्या वशिल्याने त्याच्याच कंपनीत लागला. पण तिथले सहकारी मित्रही त्याला आवडेनात. वीकएंडला कुठेतरी पिकनिकला जाऊन फक्त दारू पिऊन डी.जे.च्या तालावर धिंगाणा घालणाऱ्या ह्या सहकाऱ्यांच्या कल्पनेचा घोडा बायकांच्या शरीरापलीकडे सरकायला तयार नव्हता. बायकांना फक्त मान, कंबर, मांड्या, योनी ह्या अवयवांपलीकडे अस्तित्वच नसतं, असा समज असलेल्या सर्वसामान्य लोकांपेक्षा वशाला वेगळा विचार करायचा होता बायकांचा, त्यांच्या शरीराचा आणि असलंच तर त्यांच्या मनाचाही. त्यांच्या मनावरही राज्य केलं तर खऱ्या अर्थाने सत्ता आपल्या हाती राहील आणि मन जिंकण्यासाठी आपल्याकडे संवेदनशील मन असणं गरजेचं आहे, हे वशाच्या लक्षात आलं.

मग वशाने कवी होण्याचं ठरवलं. त्यासाठी तो ठरवून कविसंमेलनाला जायला लागला. पण काही संमेलनांत कविता कमी आणि निवेदनच जास्त आढळून आलं. आणि पुन्हा त्या निवेदनात स्त्रियांविषयीचे, किंवा स्त्री-पुरुषसंबंधांविषयीचे पाणचट विनोदच जास्त ऐकायला मिळाले. मग वशा गंभीर लेखन करणाऱ्या कवींच्या कविसंमेलनाला जायला लागला. इथले कवी बाईच्या शरीराचे अवयव, त्यांची किंमत, त्यांचे उत्तेजक मूल्य, त्यांना आलेलं वस्तुरूप, पुरुषाची कामवासना इत्यादी गोष्टींविषयी अतिशय गंभीरपणे बोलत होते आणि कवितेतून मांडत होते. बायकांच्या ह्या अवयवांविषयीची ओढ आणि त्याचबरोबर त्यातली निरर्थकता ह्याचं काव्यात्म वर्णन करून श्रोत्यांना विचारात पाडत होते. बायकांच्या मांड्यांत शिरण्याचा कंटाळा कसा दाटून आला आहे, ह्या ग्लोबल जगात ह्याचा ऊहापोह करणारे हे कवी वशाला जास्त आवडले. ते शिव्याही कवितेतून काव्यात्म रीतीने देतात हे पाहून तर वशा भारावूनच गेला. मग वशा त्यांना स्वतःहून भेटायला गेला. त्यांची पुस्तकं विकत घेतली. ती वाचली. त्यांनी सुरू केलेल्या कवितेविषयीच्या मासिकांचा वर्गणीदारही झाला. आणि एक दिवस आपल्या ह्या जन्मतःच हसणाऱ्या आणि आता केवळ टर्नरफिटर असणाऱ्या वशाने कविता प्रसवली. पहिल्या कवितेत वशाने फक्त स्त्रीच्या अवयवांची विशिष्ट क्रमाने मांडणी केली. दुसऱ्या कवितेत चिऊकाऊची गोष्ट लिहिली. बाळाला अंघोळ घालत अनेक गोष्टी करणाऱ्या चिमणीची ही कविता एवढी दीर्घ झाली की वशाला वाटलं काही दिवसांनी आपण महाकाव्य हा फॉर्मही हाताळू.

वशाने दोन्ही कविता ह्या कविमित्रांना दाखवल्या. ते म्हणाले, "वाऽऽ वशा! तू ग्रेट आहेस. ह्या कवितेतली स्त्रीच्या अवयवांची मांडणी बाईला ह्या ग्लोबल मार्केटमध्ये आलेलं वस्तुरूप नेमकेपणाने दाखवते आणि दुसऱ्या कवितेत जुन्या गोष्टीतल्या रोमँटिकपणातून कंटाळ्याकडे जाणारा दीर्घ निरर्थक प्रवास दाखवण्याची तुझी शैली तर एकदम 'ढासू' आहे. ह्या कविता आम्ही आमच्या मासिकात छापूच पण त्याचबरोबर तुला दहा हजारांचं बक्षीसही देऊ. आता तू मान्यवर कवी होण्याची वाट सुकर झाली आहे. असाच लिहीत राहिलास तर तुझ्या कविता जगातल्या सगळ्या भाषेत आपण अनुवादित करू." मग ते म्हणाले, "इट्स टाइम फॉर सेलिब्रेशन!"

वशाने प्रथमच दारूची बाटली विकत घेतली. ती फोडली आणि भरलेले ग्लास तोंडाला लावताना सगळे एकमुखाने ओरडले, "टोस्ट टु वशा अँड हिज पोएम्स." ह्या मित्रांबरोबर दारू पिण्यातली मजा औरच होती. ह्यात दारू होती, त्याबरोबरचा चकणा होताच पण मुख्य म्हणजे कवितेविषयी चर्चा होती. शरीरव्यवहार ते साहित्यव्यवहार याविषयी चर्चा होती.

वशाची कविता प्रसिद्ध झाली. मग वशाने आणखीन कविता लिहिल्या. त्याच्यावरची समीक्षा त्यांच्या मासिकात आली. ह्या शतकातला महत्त्वाचा कवी आम्हाला सापडला आहे, अशी जाहिरात केली त्यांनी. आणि काय आश्चर्य! ज्या लिंगाच्या जोरावर वशाने बायकांवर राज्य करायचं ठरवलं होतं त्या लिंगावर लिहिलेल्या कवितेतील निरर्थक वर्णनावर फिदा होऊन एक मुलगी त्याच्या प्रेमात पडली.

कविता माणसाला काय काय देते, ह्याचा साक्षात्कार वशाला झाला. कवितेने वशाला चांगले सुजाण मित्र दिले, कवितेबरोबरच दारूचे सोबती दिले आणि वर बोनस म्हणून ही मुलगीही.

आता तर वशाने जे पाय पाळण्यात पाहिले होते त्या पायांनी चालायला सुरुवात केली होती. वशा विचारवंत होऊ शकला नसला तरी कवी झाला होता. हळूहळू मित्रांच्या कवितेवर समीक्षा लिहून समीक्षकही होईल, ह्याची खात्री त्याच्या मित्रांना होती. त्यानंतर विचारवंत होण्याकडे मार्गस्थ होता येईलच. वशाची पाळण्यात पाहिलेली सगळी स्वप्नं पुरी होत होती. त्यात आता लिंगसत्ता गाजवण्यासाठी त्याच्या प्रेमात मुलगीही पडली होती.

एकोणतीस वर्षं सहा महिने सात दिवस झाले होते वशाने स्वत:च्या लिंगाकडे प्रथम पाहिलेल्या क्षणाला! एवढ्या दिवसांनी वशा प्रथमच खूश झाला स्वत:वर आणि आनंदाने हसायला लागला. अगदी तसाच, जसा जन्मत:च हसला होता तो. आता आपण गंडधारी पुरुष दिसणार ह्या कल्पनेनेच खूश झाला तो. आपल्या लग्न

झालेल्या बहिणींना बोलावून घेतलं त्याने आणि मग त्यांच्यासमोर आई-बाबांना ही बातमी सांगितली. एकोणतीस वर्षं, सहा महिने सात दिवसांनी वशाचं घर पुन्हा एकदा आनंदाने बहरून गेलं. बहिणींनी कौतुकाने गंड कुरवाळला त्याचा, आईबापाने आशीर्वाद दिला त्याच्या गंडाला. शेजारी म्हणाले, ''पाहा, झाला की नाही वशा गंडधारी पुरुष! आता सत्ता त्याच्या हाती आलीच असं समजा!''

वशा मनातल्या मनात म्हणाला, 'तथास्तु!'

***

वशाचं लग्न होऊन पाच वर्षं तेवीस दिवस झाले. वशाच्या कवितेच्या प्रेमात पडलेल्या मुलीने ज्या दिवशी घरात प्रवेश केला त्या दिवसापासून घरातलं सत्ताकारण बदललं. आपल्या बापाकडून सत्तेचा वारसा आपल्याकडे येणार, हे वशाला माहीत होतं. तसा तो आलाही. लग्न होऊन वशा हनिमूनला जाऊन आला. त्यानंतर बरोबर आठ दिवसांनी वडील म्हणाले, ''आता तू ह्या घराचा मालक. आता सगळी जबाबदारी अंगावर घे. आम्हाला फक्त नातू द्या, म्हणजे आम्ही त्याच्याशी खेळायला मोकळे!''

वशाने बापाचे शब्द वरच्यावर झेलले. घराच्या तिजोरीच्या चाव्या कनवटीला लावाव्यात तसे ते शब्द कनवटीला लावून त्याची गाठ पक्की केली. मनातल्या मनात गाठ बसली आहे की नाही, तेही हजारदा चाचपून पाहिलं. पण वशाच्या लक्षात आलं नाही अजिबात की गाठीला बापाचे शब्द घट्ट बसले तरी तिजोरीच्या चाव्या मात्र बसल्या नाहीत. त्या बापाकडेच राहिल्या आणि तिथून थेट त्याच्या नव्याने आलेल्या बायकोच्या कनवटीला गेल्या.

वशाची बायको घरी आल्यावर सारंच बदललं. त्याच्या घरातलं जुनाट कळकट वातावरण वशाच्या बायकोने एक हात फिरवून स्वच्छ केलं. शुभ्र चादर पसरावी, तसं स्वत:चं अस्तित्व साऱ्या घरावर पसरलं. वशाच्या आईला नववारीतून पाचवारीत आणलं. बापाला विडीवरून सिगरेटवर शिफ्ट केलं. घराचे पडदे बदलले. अल्युमिनियमच्या भांड्यांना बाहेरची वाट दाखवली आणि नॉनस्टिक भांड्यांना घरात आणलं. घर अगदी अल्ट्रामॉडर्न केलं. सेम वशाच्या कवितेसारखंच! मग म्हणाली, ''एवढं सगळं बदलूनही तुझ्या चाळीतल्या घराचा लूक बदलत नाही. आपण घरच बदलून टाकू.'' मग ज्या बँकेत ती काम करत होती त्या बँकेतून कर्ज काढून तिने चांगल्या सोसायटीत दहाव्या मजल्यावरचा प्रशस्त फ्लॅट घेतला. वशाच्या आई-बापाला स्वतंत्र खोली दिली. चाळीस वर्षं दहा बाय दहाच्या खोलीत पडदा लावून उरकलेल्या प्रेमाची, अंघोळीची आणि कशाकशाची आठवण काढत वशाच्या आईने डोळे ओले केले. बाप खूश झाला. बहिणी म्हणाल्या, ''आता हवं तेव्हा निवांत

आणि ऐसपैस माहेरपणाला येऊ आम्ही.'' वशाची बायको म्हणाली, ''तुमचं नेहमीच स्वागत आहे.'' वशाच्या बहिणी वास्तुशांतीच्या दिवशी वशाला म्हणाल्या, ''नशीबनवान आहेस वशा! तुझ्या कवितेने तुला खऱ्या अर्थाने ग्लोबल बनवलं. कविता नसती तर वहिनी प्रेमात पडली नसती. ती प्रेमात पडली नसती तर आपल्या घरात आली नसती. आपल्या घरात आली नसती तर आपण चाळीतच सडलो असतो. तिच्यामुळे आणि तिच्या बँकेमुळे आपण आज दहाव्या मजल्यावर आहोत. तू काय टर्नरफिटर. तू काय करू शकला असतास? पण केवळ टर्नरफिटर होण्यात समाधान नाही मानलंस तू. कवीही झालास. कवी होण्याने काय काय मिळतं पाहा.''

वशाला बहिणींचं म्हणणं पटलं. वशाने अभिमानाने आपल्या बायकोकडे पाहिलं. मग वशाने अभिमानाने आपल्या कवितेकडे पाहिलं. तेव्हा वशाची बायको म्हणाली, ''वशा, तू फक्त कविता कर. मी बाकीचं पाहीन. आपण आपल्या खर्चाने तुझं पुस्तक काढू. आपलं प्रकाशनही सुरू करू. पैसे देऊन तुझ्या कविता जगातल्या सगळ्या भाषांतरकारांकडून भाषांतरित करून घेऊ. जगातल्या सगळ्या प्रांतांत तुझी कविता पोचायला हवी. नोबेल प्राइझसाठीही प्रयत्न करू. ते नाही मिळालं तर बुकरसाठी झगडू. इकडे महाराष्ट्रात तुझी कविता अभ्यासक्रमात लागायला हवी. त्यासाठी तू अभ्यासकांशी आणि अभ्यासमंडळाच्या सदस्यांशी चांगले संबंध राख. त्यांच्याशी मैत्री वाढव. पार्ट्या कर. मी दारूचे कॅन आणून ठेवीन त्यासाठी. मुद्दामहून एक खोली जास्तीची घेतली आहे ह्या ब्लॉकमध्ये. त्यांना दारू पाज हवी तेवढी. दारू माणसांना जवळ आणते. दारू कवींना जवळ आणते. दारू अभ्यासकांना, विचारवंतांना जवळ आणते. वशा, तू असाच मोठा हो.''

वशा खूप वेळ पाहत राहिला बायकोकडे. गेल्या पाच वर्षं तेवीस दिवसांत वशाच्या बायकोमध्ये किती बदल झाला होता. एवढ्या दिवसांत लक्षात न आलेली गोष्ट अचानक वशाच्या लक्षात आली. त्याची बायको त्याच्यासारखीच गंडधारी झाली होती. वशाला आश्चर्य वाटलं. बायकांना गंड असतो? पण त्यांच्याकडे तर सत्तेची काठी नसते आपल्यासारखी. मग त्या कशा काय नाचवू शकतील पुरुषाला त्यांना हवं तसं?

वशाची बायको आरशासमोर उभी राहून पाहत होती त्याच्याकडे. वशा तिच्या मागे जाऊन उभा राहिला. त्याने आरशात पाहिलं. त्याची बायको त्याच्या पुढे उभी होती. तो तिच्या पाठीशी उभा होता. ती तिच्या नजरेनेच स्वत:चा गंड कुरवाळत होती. पुरुषाचा गंड कुरवाळायला अनेकजण असतात. पण बाईला स्वत:च कुरवाळावा लागतो का स्वत:चा गंड? वशाला प्रश्न पडला. तो आरशात स्वत:चा गंड शोधू लागला आणि वशाला जाणवलं त्याचा गंडच नाहीसा झाला होता.

सत्तेची काठी जवळ असताना हे असं कसं काय झालं? वशा गोंधळला. त्या गोंधळलेल्या अवस्थेतच त्याने बायकोला जवळ घेतलं. बायको हसली आणि म्हणाली, ''आपल्या लग्नाला आज पाच वर्षं तेवीस दिवस झाले. आता प्लॅनिंग पुरे झालं. घरही मिळालं आहे नवीन. ह्या नव्या घरात नव्याने संभोग करताना नव्या पिढीची बीजं रोवायला हवीत.'' वशा हसला. त्याची बायकोही अल्ट्रामॉडर्न कवितेसारखी बोलत होती. त्याने आपल्या लिंगाकडे अभिमानाने पाहिलं. बायको म्हणाली, ''मूल मात्र एकच, बरं का. एक मूल असलं की डोक्याला ताप कमी होतात.'' वशा म्हणाला, ''अगदी बरोबर. पण मुलगाच हवा!'' तशी ती हसून म्हणाली, ''मी नाही फरक करत कशात. कोणीही असो कर्तृत्ववान हवं. आता हेच पाहा ना, तू कवी होऊन नाव कमावलंस पण मीच नाही का त्या चाळीतून तुम्हाला बाहेर काढलं. शेवटी दोघांचंही कॉन्ट्रिब्यूशन महत्त्वाचं नाही का?''

वशा पाहत राहिला तिच्याकडे एकटक. मग ती पुढे म्हणाली, ''तुझ्याकडे लिंग आहे पण माझ्याकडेही योनी आहेच ना. माझ्या गर्भाशयाशिवाय कुठे वाढवणार तू तुझा वंश किंवा तुझ्या वीर्याशिवाय कसा वाढवणार मी माझा गर्भ? अर्थात तू शोधू शकतोस दुसरं गर्भाशय किंवा मीही शोधू शकते एखादी स्पर्म बँक जिथून वीर्य आणून रुजवता येईल मूल माझ्या गर्भाशयात. पण शेवटी दोघांनाही एकमेकांची गरज असतेच ना? आणि मला तर तुझं मूल हवंय आणि तुला माझं गर्भाशय! शेवटी काय दोघांचंही कॉन्ट्रिब्यूशन महत्त्वाचं! बरं वशा, आता बोलता बोलता आठवलं, हे सगळं तुझ्या कवितेतही येऊ दे बरं का. बघ खऱ्या अर्थाने ग्लोबल होईल तुझी कविता. शेवटी कंटाळ्याला, निरर्थकपणालाही थोडा इमोशनल टच हवा की नको?''

वशाचं ताठरलेलं लिंग मऊसूत झालं हळूहळू. अगदी लहान बाळासारखं. बाईवर सत्ता गाजवण्याचं त्याचं स्वप्न विखरून त्याचे तुकडे तुकडे पसरून राहिले पलंगावर. वशा बसून राहिला हताशपणे त्यांच्याकडे पाहत. तेव्हा बायकोने मायेने जवळ घेतलं त्याला. म्हणाली, ''तुझ्या मनात काय चाललंय ते माहीत नाही मला. पण तुझी सगळीच स्वप्नं पूर्ण होतील असं नाही. मनाची तयारी ठेवायची माणसाने आणि मी आहेच तुझ्याबरोबर.''

हळूहळू ती फुलवत गेली वशामध्ये लपलेला वसंत. सत्तेची काठीही तिच्याच हातात गेल्याचं पाहत दु:खातही फुलत राहिला वशा. ग्लोबल होण्याचा मंत्र देणाऱ्या बायकोकडे त्याने अभिमानाने पाहिलं एकदा. मग वशा सुसाट निघाला कवितेच्या मार्गावरून ग्लोबल जगाकडे. वशाला कळलं होतं, आता जो ग्लोबल होईल त्याच्याच हातात सत्तेची काठी असणार!

***

मनात माझ्या

समजा मी चंद्राचं तळं काढलं वहीच्या पानावर आणि डुंबत बसले त्यात अहोरात्र तर खरं वाटेल तुम्हाला? किंवा शिजलेल्या साबुदाण्याच्या चिखलात नाचत पिंगा घातला संकष्टीच्या दिवशी तर विश्वास बसेल तुमचा? नाहीतर घरात असलेल्या सगळ्या दारूच्या बाटल्या रिकाम्या करून फरशी पुसली घराची तर? तर काय म्हणाल तुम्ही?

खुळी, वेडी किंवा काय तरी बाई एक एक... ऐकावं ते नवलच! पण मी असं करत असते काहीतरी एकटी असताना. अर्थात मनातल्या मनात! ज्याम मजा येते. तुम्हीही करून पाहाच कधीतरी. एकदा तर माझ्या प्रियकराने परशू उचलला त्याचा. आता तुम्ही म्हणाल, आताच्या काळात कुठला आलाय परशूबिरशू! पण आईशप्पथ खरं सांगते, होता तो त्याच्या हातात. त्याने धार लावली त्याला दगडावर आणि आला परजत माझ्यासमोर. म्हणाला, "सोड तुझ्या चोळीची गाठ. कापून घेऊन देत मला मोहवणारे तुझे दोन्ही स्तन. मी सजवून ठेवेन त्यांना माझ्या शय्यागृहात. हवं तेव्हा खेळेन त्यांच्याशी. हवं तेव्हा शोषून घेईन त्यांना. त्यासाठी प्रत्येक वेळी तुझी मनधरणी नको करायला."

मला इतकं हसू आलं सांगू. मी म्हटलं, "नुसत्या सजवून ठेवलेल्या स्तनांमुळे हाती लागेल अख्खीच्या अख्खी बाई असं कोणी सांगितलं तुला?" तर म्हणतो कसा, "अख्खी बाई हवी आहे कोणाला? पाहिजे तेवढी मिळाली की बस!" आणि खरंच कापले की हो त्याने माझे स्तन! मग मी रक्ताने माखलेली छाती घेऊन फिरत राहिले सगळीकडे. तर कोणी पाहीच ना माझ्याकडे. सगळे आपले मान फिरवून, डोळे बंद करून गेले. काहींनी तर अगदी करुणेने पाहिलं माझ्याकडे. "स्तनाशिवाय बाई म्हणजे लांछनच की हो तिच्या बाईपणावर," असंही म्हणाले काहीजण. मला तर सुचेना काहीच आणि खरं सांगू का, कल्पनाही करता येईना पुढे. मग मी थोड्या वेळासाठी बाहेर आले माझ्या कल्पनेतून. पण असला राग आला होता ना त्याचा!

माझं बाई म्हणून असलेलं वेगळेपणच हिरावून घेतलं होतं त्याने माझ्याकडून. मग मी शिरले पुन्हा कल्पनेत. उचललं बोचकं त्याच्या पँटमध्ये कोंबलेल्या त्याच्या लिंगाचं आणि करून टाकलं विसर्जन वाळकेश्वरच्या कुंडात! अगदी अस्थिविसर्जन करतात ना तसंच साग्रसंगीत. पिंड मांडायचे ठेवले होते बाकी. पण काय मज्जा आली म्हणून सांगू. असा पाहत राहिला माझ्याकडे! एकदम गरीब होऊन गेला. बिच्चाराऽऽ अगदी करुण दिसायला लागला. पण थोडा वेळच बरं का! शेवटी पुरुष जात मेली. थयथयाट सुरू केला नुसता. म्हणतो कसा, "आता ह्या विश्वाचं काय होईल ह्याचा विचार केलास? आणखी कित्येक कोटी वर्षं राहणार होती ही पृथ्वी. पण आता तुझ्या ह्या कृत्यामुळे कमी होणार तिचं आयुष्य. अस्तित्वच धोक्यात आणलंस तू तिचं. माझ्याशिवाय कशी वाढणार पुढची पिढी? कोण चालवणार आता माझं नाव?" मी म्हटलं, "तुझ्यासारखीच असणार असेल ना तुझी पुढची पिढी? तर मरू दे ह्या विश्वाला अकाली. काही फरक पडणार नाही माणूस नसेल तर." आक्रमक झाला एकदम नि मला मारायला धावून आला. पण मी पण हुशार. पटकन सटकले बाहेर माझ्या कल्पनेतून!

आहे की नाही मज्जा! तुम्ही करू शकता असं जग निर्माण? त्यात तुम्हाला हवं ते करता येतं तुम्हाला? मी करू शकते जग निर्माण. मला हवं ते करते. हवं तसं जगते. हवं ते सुख मिळवते. दु:ख जवळपास फिरकलं तर नको असलेल्या दु:खाला आणि कधी कधी नको असलेल्या लोकांनाही बाहेर काढते माझ्या ह्या जगातनं.

एकदा काय केलं माहीत आहे? माझ्या नवऱ्याच्या सगळ्या बहिणींना घरी बोलावलं सवाष्ण म्हणून. मार्गशीर्षातल्या व्रताची सांगता होती. आल्या सगळ्या नटूनथटून. पण घरात शिरल्याबरोबर लागल्या मुरडायला नाक! मी केलेल्या प्रत्येक गोष्टीला नावं ठेवली की मगच चार घास सुखाने जेवतात मेल्या. घरात आल्याबरोबर पाणी दिलं प्यायला तर म्हणे, "भांडी घासलीस का वहिनी नीट? मासळीचा वास येतोय पेल्याला." कोचावर बसवलं तर म्हणे, "किती दिवसात बदलली नाहीस कव्हरं? पडदेही कळकट्ट झालेत अगदी आणि काय हा पसाराऽऽ. इथे का भरणार आमची ओटी?" ओटी भरली तर म्हणे, "कुंकवाचे करंडे संक्रातीला द्यायचे. आता पोथ्या द्यायच्या असतात आणि त्याबरोबर फळं. ही कसली वाट्यावर लावलेली फळं आणलीस? समजत नसेल काही तर विचारायचं तरी."

सटकलीच माझी. ओट्या भरल्या त्यांच्या भसाभसा आणि वाढली ताटं. त्यांच्यासमोर आणून ठेवली तर किंचाळल्याच सगळ्या. मटणाचा रस्सा, कलेजी फ्राय आणि तळलेली सुरमई वाढली होती ताटात. शक्य झालं असतं तर विंचवाचं

लोणचंही मागवलं असतं चीनमधून. पण नाही जमलं. मलाही तशी किळस वाटलीच असती म्हणा. ताट बघून बसल्या जागी तांडव सुरू. मी म्हटलं, ''उठायचं नाही. समोर आलंय ते खाऊन सोडा उपवास. उठलात तर कोणीच सवाष्ण नाही राहणार.'' घाबरल्या बिचाऱ्या. जेवलं तर अख्ख्या महिन्याचं व्रत वाया जाणार. जेवलं नाही तर पांढरं कपाळ घेऊन आयुष्य काढावं लागणार. काय करतात? व्रतावर सोडलं पाणी आणि डोळ्यांतल्या पाण्याबरोबर गिळला एक एक घास. जेवून उठल्या आणि मग जो काही शिव्यांचा भडिमार केला माझ्यावर की बोलायची सोय नाही. पण खरं सांगू मला काही लागल्या नाहीत त्या शिव्या. मला हवं ते केलं मी त्याचा आनंद होता जास्त!

आता त्या दिवशी काय झालं ते सांगते. मी वाट पाहत बसले होते ह्याची. म्हणजे माझ्या नवऱ्याची. 'ह्यांचीबिंची' नाही म्हणत मी हल्ली. तेवढ्या लायकीचा नाहीच तो. तर बसले होते वाट बघत. रोज उशिराने येतो तो. दारूचं दुकान आहे ना आमचं. ते बंद केल्याशिवाय येत नाही घरी. दोन पोरगे आहेत कामाला. ते आमच्याचकडे जेवतात. नऊ-दहाच्या सुमाराला येतात ते. हा ढीगभर भात खातात ते आणि त्याबरोबर वरण, भाजी, पापड. बुधवार-शुक्रवार-रविवार मटण, मासळी असतेच. एवढं मोठं पातेलं उतरवायला लागतं. ते जेऊन गेले की माझा दीर येतो धाकटा आणि मग अगदी शेवटी हा. आता दारूचं दुकान म्हणजे दुसऱ्यांना पाजायची ना दारू की आपण प्यायची? सांगा तुम्हीच. पण आमच्या ह्या वेड्या सांबाला कळतंय कुठे? बसतो सगळ्यांबरोबर प्यायला दुकान बंद करता करता आणि मग घरी येतो ढूस्ऽऽ होऊन. तर काय सांगत होते. हां. ढीगभर भात खाऊन गेली दोन्ही पोरं. मग दीर आला. त्याला पण वाढलं माझ्या जावेने. एकत्र ऱ्हातो आम्ही पण चुली वेगळ्या आहेत आमच्या. तिने काय केलं होतं ते खाल्लं दोघांनी आणि दार बंद करून झोपली पण दोघं. मला लागलेली भूक. मासळी केलेली मी. वाट बघितली बघितली. पण ह्याचा नाही पत्ता. मग घेतलं मला वाढून ताटात आणि बसले जेवायला. चार-दोन घास नाय खाल्ले तेव्हा आला हा. दारू पिऊन फिस्स्ऽऽ झालेला. हे लाल लाल डोळे. आल्याबरोबर लागला गुरगुरायला. मला जेवताना बघून गेला डोक्यात राग. तरी मी उठले त्याला वाढायला. अर्धवट जेवण टाकून उष्टा हात धुवायला गेले तर आला समोर आणि मारली कानफाटात माझ्या. म्हणाला, ''साली माझ्या आधी जेवतेस? नवऱ्याच्या आधी?'' मी म्हटलं, ''वाट बघून बघून दमले तुमची. तुम्ही तिथे खाता दारूबरोबर चकणाबिकणा. मला मिळतं का काही?'' तर पुन्हा लाथ घातली कंबरेत आणि म्हणाला, ''साली, काय कमी करतो तुला? काय पायजे ते देतो. एवढं मोठं घर बांधलंय, फ्रिज घेतला, टीव्ही घेतला, वीस

तोळ्याचा मंगळसूत्र केला तरी समाधान नाय होत तुझं?'' मी गप्प बसले. मी बोलत होते खाण्याच्या गोष्टी, भुकेच्या गोष्टी. आणि ह्याचं काहीतरी भलतंच. दारू प्यायलेल्या माणसाला भान नसतं हेच खरं. पण गप्प बसले तर त्याला वाटलं ऐकते आहे मी निमूट. पुन्हा घातली लाथ. एक... दोन... तीन... मग मात्र संपली माझी सहनशक्ती. सरळ गेले किचनमध्ये. उचलला कोयता आणि आले बाहेर. अगदी दुर्गेचा अवतार दिसत असणार मी. फक्त केस मोकळे नव्हते आणि जीभ नव्हती बाहेर. सरळ घातला कोयता त्याच्या तंगडीवर. असला बसला म्हणताय घाव! चिळकांडीच उडाली रक्ताची. नसच फाटली मेल्याची. हे रक्त वाहायला लागलं धो धो! मला वाटलं जाईल आता वाहून त्या रक्ताच्या पुरात. पण कसलं काय! बोंबाबोंब करायला लागला. खाड्कन उतरली दारू. दीर आणि जाऊ धावत आले. माझ्या हातातून कोयता घेतला. मी पण देऊन टाकला. काम झाल्यावर हातात ठेवून काय करणार होते मी त्याचं? मग सरळ अर्धवट टाकलेल्या ताटावर बसले आणि जेवले शांतपणे. आजूबाजूचे लोक करत होते धावाधाव. डॉक्टरला फोन केला आणि नेला गाडीतून हॉस्पिटलात. मी म्हटलं, बरं झालं. आता शांत झोपायला तरी मिळेल. नाहीतर रात्री नुसता हैदोस घालतो.

सगळे म्हणत होते पिसाळली बाई. पण तुम्हीच सांगा, आता काय चुकलं माझं? इतकी नाजूक, गोरीपान अगदी केवड्याच्या रंगाची मुलगी होते मी लग्न झालं तेव्हा. पण ह्या मेल्याने वाट लावली माझी. इतकी नितळ कांती होती माझी! अगदी शीरन्शीर दिसायची. अंगावर नुसती चापट मारली तरी रक्त उतरायचं तिथे. थोडं ऊन सहन नाही व्हायचं. लालबुंद व्हायचा चेहरा कुंकू उधळल्यासारखा. त्या काळात बी.ए. झाले होते. बी.एड्.ला ॲडमिशन पण घेणार होते पण त्याआधीच आलं ह्याचं स्थळ. घराणं मोठं. सगळ्या पंचक्रोशीत नाव होतं ह्याच्या बापाचं. पण बापाने उंचावलेलं नाव ह्या पोरांनी धुळीला मिळवलं अगदी! दळभद्री निघाली दोघंही. तेव्हा नाही कळल्या ह्या बापाच्या कर्तृत्वावर मोठ्या झालेल्या पिल्लांच्या कथा! मी पण खूश झाले त्याच्या रुबाबावर. शेवटी लग्न जमवताना घराणं पाहतात आणि रूप. छान होता दिसायला. दिला होकार. इंटर झाला होता. पण नोकरी नव्हती करायची. ट्रॉलरचा धंदा सुरू केला होता त्याने. सासू-सासरे दोघेही गेलेले होते. वर्षाच्या आत लग्न करायचं म्हणून बहिणींनी मनावर घेतलं होतं अगदी. सगळ्या लग्न होऊन आपापल्या घरी गेलेल्या. माझ्या घरी तर खूश होते सगळे. चांगला धंदा आहे. पोटापाण्याचा प्रश्न नाही की कसली जबाबदारी नाही. आणखी काय पाहिजे असतं मुलीला? झालं लग्न!

पहिल्या रात्रीच बायको म्हणून मी काय काय करायचं, सून म्हणून आणि वहिनी

म्हणून काय काय कर्तव्यं करायची, ह्याची यादी वाचली त्याने. पण तेव्हा नाही काहीच वाटलं. लहानपणापासून सुलोचना आणि मीनाकुमारीचे सिनेमे पाहिले होते मी. म्हटलं, ''त्यात काय, सगळ्यांचं करेन. अगदी डिट्टो सिनेमातली वहिनी पण होईन.'' तर खूश झाला. पण जेव्हा मी बी.एड्. करून शिक्षिकेची नोकरी करायचा विचार मांडला तेव्हा म्हणाला, ''गरज नाय. मी कमावतोय खूप. काय कमी पडून देणार नाय तुला.'' तसं काय कमी नाहीच पडू दिलं त्याने. पण एवढी शिकलेली मी मला काय चुलीत पुरायची काय ह्याने कायमची?

हा ट्रॉलरवर जायचा महिना महिना आणि मी एकटी घरात. आला की मासळी विकायच्या मागे. उरलेली घरात टाकायचा आणि वाटे करून पोचवायचा सगळ्या बहिणींकडे आणि त्याच्या नातेवाइकांकडे. घराला वास नुसता त्या मासळीचा. माझ्या पण अंगाला यायचा वास. किळस वाटायची अगदी पण तरी काही बोलायची नाही. शेवटी नवऱ्याच्या घाणीत पण भागीदार व्हायची शिकवण होती मला. पण माझी धाकटी नणंद म्हणायची, ''तू म्हणजे मत्स्यगंधाच अगदी!'' मला वाईट वाटायचं. पण काय करणार मी? एवढ्या बी.ए. झालेल्या मुलीला बुडवलं मेल्याने मासळीच्या वासात. आणि पुढे दारूच्या वासात. पैसे कमवायला पण मेल्याला हेच धंदे मिळाले होते. आधी मासळीचा मग दारूचा. मासळीच्या धंद्यात बुडाला तो. हळूहळू ट्रॉलरवर जायचा बंद झाला. सोपवला धंदा कामावरच्या माणसांवर. परस्पर विकायचे मासळी आणि मग मिळाली नाय जास्त म्हणत टेकवायचे हातात कायतरी. शेवटी विकला ट्रॉलर. तेव्हा मी पुन्हा म्हणाले, ''बी.एड. होते, नोकरी करते.'' तर कंबरेत लाथ घातली माझ्या. ''बायकोच्या पैशावर मजा मारायला मी काय हिजडा आहे काय?'' असं म्हणाला. आणि ह्या नरपुरुषाने दारूचा धंदा सुरू केला. त्यापेक्षा कुठे कारकून म्हणून नोकरीला लागला असता तर सुखात राहिले असते.

पैसा कमी असला की लोकांच्या अपेक्षा पण नाही राहत. पण दारूत खूप पैसा आला. बहिणींना वाटायचं, श्रीमंत झालाय आपला भाऊ. त्यांच्या अपेक्षा वाढल्या. पण ह्याचं पुन्हा तेच. पैसा आला तसा दुकानात जाऊन बसणं झालं कमी. मग दुकानातले नोकर परस्पर मारायला लागले पैसे. मी काही चार गोष्टी सांगितल्या तर माझ्या अंगावर यायचा नुसता. जा म्हटलं उडत. दिवसभर मर मर मरायचं आणि रात्री हा घरी आला की ह्याचा मार खायचा. वर ह्याच्या बहिणी म्हणणार, ''असा नव्हता आमचा बबन. तू आल्यापासून वागतोय असा तिरसटासारखा.'' काय काय बोलायच्या. सुमारच नाही. गावातच होत्या दोन आणि दोन बाजूच्या गावात दिलेल्या. तिकडून नजर ठेवायच्या कावळ्यासारखी माझ्या संसारावर.

मी आपली सहन करत होते मीनाकुमारीसारखी. तरी कान भरायच्या ह्याचे. मी

लक्षच नाही द्यायचे. पण काही गोष्टीत बोलायला लागतंच ना? आता हेच बघा, इतका हुशार माझा मुलगा. त्याला डॉक्टर, इंजिनिअर नको का करायला? ह्याच्यासारखा दारूच्या दुकानात बसवायचा होता त्याला? मी काही ऐकलं नाही. आठवीपासून शिकवणी लावली त्याला आमच्या हायस्कुलातल्या गुरुजींची! घरी यायचे शिकवायला. आमच्या मासळी आणि दारूच्या वासाने भरलेल्या घरात पहिल्यांदाच अत्तराचा वास लागला दरवळायला. किती छान वाटायचं सांगू! मी तर संध्याकाळचे चार कधी वाजतात ह्याची वाटच बघत राहायचे. चार ते साडेसहा शिकवणीची वेळ! हा जायचा बारमध्ये पाच वाजता. गुरुजी आले की दोघांना चहा द्यायचे. हा चहा घेऊन गेला की मला काय काम? हा उशिरा यायचा घरी. रात्री बारा काय आणि एक काय. यायचा तो दारू पिऊन. मग वाटलं तर घ्यायचा जवळ आणि उरकला त्याचा कार्यभाग की ढकलून द्यायचा बाजूला. किती रात्री तळमळत काढल्या मी? तरण्याताठ्या बाईला असं भुकेलं ठेवलं की काय होणार दुसरं? घसरला माझा पाय. ह्या उजाड घरात पाऊस होऊन आले गुरुजी आणि अगदी बरसले ना घननीळ होऊन! बी.ए.च्या आमच्या त्या पुस्तकातली ओळ मी कितीदा ऐकवली गुरुजींना, 'नको नको रे पावसा असा धिंगाणा अवेळी' तर गुरुजी म्हणायचे, 'अवेळी आलेल्या पावसाला आवरता नाही येत.' खूप छान वाटायला लागलं. चांगले शब्द कानावर पडायला लागले. मग मी व्यवस्थित राहायला लागले. गुरुजी यायच्या आधी चांगली साडी नेसून, बाजारातून आणलेला सुरंगीचा गजरा माळून तयार व्हायला लागले. ह्याला वाटायचं आपण दुकानात जाऊ नये म्हणून मोहात पाडण्यासाठी करतेय हे बायको. सुरुवातीला जवळबिवळ घ्यायचा. पण गुरुजींसारखं मोरपीस नाही होता आलं त्याला. माझ्या लेकाला मात्र नाही आवडायचं माझं नटणं. तो म्हणायचा, "गुरुजींसमोर अशी पावडरबिवडर लावून येऊ नकोस. ते कसेतरीच बघतात तुझ्याकडे." मी म्हटलं त्याला, "असं काही नसतं बाळा, तुला उगीच वाटतं तसं."

शिकवणी झाल्यावर तो खेळायला जायचा. गुरुजींनीही तेव्हाच बाहेर पडावं असं वाटायचं त्याला. पण मी चहा ठेवायला जायची तेव्हा. मग गुरुजी थांबायचे आणि चहा घेऊन ते जाईपर्यंत वाट पाहायची त्याची तयारी नसायची. अभ्यास करून दमायचा ना तो! त्यालाही सुटका हवीच ना! मलाही चार क्षण मिळायचे आनंदाचे. पण आनंद कायमचा थोडाच मिळतो आपल्याला? त्या दिवशी नेमका खेळ अर्धवट टाकून आला कोणाशीतरी भांडण झालं म्हणून आणि काय संपलंच ना सगळं. मला तशी पाहिली त्याने आणि गोंधळलाच ना. तो काही बोलायच्या आधीच मी बंद केली गुरुजींची शिकवणी. पण तरी त्याने पाहिलं नाही त्यानंतर माझ्याकडे नजर वर करून.

आता मोठा झालाय. लग्न पण झालंय त्याचं. पण अजूनही नाही पाहत

माझ्याकडे. एका घरात असून संभाषण नाही आमचं. सगळ्यांना प्रश्न पडलाय, काय झालं त्याला अचानक म्हणून. पण नाही सांगितलं त्याने काहीच कोणाला. पण मला मात्र कायमचा दुरावला. मी तरी कोणत्या तोंडाने सांगू त्याला माझ्याशी बोलायला. चूक झालीच माझी. पण शेवटी आपल्या अपूर्ण राहिलेल्या इच्छा, वासना पूर्ण कराव्याशा वाटतातच ना?

नवरा हा असा, त्याच्या बहिणी त्या तशा. पोराशी संभाषण नाही अजिबात. मुलींशी नाही साधता येत हवा तसा संवाद. मग काय करायचं मी? मग बोलते मी मनातल्या मनात स्वत:शीच आणि मुख्य म्हणजे माझ्या पोराशी. तोही समजून घेतो मला माझ्या मनात असला की. माझ्या मांडीवर डोकं ठेवून झोपतो. मग मॉलिश करून देते त्याच्या डोक्याला. तेव्हा म्हणतो, "किती चांगली आहेस तू. पण तुझी घागर कच्ची निघाली. चांगली भाजून घ्यायला हवी होतीस तू. बाबांनी काही सांगण्याआधी मलाच उडवावं लागलं तुझं डोकं. काही झालं तरी चारित्र्य हवंच ना बाईला. पतिव्रतेचं लक्षण नव्हतं तुझ्यात."

त्याचंही बरोबर आहे म्हणा. मीच सांगितल्या होत्या ना ह्या सगळ्या गोष्टी त्याला आणि पोरींनाही. पण मी त्या गोष्टीतल्यासारखी नाही राहिले. आणि मला नाही राहायचं तसं. मी हल्ली सगळ्या गोष्टीच बदलून टाकल्यात. मला हव्या तशा रचते मी त्या. म्हणजे कधी मी रेणुकेला भाजलेलीच घागर देते पाणी भरण्यासाठी. परशुरामाच्या हातातलं धनुष्य तर मी कधीच काढून घेतलं आहे त्याच्या हातातून. मी ते जनकराजाच्या घरातूनही गायब केलं आहे. उगीच त्याचा घोडा घोडा करून खेळेल ती जानकी आणि मग स्वयंवर करावं लागेल तिचं. त्यानंतर नेहमीचंच रामायण. काहीही न करता अग्निदिव्याची शिक्षा. मला नाही करावं लागलं अग्निदिव्य अपराध करूनही. पण न बोलण्याची शिक्षा दिलीच ना पोराने!

तर असं झालं आयुष्याचं मातेरं. आनंद वगैरे संपलाच आयुष्यातला. आपण केलेल्या व्यभिचाराचं ओझं बाळगून जगणं कठीणच असतं माणसासाठी. म्हणजे मला नाही वाटलं कधी मी चूक केली. प्राप्त परिस्थितीत स्वत:ला थोडाफार आनंद देण्याचा माझा प्रयत्न होता तो. पण मुलाच्या दृष्टीने व्यभिचारच ठरला तो. ती सल मनात घेऊन तो वाढला आणि त्याचं ओझं बाळगत मी जगत राहिले. सगळंच संपून गेलं. पानगळीच्या दिवसांत जशी उदासी भरून राहते ना तसं वाटायचं. घरात बसून राहायचे एकटी. मग मला असं एकटं पाडणाऱ्या जगाचीच चीड यायला लागली. पोरगा हॉस्टेलात गेला शिकायला आणि मुली त्यांच्या जगात रमायला लागल्या. दारूत बुडालेला नवरा वाट्याला आला तरी हवा होता कोणाला? आजूबाजूच्या गावंढळ लोकांत जाण्याची इच्छाही नव्हती. असं विचित्र कंटाळवाणं जग नको होतं

मला कधीच. मग मी मला हवी तशी पानाफुलांनी बहरलेली, रंगांनी सजलेली सृष्टी निर्माण करायला लागले मनात. गुरुजींच्या हातात हात घालून फिरायला लागले मनमुक्त. आणि ह्याचाही कंटाळा आलाच कधी तर मग माझ्या माणसांना छळायचे उपायही शोधायला लागले.

मला त्रास देणाऱ्या, माझं आयुष्य एक ओसाड, रखरखीत वाळवंट करणाऱ्या लोकांना माझ्याभोवती नाचवण्याचा उपाय शोधला मी. अंगात वारं आणायला लागले देवीच्या नावाचं. लोकांच्या अंगात येतं वारं पण मी मात्र ठरवून आणायला लागले मला हवं तेव्हा. म्हणजे विशेषत: सणासुदीला नाहीतर सुट्टीला आल्या माझ्या ह्या नणंदा त्यांचा पोरवडा घेऊन की माझा मी निर्माण केलेल्या जगाशी संपर्कच तुटायचा. त्यांच्यासाठी दिवसभर राबायचं चुलीसमोर आणि वर पुन्हा टोमणे ऐकायचे. एवढंच नाही पण माझ्या तीनही पोरांचा ताबा घ्यायच्या त्या. तुमच्या आईला काय कळतंय असं म्हणत त्यांच्या आयुष्याचे निर्णयही घ्यायच्या. माझ्या पोराच्या उदास डोळ्यांत बघून, "काय होतंय तुला" म्हणून विचारायच्या. हा नवाच घोर लागलेला. पोराने काही सांगितलं तर ह्या धिंडच काढतील माझी गावभर, अशी भीती वाटायची. मन थकून जायचं. शरीरावरही ताण पडायचा. विचार करून करून डोकं फुटायचं आणि अंग भरून यायचं. कुठून कोण जाणे पण थोड्या वेळासाठी अगदी जनावरासारखी ताकद यायची अंगात. कोणालाच आवरायचे नाही मी. समोर दिसेल ते फेकायचे. मग घाबरायच्या त्या. त्यांना वाटायचं मला झपाटलंय कोणीतरी. पहिल्यांदा तर त्यांनी पूजाबिजा केली माझी आणि म्हणाल्या, "काय असेल ते सांगा. तसं वागू पण हिला सोडा." हळूहळू शरीर थकून गेलं आणि मी निपचित पडून राहिले थकून. तेव्हा ह्या म्हणाल्या, "गेली देवी."

मग मला कळलं, ह्या काळात आपण आपल्याला हवं तसं वापरू शकतो ह्यांना. मग दुसऱ्यांदा असं अंग भरलं तेव्हा मज्जाच केली मी. देवीचा उत्सव होता. ह्या आल्या होत्या यात्रेसाठी. त्या रात्री लागले घुमायला. सगळ्या बसल्या समोर हात जोडून. हळदीकुंकू लावलं मला आणि माझ्या अंगातल्या देवीला जायला सांगितलं. पण ती कसली जातेय माझ्या परवानगीशिवाय? सगळ्यांना पाया पडायला लावलं. "हे आण, ते आण" सांगत इतकं धावडवलं की थकून गेल्या बिचाऱ्या. एकीचं तर थोबाडही फोडलं. असली मज्जा आली म्हणून सांगू! मी तर तेव्हाच ठरवलं, हे एकदम बेस्ट. इथं आल्या राहायला की दाखवायचा प्रताप. सणसमारंभात तर मुद्दाम करायचं हे. प्रत्येक वेळी अंग भरायचंच असं नाही. पण जमायला लागलं नाटक. डोंगरावरची देवी अंगात आलीय म्हणून सांगायचं. एकदा तर ह्याला पण नाक घासायला भाग पाडलं. दारूचा धंदा सोडून द्यायला सांगितलं. तेव्हा 'हो'

म्हणाला. पण नाहीच सोडला धंदा त्याने. पण धास्ती मात्र घेतली सगळ्यांनी. अंग सोडलं की थकल्याचं निमित्त करून मस्त ताणून द्यायचे. मग सणसमारंभासाठी आलेल्या माझ्या नणंदाच लागायच्या कामाला. त्यांचे आराम करायचे दिवस मी संपवले.

शेवटी कंटाळून म्हणाल्या त्यांच्या लाडक्या बबनला, ''वहिनीला झेपत नाही आता करायला. आम्ही बंड्याकडे राहू.'' बिच्चारी माझी धाकटी जाव. आता तिला देतात त्रास. करते ढीगभर चपात्या, सांभाळते त्यांच्या जेवणाखाण्याच्या वेळा, त्यांचे उपासतापास, त्यांची सोवळीओवळी.

माझी सुटका झाली त्यांच्या त्रासातून. मग कमी केलं मी. ताकद येते अंगात वारं आलं की पण मग थकूनही जायला होतं ना! आणि शेवटी किती दिवस त्यांना थपडा मारण्यात आणि पाया पडून घेण्यात सुख शोधणार तुम्ही तुमचं? आणि जेव्हा करावंसं वाटतं हे सगळं तेव्हा कुठे करता येतं. शेवटी हा आनंदही खोटाच. देवीच्या नावाखाली मिळवलेला. मग थांबवलं मी हळूहळू सगळं. पोरंही मोठी झालीत आता. मुलगा डॉक्टर झाला. शहरात राहायला गेला. त्याच्याच वर्गातल्या मुलीशी लग्न केलं. चांगली आहे पोरगी. तिच्यासमोर कशाला करायचा तमाशा? सगळ्यांना वाटतं, देवाचं कार्य असलं की येईल माझ्या अंगात. पण पोरांच्या समोर आता कसा करेन तमाशा? दोन नंबरच्या पोरीचं लग्न झालं तेव्हा तर सगळ्या पाळत ठेवून होत्या माझ्यावर. पण नाहीच आलं अंगात. चांगला पचका झाला त्यांचा.

कसा कुणास ठाऊक पण धाकटीला पाहायला आले तेव्हा तमाशा केलाच मी. माझी एम.ए., बी.एड. झालेली पोरगी. नोकरी करते हायस्कुलात. तिने सांगितलं मुलाकडच्यांना, ''नोकरी करणार लग्नानंतर'' म्हणून. तर ते म्हणाले, ''घरचं काही कमी नाही. नोकरीवाली बायको नकोच. घरदार आणि शेतीवाडी बघायला लागेल.''

ऐकलं ते आणि घाबरले ना मी. माझ्यासारख्याच माझ्या केतकी रंगाच्या नाजूक चणीच्या पोरीला मातीत घालण्याचा त्यांचा डाव कळला मला. आणि हा पोरगा बी.कॉम. झालेला फक्त. चार बहिणी. तीन भावांचं मोठं कुटुंब. हा मोठा. शेतीवाडी असेल खूप पण शेवटी माझ्या नशिबाचे भोग तिच्याही वाट्याला यायचे. मी मागे राहून ऐकत होते सगळं. माझं डोकंच फिरलं ऐकून. समोर बसलेली माझी नटलेली पोर एकदम भकास, रंग उडालेल्या उजाड जमिनीसारखी दिसायला लागली मला. त्याच्या शेतातल्या जमिनीत पुरण्यासाठी उचलून तो पोरगा निघाला तशी किंकाळी फोडली मी जोरात. गच्च धरली पोरीला छातीशी आणि म्हटलं, ''काढा त्यांना आधी बाहेर. माझ्या पोरीचा जीव घेतोय मेला.'' तर घाबरून पाहायला लागले सगळे माझ्याकडे. मी म्हटलं, ''बघता काय असे? चालते व्हा, नाहीतर थोबाडेन एकेकाला.

शेतात पुरायला लग्न करतोस माझ्या मुलीशी? हो चालता इथून.'' असला पळाला तो आणि त्याचे आईबाप की हसून हसून पुरेवाट झाली माझी. पोरगी लागली रडायला. तर म्हटलं, ''सुटलीस तू. मी आहे तोपर्यंत काळजी करू नकोस.''

एवढी काळजी वाटत होती मला. त्याचं ह्यांना काहीच नाही. उचलली आणि सरळ मुंबईला हॉस्पिटलात आणून टाकली. दोन-तीन वेळा आधी इथंच आणली होती. पण मला झालंय काय तेच मला कळत नाही. तो गोऱ्या रंगाचा, तुपट चेहऱ्याचा डॉक्टर तर मला अजिबात आवडत नाही. काय काय विचारत होता तो. पण मी ढिम्म हलले नाही. एक शब्द नाही काढला तोंडातून. बायकांची दु:खं ह्याला काय कळणार? नुसता लेक्चर देतो. मी ऐकते गुपचूप. मग औषधं देतो कसली तरी. अशी झोप येते त्या औषधांनी. दिवसभर डोळे नुसते पेंगत राहतात. त्यामुळे माझ्या कल्पनेत रमता येत नाही मला. इतकं चुकल्यासारखं वाटतं. पण ठीक आहे. नाही रमता आलं तरी काही वाटत नाही आता. नातू झालाय ना मला. पोरगा बोलत नसला तरी नातू येतो माझ्याकडे. मी जागी असते तेव्हा खेळवते कधी कधी त्याला. पण ह्या माझ्या नणंदा देत नाहीत माझ्या हातात सहसा. बारशाच्या दिवशी तर पाळण्यात घालायचं होतं मला. पण मी पाडेन म्हणून हातातून काढून घेतलं त्याला माझ्या. मी खरंच पाडेन का अशी माझ्या पोराच्या काळजाच्या तुकड्याला? मी चिडलेच त्यांच्यावर. ''माझा नातू आहे तो. त्याला पण तोडणार आहात का माझ्यापासून?'' असा काही आवाज चढवला की पांढराफटक पडला त्यांचा चेहरा. बारशाला आलेल्या बायका खुदूखुदू हसत होत्या. मी पण हसले. पण माझी सून चांगली आहे. तिने स्वत:हून दिला त्याला माझ्या हातात. मी जीवापाड सांभाळते त्याला. मग म्हणतात त्या, ''एवढं बरं कळतं.'' पण ते कळणारच. कोणालाही कळणार. त्यांनाच कळत नाही मला काय कळतं आणि काय नाही ते.

दिवस बरे चाललेत माझे आता. झोपेत चांगलेच जाणार म्हणा. फक्त धाकटीच्या लग्नाची चिंता आहे आता. तिचं एकदा लग्न झालं की सुटले. आज तिला आणखी एक मुलगा येणार आहे पाहायला. सकाळीच मी नवी साडी काढून ठेवली आहे तिच्यासाठी. सुनेला सांगितलं तिच्या ब्लाऊजला इस्त्री करायला. मी माझ्या पण ब्लाऊजला इस्त्री करायला सांगत होते तिला, तेवढ्यात धाकटी जाऊ आली आणि म्हणाली, ''पाव्हण्यांसाठी नारळाच्या करंज्या केल्यात. त्या जरा चाखून पाहा येऊन'' म्हणून आले तिच्या खोलीत. तर कोंडून ठेवलं मला इथे. जरा कुठे नजर वळली माझी आणि करंज्यात गुंतली तर घातच केला मेलीने. किती बोंबा मारतेय मघाचपासून पण कोणी उघडतच नाही दार. खिडक्या पण बंद करून ठेवल्यात मेलीने.

आता काय करू मी? कशासाठी ठेवलंय मला इथे एवढं न कळण्याइतकी खुळी

आहे का मी? पण तुम्हीच सांगा, पोरीला पाहायला येणार आहेत माझ्या त्यांच्यासमोर खरंच काही करेन का मी? माझ्या लाडक्या पोरीचं लग्न व्हावं असं मलाही वाटतंय कधीपासून. पण त्यांना मेल्यांना कळतच नाही काही. ह्याला तर कळलेच नाही मी कधी. पोरांनाही नाही कळत. आणि त्या नणंदा. त्या तर खूश असतील मेल्या. दार उघडू तर दे त्यांना! सगळ्यांना बुकलूनच काढते मेल्यांना. ह्यानेच सांगितलं असेल जावेला मला कोंडायला. नाहीतर हिंमत नाही तिची. बाहेर गेले की पहिल्यांदा त्यालाच बघते. मेला दारूत मुरलेला सडका आंबा. मागच्या वेळी तंगडीवर निभावलं होतं. ह्या वेळी जीभच कापून ठेवते हातात म्हणजे असं काही करायला सांगणार नाही. जीभ कापलेला माझा नवरा काय मजेशीर दिसेल. आणि मुख्य म्हणजे बोलताच येणार नाही त्याला. प्रयत्न केलाच तर तोंडातून नुसता आवाज येईल. सायलेन्सर गेलेल्या फटफटीतून येतो तसा. मग पुढच्या वेळी त्यालाही कोंडायला लागेल माझ्याबरोबर ह्या खोलीत. तोतऱ्या बापाची पोर कोण करेल? मग बसेल माझ्याबरोबर इथे बेडकासारखा आवाज करत. फक्त दार उघडू दे आणि येऊ दे माझ्यासमोर. आज आणतेच देवीला अंगात आणि मागते ह्याची जीभ नैवेद्य म्हणून. हातात चाकू तयारच ठेवलाय मी. दार उघडा फक्त... दार उघडाऽऽ.

***

कामत, क्लायंट आणि केमिकल इम्बॅलन्स

ही कथा आहे की नाही माहीत नाही. जर कथा असेल तर ती काल्पनिक असेल असंही नाही. समजा ती सत्य घटनेवर आधारित असेल असं वाटलं तर तो योगायोग असेलच असंही नाही. ह्या कथेतील पात्र अथवा व्यक्ती वास्तवात अस्तित्वात असाव्यात की नसाव्यात, असा संभ्रम मनात निर्माण झालाच तर तो निव्वळ योगायोग समजावा, असं मी कोणत्या आधारावर म्हणते आहे असे कोर्टरूमला साजेसे प्रश्न विचारून मला कैचीत अथवा कोंडीत पकडण्याचा प्रयत्न कृपया करू नये. कारण तुम्ही माझ्या विरोधात मानहानीचा अथवा मनमानीचा दावा करून मला कोर्टात उभं करण्याचा मनसुबा रचलात तरी कोर्टाची पायरी चढण्याची माझी अजिबात इच्छा नाही. कारण आयुष्यातील पहिल्या केसमध्येच मी क्लीनबोल्ड झालेले आहे. आणि तीही विरुद्ध पार्टीच्या वकिलांच्या चेंडूमुळे नाही तर माझ्याच वकिलांच्या यॉर्कर, गुगली, वाइड अशा विविध प्रकारच्या अडचणीत आणणाऱ्या चेंडूंना तोंड देऊन.

सांगायचं एवढंच, कोर्टाची पायरी एकदाच चढल्यानंतर आलेल्या अनुभवांमुळे सध्या मी मानवी भावभावनांच्या खोल तळाशी जाऊन संपूर्ण मानवजात आपल्या मेंदूत असलेल्या विविध रसायनांच्या चित्रविचित्र मिश्रणांमुळे कोणकोणत्या प्रवृत्तींना अथवा विकृतींना सामोरी जाते, ह्याचा शोध घेण्याचा प्रयत्न करते आहे. अर्थात केमिकल इम्बॅलन्स म्हणजे काय, ह्याचा शास्त्रीय पद्धतीने विचार करण्याचा मी अजिबात प्रयत्न करणार नाही. कारण ते माझं क्षेत्र नाही. आणि आपल्याला विशेष काही कळत नाही, अशा क्षेत्रात उगीचच ढवळाढवळ करणं मला आवडत नाही. पण तरीही अशा इम्बॅलन्समुळे नेमकं काय घडतं की ज्यामुळे समोरचा माणूस, ''आत्ता बरा होता एकदम काय झालं ह्याला, अनाबशनाब बकने लगा साला!'' अशा उद्‌गारवाचक वाक्यांचा तरंग आपल्या मनात उठवून आपल्याच मेंदूतील रसायनांची ऐशी की तैशी करून टाकतो हे तपासून पाहण्याचा छोटासा प्रयत्न मी करणार आहे. ह्यासाठी त्या माणसाच्या भूतकाळात व वर्तमानकाळातही डोकावणं भाग आहे. ठीक आहे तेही करून पाहूयाच.

तर ही कथा आहे ॲडव्होकेट कामतांची. कामतांना आपण रूढार्थाने नायक म्हणू शकतो का, हा प्रश्नच आहे. कारण नायक म्हटलं की आपल्या डोळ्यांसमोर उभा राहतो तो तरणाबांड, उंचपुरा, गोरागोमटा, स्मार्ट आणि आजच्या जगात सेक्स अपील असणारा पुरुष! ॲडव्होकेट कामतांकडे एक रंग सोडला तर यातील काहीच नाही. आमचा हा नायक अगदी साठ वर्षांचा म्हातारा म्हणावा असा ठेंगणा, दोन्ही खांद्यांवर काळ्या कोटाचं ओझं वागवून वागवून थकलेला, केसांचा पांढराशुभ्र पिंजलेला कापूस झालेला, डायबीटीझ आणि हृदयरोगावर मात करून जगताना थकून गेलेला, हायकोर्ट अथवा सिव्हिल कोर्ट अथवा स्कूल ट्रिब्यूनल ह्यांच्या आवारात केव्हाही दिसणाऱ्या सर्वसामान्य वकिलासारखा वकील आहे.

वामनमूर्ती असला तरी बऱ्यापैकी कीर्ती असलेला, जज्ज होण्याची लायकी असतानाही (त्याच्या म्हणण्याप्रमाणे) अजूनही वकीलच राहिलेला आमचा ॲडव्होकेट कामत खरंतर डॉक्टरच व्हायचा. लहानपणापासून काळ्या कोटापेक्षा पांढऱ्या ॲप्रनचं जास्त आकर्षण होतं त्याला. अगदी शेजारच्या चिंगीबरोबर डॉक्टर डॉक्टर खेळतानाही तो नेहमीच डॉक्टर व्हायचा आणि चिंगी त्याची एकुलती एक छोटीशी मैत्रीण त्याची पेशंट व्हायची आणि तिला हवं तसं तपासूनही घ्यायची ह्या डॉक्टरकडून. चिंगीच्या हृदयाचे ठोके मोजता मोजता पुढे आपलं हृदय (तेव्हा ते अगदी सुदृढ होतं.) तिलाच देऊन मोकळा झालेला आमचा हा नायक केवळ त्या काळात फॅशन होती म्हणून आणि वडिलांच्या सार्वभौमत्वाला आव्हान देण्याचं धाडस नव्हतं म्हणून नाइलाजाने ॲडव्होकेट झाला आणि मग काळा कोट अंगावर चढला तो कायमचा. ह्या काळ्या कोटाबरोबर येणारे गुण-अवगुणही चढले हळूहळू अंगावर. अर्थात चिंगीसमोर म्हणजे आजच्या प्रोफेसर राजेश्वरी कामत ह्यांच्यासमोर हे सारे गुण-अवगुण प्रकट करता येत नाहीत ही गोष्ट वेगळी! कारण लहानपणी आपल्याला हवं तसं तपासून घेणारी चिंगी मोठेपणीही फारशी बदलली नाही. आपल्याला हवं तेच, हवं तसं करून घेण्यात वाकबगार असलेल्या चिंगीने कामतच्या वडिलांचा विरोध असतानाही कामतला असं काही सेड्यूस केलं की आमच्या ह्या नायकाने केवळ चिंगीच्या भरवशावर आपल्या बापाच्या सार्वभौमत्वाला पहिला सुरुंग लावला. बापाचं साम्राज्य कोसळलं. पण कामत सत्तेवर आला नाही. राज्य आलं ते प्रोफेसर राजेश्वरी कामत यांचं आणि ॲडव्होकेट कामत मात्र कायम गरीब बिचारी प्रजाच राहिले. (आता ह्यापुढे त्यांना आपणही जरा आदराने संबोधू.)

आपल्यावर राज्य करणाऱ्या प्रत्येक माणसासमोर गरीब गाय असणारी प्रजा होणाऱ्या ॲडव्होकेट कामतांना खऱ्या अर्थाने राजा केलं ते त्यांच्या क्लायंट्सनी आणि तेही आपल्या देशात जन्मताच आणि पुढे आर्थिकदृष्ट्याही गरीब राहिलेल्या

शिक्षकांनी. अर्थात शिक्षक ही जमात पूर्वीएवढी गरीब राहिली नसली तरी एकूण माहिती, तंत्रज्ञान आणि विशेषत: ज्ञानाच्या बाबतीत, त्यातही कोर्टाच्या कामकाजाच्या बाबतीत, मागासलेली राहिल्याने ॲडव्होकेट कामतांना त्यांच्यावर राज्य करणं सोपं गेलं.

तर जज्जसमोर किंवा विरुद्ध पार्टीच्या वकिलासमोर किंवा ज्यांच्या ज्यांच्याकडून आपली कामं होण्याची शक्यता आहे अशा कोर्टातल्या क्लार्कपासून शिपायापर्यंत सर्वांसमोर किंवा अगदी प्रोफेसर राजेश्वरी कामत ह्यांच्यासमोर अतिशय विनम्रपणे वगैरे वागणाऱ्या, कधी हास्यविनोद करणाऱ्या कामतांच्या मेंदूतल्या रसायनांचं प्रमाण अचानक बिघडून जायचं ते त्यांचे शिक्षक क्लायंट्स समोर आल्यावर.

आपल्याला कायम फैलावर घेतलं जातं, आपल्याला राजसिंहासन नाकारून नेहमीच हुजरेगिरी करायला लावलं जातं, ह्याची ठसठसणाऱ्या जखमेसारखी वेदना कामतांनी त्यांच्या काळजात साठवून ठेवली होती. ह्या वेदनेवरचा उतारा म्हणून क्लायंट्सना फैलावर घेणं, ही त्यांची गरज बनली होती.

आपल्यावर हुकमत गाजवणारा एक गट कायमच आपल्याभोवती असतो. ह्या गटाच्या हुकूमशाहीला शरण जाताना मनातून आपण नेहमीच कोसळत असतो. अशा परिस्थितीतून जाणाऱ्या प्रत्येकालाच ज्या माणसावर दबाव येत असतो अशा माणसाची वेदना समजायला हवी. मग आपण कोणावर तरी दबाव आणण्यापेक्षा आणि त्याच्या आत्मसन्मानाच्या ठिकऱ्या ठिकऱ्या करण्यापेक्षा त्याला समजून घेऊन त्याच्याशी प्रेम आणि सौहार्दाने वागलं तर कुठं बिघडलं? पण नाही. उलट, बऱ्याचदा आपणही अशा दबाव आणणाऱ्या गटांचा भाग बनून जे आपल्यावर हुकमत गाजवतात त्यांच्यावर नाही पण ज्यांच्यावर आपण हुकमत गाजवू शकतो अशा माणसांना शोधून, त्यांच्यावर प्रचंड दबाव आणून आपल्यावर हुकमत गाजवणाऱ्या लोकांवर अप्रत्यक्षपणे सूड उगवत राहतो. ॲडव्होकेट कामतांच्या मेंदूतील रसायनांना समजूतदार होण्यापेक्षा ह्या अशा दबाव आणणाऱ्यांच्या गटात सामील होऊन आपल्या क्लायंट्सवर व जमेल तेव्हा हाताखाली काम करणाऱ्या असिस्टंटवर ह्या दबावतंत्राचा वापर करणं जास्त सोयीचं व जास्त आनंद देणारं वाटलं. आणि अर्थात कामतांनीही आपल्या मेंदूतल्या रसायनांच्या मर्जीप्रमाणे वागायला सुरुवात केली.

ॲडव्होकेट कामत या दबाव आणणाऱ्या गटाचे सदस्य झाले. एवढंच काय त्यांचे क्लायंट्सही या दबाव आणणाऱ्या गटाचे सदस्य होते. पण तरीही त्यांचे क्लायंट्स गरजू असल्याने ते कामतांवर कोणत्याही प्रकारचा दबाव आणू शकत नव्हते. त्यामुळे कामतांच्या दबावतंत्राचा त्यांना त्रास होत असला तरी ते निमूटपणे

कामतांना समजून घेत होते. कामतांच्या समोर आल्याबरोबर किंवा कामतांना फोन केल्याबरोबर कामतांच्या ज्या तोफखान्याला त्यांना सामोरं जावं लागत होतं त्या तोफखान्यामुळे आता ते जगातील कोणत्याही शाब्दिक माराशी मुकाबला करू शकत होते. आपण शब्दप्रभू झालो आहोत, असा नवीनच साक्षात्कार ह्या सगळ्या क्लायंट्सना झाला होता. त्यामुळे कामतांच्या शाब्दिक भडिमाराला ते सहज परतवून लावू शकत होते.

कामतांच्या ह्या अशा चिडचिडीचा संबंध त्यांच्या डायबीटीझशी व हृदयरोगाशी आहे, हे त्यांच्या क्लायंट्सनी समजून घेतलं आहे. डायबीटीझमुळे कामतांचं टेन्शन वाढतं आणि टेन्शन वाढलं की त्यांची साखर वाढते, हे क्लायंट्सना माहीत होतंच पण आतापर्यंत दोन अँजिओप्लास्टी आणि एक बायपास झाल्यामुळे नाजूक झालेल्या त्यांच्या हृदयावर ताण येऊन त्यांचा रक्तदाबही वाढतो, हेही त्यांना माहीत होतं. अशा दुष्टचक्रात सापडलेल्या कामतांची साखर व रक्तदाब वाढू नये म्हणून त्यांचे क्लायंट्स स्वत:ची साखर व रक्तदाब ताब्यात ठेवण्याचा आटोकाट प्रयत्न करायचे. अर्थात केसचा निकाल लागण्याआधी कामत कोसळू नयेत व स्वर्गस्थ होऊ नयेत, ह्या निखळ हेतूनेच ते कामतांच्या अनेक प्रकारच्या दबावांना शरण जात होते.

कामतांची साखर आणि रक्तदाब वाढण्याची कारणंही अनेक होती. त्यातलं एक कारण होतं ह्या रोगांना ताब्यात ठेवण्यासाठी होणारा खर्च! दोन अँजिओप्लास्टींना प्रत्येकी दोन-अडीच लाख, बायपाससाठी जवळ जवळ तीन लाख आणि रोजच्या इन्शुलीनसाठी लागणारा पैसा ह्यामुळे माणसाची चिडचिड होणं स्वाभाविक आहे. कारण कसलंही सोंग आणता येत असलं तरी पैशाचं सोंग आणता येणं शक्य नसतं. अर्थात ॲडव्होकेट कामत पैशाचं सोंग कधीच आणत नव्हते. ते सोंग आणायचे ते पैसे नसल्याचं! म्हणजे क्लायंट बरोबर असेल तर ते त्याला सहज सांगायचे, ''माझ्याकडे सुटे नाहीत. टॅक्सीचे पैसे दे'' किंवा ''आजच्या जेवणाचा खर्च कर.'' उदाहरणच द्यायचं झालं तर एखाद्या क्लायंटला वाटलं की कालचं हिअरिंग हे शेवटचं होतं. आज आपल्या केसचा निकाल शंभर टक्के लागणार. शेवटी एकदाची आपल्याला हवी तशी ऑर्डर आपल्या हातात पडणार आणि असं वाटून तो सुटकेचा नि:श्वास सोडण्याच्या बेतात असणार नेमके तेव्हाच सकाळी साडेअकराला कोर्टात हजर झालेले कामत त्याला बाहेर बोलावून घेणार आणि म्हणणार, ''आपली केस आता लगेच बोर्डावर येणार नाही. दुपारी अडीच वाजता आहे. तोपर्यंत मी हायकोर्टात जाऊन माझी दुसरी केस आटपून येतो. तुम्ही इथेच थांबा.''

''बर!'' क्लायंट म्हणणार.

''बरं काय, दुसऱ्या कोर्टातून इथे परत येण्यासाठी पैसे नकोत?'' कामत लाल होत विचारणार.

क्लायंट निर्बुद्धासारखा कामतांकडे बघत राहणार.

"असं बघू नका माझ्याकडे. मी आलोच पाच मिनिटांत टॉयलेटला जाऊन. हजार रुपये तयार ठेवा."

"पण माझ्याकडे नाहीत सर तेवढे पैसे."

"मग मी काय करू म्हणता?"

"आता सध्या दोनशे दिले तर चालतील?"

"मला हजार रुपये हवेत. टॅक्सीसाठी. एक दिडकी नाही माझ्या खिशात."

क्लायंट विचार करणार इथून हायकोर्टात जायला चाळीस ते पन्नास रुपये लागतात. हे काय पुण्याला जाऊन येणार आहेत टॅक्सीने? पण तो तसं विचारणार नाही. त्यामुळे कामतांचा रक्तदाब वाढण्याची शक्यता असल्याने तो म्हणणार, "तुम्ही आधी सांगितलं असतंत तर आणले असते, सर."

"आधी सांगितलं असतं म्हणजे? आज माझ्याकडे पैसे नाहीत हे मला आधी, कधी आणि कसं कळणार? तुमचा डॉक्टर तुम्हाला आधीच सांगतो का पुढच्या वेळी याल तेव्हा किती पैसे होणार ते? तुम्ही दवाखान्यात गेल्यावर आणि तुम्हाला तपासल्यावर डॉक्टर ठरवतो ना की तुम्हाला कोणतं औषध द्यायचं? इंजेक्शन द्यायचं की नाही? किंवा सलाइन लावायची की नाही? दोन दिवस राहणार असाल तर किती भाडं असेल? एक दिवस राहणार असाल तर वेगळं, चार दिवसांचं आणखी वेगळं. ते सगळं तुमच्या आजाराच्या सिरियसनेसवर अवलंबून असणार. डिस्चार्ज मिळायला जेवढे दिवस तेवढं भाडं जास्त. हे सगळं डॉक्टर आधी ठरवतो की पेशंट ॲडमिट झाल्यावर ठरवतो? की तुम्ही ॲडमिट होण्याच्या आधीच फोन करून तो बजेट देतो? काय सांगता मला तुम्ही? दवाखान्यात जाता तेव्हा काय रिकामं पाकीट घेऊन जाता तुम्ही?" कामतांच्या मेंदूतील रसायनांची विचित्र मिश्रणं तयार झाल्याने कामत कडाडणार.

क्लायंटला त्याच्या केसशी, त्याच्या डॉक्टरला काय करायचं आहे, हे अजिबात कळणार नाही. तो बिचारा आणखीनच गोंधळणार आणि ततपप करायला लागणार.

"तसं नाही सर—"

"मग कसं?"

"सर, पण खरंच नाहीत माझ्याकडे आता." धीर करून तो बोलणार.

"ठीक आहे मग. मी आता हायकोर्टात जातोय. तिथे जाण्यासाठी जेवढे पैसे लागतील त्याची व्यवस्था मी करेन, पण मग परत येणार नाही. कारण टॅक्सीसाठी माझ्याकडे पैसे नाहीत. आज खरंतर तुमची फायनल ऑर्डर घेणार होतो मी. पण हरकत नाही. आपण पुढच्या महिन्यातली तारीख मागू. तोपर्यंत हजार रुपयांची

व्यवस्था होईल ना?'' कामत शांतपणे पण काळीज चिरत जाईल इतक्या बर्फगार आवाजात म्हणणार.

''सर, असं कसं सर. आज ऑर्डर नाही घेतली तर माझ्या सर्व्हिसमध्ये ब्रेक येणार. उद्याच्या तारखेपासून मी टर्मिनेट होणार आहे. मला दुसरीकडे ॲब्सॉर्ब करण्याची ऑर्डर नाही मिळाली तर...'' क्लायंट अगदी रडण्याच्या वाटेवर असणार.

''पण मी काय करू सांगा? माझाही इलाज नाही हो. पैसेच नाहीत माझ्याकडे परत यायला!'' कामतही तेवढ्याच काकुळतीने बोलणार.

''मी... मी उसने घेतो कोणाकडून तरी आणि देतो सर!''

''इथे कोणाकडून घेणार उसने?''

''ह्या कोर्टातला क्लार्क आहे त्याला विचारतो. ओळखीचे झालेत ते माझ्या.''

''आणि त्यांना काय सांगणार? कामतांकडे टॅक्सीसाठी पैसे नाहीत. ते देण्यासाठी उधार द्या म्हणून? माझा काय तमाशा करायचा आहे की काय इथे? भिकारी वाटलो मी तुम्हाला? लोकांकडून पैसे गोळा करून माझ्या झोळीत टाकणार तुम्ही?''

''तसं नाही सर. पण तुम्ही इथे यावं म्हणून म्हणालो मी.''

''मला यायला जमणार नाही.''

आता मात्र क्लायंटचा धीर सुटणार आणि बळ एकवटून तो म्हणणार, ''सर, तुम्ही अडवणूक करता आहात माझी.''

''अडवणूक? वा! काय शब्द वापरला? शिक्षक आहात म्हणून कोणतेही शब्द वापरायचा अधिकार मिळाला तुम्हाला? स्वत:ला समजता काय तुम्ही? मी आज ऑर्डर घेतली तुमच्यासाठी तरच राहणार आहात तुम्ही शिक्षक. समजलं? नाहीतरी उद्यापासून तुमची सेवा नकोच आहे तुमच्या मॅनेजमेंटला.''

''हो पण मी काय करू मग?'' क्लायंट आता अगदी काकुळतीला आलेला.

''ते तुमचं तुम्ही पाहा!''

क्लायंटच्या डोळ्यांत येऊ लागलेल्या गंगायमुनांच्या पुराच्या पाण्यावरून आपलं जहाज दिमाखाने हाकत ॲडव्होकेट कामत पैलतीरावर जाणार आणि क्लायंट ह्या तीरावरून हतबलपणे हाका मारत राहणार.

...तर ॲडव्होकेट कामत ह्यांची ही नेहमीची ट्रिक आहे. अगदी शेवटच्या क्षणी क्लायंटला कोंडीत पकडणार आणि दबावतंत्र वापरून त्याच्याकडून फार नसले तरी चहापाण्यासाठी म्हणजे त्यांच्या भाषेत टॅक्सीसाठी हजार-पंधराशे रुपये काढणार.

ॲडव्होकेट कामतांच्या मेंदूतल्या रसायनांची मोठी मजेशीर मिश्रणं तयार होत असतात. म्हणजे एकीकडे ते क्लायंटला धारेवर धरणार पण दुसरीकडे हायकोर्टातलं काम संपल्यावर स्वत:चे पैसे भरून टॅक्सीने पुन्हा स्कूल ट्रिब्यूनलमध्ये येणार.

जज्जसमोर जाऊन त्यांना आणि त्यांच्या क्लायंटला हवी तशी ऑर्डर काढणार आणि तिसरीकडे ती ऑर्डर क्लायंटच्या हातात ठेवताना टॅक्सीचे हजार आणि ऑर्डरच्या झेरॉक्सचे पाचशे मिळून व्याजासकट दीड हजार घेणारच!

कामत तसे खरंच हुशार आहेत. ते ॲफिडेव्हिट खूप चांगलं तयार करतात. स्कूल ट्रिब्यूनलचे प्रिसायडिंग ऑफिसर तर त्यांच्यावर बेहद्द खूश आहेत. कामतांच्या हुशारीचं त्यांना प्रचंड कौतुक आहे. त्यामुळे ते कामतांच्या छोट्या छोट्या गोष्टींकडे सहज दुर्लक्ष करतात. पण हे ॲडव्होकेट कामत जेव्हा हायकोर्टातल्या न्यायाधीशांसमोर उभे राहतात तेव्हा मात्र त्यांचं तोंड एकदम बंद होतं. ह्या न्यायाधीशांच्या समोर आल्याबरोबर कामतांना कधी त्यांच्या कठोर डोळ्यांच्या कपाळावर कायम आठ्या घालून पोरांना ताड ताड बोलणाऱ्या आणि प्रत्येक शब्दाबरोबर वेताची छडी अंगावर ओढणाऱ्या बापाची आठवण येते, तर कधी उभ्या, करारी चेहऱ्याच्या, धारदार नाकाच्या, नाकावरच्या चष्म्यातून भेदक नजरेने पाहणाऱ्या प्रोफसर राजेश्वरी कामतांचीही आठवण येते. अशा वेळी कामतांचे हातपाय गळून जातात. जे जे बोलायचं ठरवलेलं असतं ते घशातून बाहेर पडत नाही आणि जे बाहेर पडतं ते न्यायाधीशांच्या कानापर्यंत पोचत नाही. आणि मग बऱ्याचदा निकाल विरुद्ध पार्टीला हवा तसाच लागतो.

अर्थात कामतांच्या मेंदूवर त्या दोघांच्या हुकूमशाहीचा प्रभाव कायम असला तरी कामत जेव्हा स्वत: दबावतंत्राचा उपयोग करून दुसऱ्यावर हुकमत गाजवतात तेव्हा मात्र कामत बऱ्यापैकी मूडमध्ये असतात. ही हुकमत गाजवताना ते खूप बोलतात. समोरच्या माणसाला तोंड उघडूच देत नाहीत आणि त्याने एक वाक्य बोलण्यासाठी तोंड उघडलंच तर त्याला दहा वाक्यं सुनावून त्याचं तोंड बंद करतात. ह्या दहा वाक्यांत एकदा तरी ते स्वत:ची म्हणजेच वकिलाची तुलना डॉक्टरशी करतात किंवा डॉक्टरी पेशाची तुलना वकिली पेशाशी करतात. लहानपणी वडिलांनी त्यांच्या डॉक्टर होण्याच्या इच्छेला चिमटीत धरून झुरळासारखं चिरडलेलं असल्यामुळे असेल पण कामतांना स्वत:ची तुलना डॉक्टरांशी करायला खूप आवडतं. अशी तुलना करण्याचा त्यांना छंद लागण्याचं आणखीन एक कारण म्हणजे त्यांची अँजिओप्लास्टी करणाऱ्या डॉक्टरांनी स्वत:ची वकिलांशी केलेली तुलना! म्हणजे झालं काय की कामत जेव्हा प्रथमच अँजिओप्लास्टी करण्यासाठी त्या डॉक्टरांकडे गेले तेव्हा त्यांनी कामतांना दोन लाख खर्च येईल, असं सांगितलं. हृदयाच्या केवळ एका बंद वाहिनीला रुंद करण्यासाठी टाकाव्या लागणाऱ्या स्प्रिंगवजा स्टेंटची एवढी किंमत? आणि एवढ्या किमतीची स्टेंट टाकूनही कायमचं बरं होण्याची शाश्वती नाहीच. कामतांनी अगदी कोर्टात घालतात तसा वाद घालायला सुरुवात केली तेव्हा

अजिबात न चिडता (ह्या बाबतीत डॉक्टरांची तुलना कामतांशी करता येणं शक्य नव्हतं.) डॉक्टर शांतपणे उत्तरले. म्हणजे प्रश्नच केला त्यांनी.

"तुम्ही तुमच्या क्लायंटला ही केस आपण शंभर टक्के जिंकू अशी शाश्वती देता का?"

कामत म्हणाले, "नाही. पण तरीही..."

"तेच म्हणतो मी, तरीही तुमच्यावर विश्वास टाकून तुमचा क्लायंट देतोच ना केस तुम्हाला?" त्यांना तोडत डॉक्टर म्हणाले.

"हो पण..."

"आणि वर तुम्ही मागाल ती फीही देतोच. हो ना?"

"हो पण तुम्ही..."

"काहीही बोलू नका. आता तुम्ही माझे पेशंट आहात. एकदा वकिलाकडे केस सोपवली की क्लायंटने आपलं भविष्य वकिलावर सोपवायचं असतं तसंच पेशंटनेही मनात कोणतीही शंका न आणता स्वत:ला डॉक्टरवर सोपवायचं."

"सोपवेन हो मी स्वत:ला तुमच्यावर. पण सगळा खर्च दोन लाखात होईल ना?" कामतांनी काकुळतीला येऊन विचारलं.

"सांगता येत नाही. पुढे पैसे वाढू शकतात. म्हणजे काही गुंतागुंत झाली तर अँजिओप्लास्टीवरून बायपासवर जावं लागेल."

"काय?"

"मी शक्यता सांगितली."

"ठीक, म्हणजे तसं नाही झालं तर खर्च वाढणार नाही?"

"तसंच नाही. पुढेही थोडे पैसे खर्च होतील. समजा तुमचा स्टे वाढला किंवा आणखी तपासण्या कराव्या लागल्या तर..."

"म्हणजे खर्च दोन लाखांच्या वर जाणार तर?"

"जाऊ शकतो."

"असं कसं म्हणता डॉक्टर. एकदा ठरवलेले पैसे दिल्यावर..." गळा दाटून आल्याने कामतांनी वाक्य अर्धवट सोडलं. आधीच आपलं आयुष्य वाढवण्यासाठी दोन लाख देण्याचं जीवावर आलेलं असतं त्यांच्या. त्यात पुन्हा जास्त खर्चाचं भय दाखवत होते डॉक्टर.

डॉक्टर शांतपणे त्यांना थांबवून म्हणाले, "हे बघा, तुम्ही वकील लोक केस सुरू होताना स्वत:ची फी सांगता आणि त्यानंतर कोर्ट स्टॅम्प्स, अपील करण्यासाठी लागणारी पोस्टल ऑर्डर, झेरॉक्स, कोर्टात येण्यासाठी लागणारा टॅक्सीचा खर्च घेता की नाही क्लायंटकडून?"

"हो पण..."

‘‘तसंच आहे हे कामत. अहो, मी टॅक्सीचा खर्च नाही घेणार तुमच्याकडून. तेवढं कन्सेशन देणार की तुम्हाला.’’

त्या वेळी कामत निरुत्तर झाले होते. पण त्यांना समजावण्यासाठी त्यांच्या डॉक्टरांनी स्वत:ची वकिलाशी केलेली तुलना त्यांना एवढी आवडली की ते स्वत:ची तुलना डॉक्टरांशी करायला लागले.

कामत स्वत:ची तुलना डॉक्टरांशी करायला लागले आणि आपल्यात आणि डॉक्टरांमध्ये अनेक गुण सारखेच असल्याचा साक्षात्कार त्यांना झाला. त्यातील चांगल्या गुणांचं ते स्वत:च्या तोंडाने दहा वेळा कौतुक करायचे. पण एका महत्त्वाच्या गुणाविषयी किंवा अवगुणाविषयी मात्र एक चकार शब्द काढायचे नाहीत. हा अवगुण म्हणजे कायम उशिरा पोचण्याचा! तसं ठरलेल्या वेळेपेक्षा उशिरा पोचणं, उशिरा कार्यक्रम करणं हा भारतीयांचा विशेष गुण आहेच. आणि त्यातही तो राजकारण्यांमध्ये, वलयांकित व्यक्तींमध्ये आणि डॉक्टर्समध्ये जास्त आढळतो. पेशंटला अपॉइंटमेंट देऊनही किंवा दवाखाना उघडण्याची वेळ सकाळी नऊ वाजताची वा रात्री सात वाजतानाची असतानाही हमखास एक तास किंवा त्याहूनही जास्त उशिरा येऊन पेशंटनी गच्च भरलेल्या दवाखान्याकडे नजर टाकून आपली प्रॅक्टिस खरोखरच जोरात चालते, ह्या समाधानाचं हास्य चेहराभर पसरवून आपल्या खोलीत शिरल्यानंतर काही वेळाने आपलं तपासण्याचं काम सुरू करणारे डॉक्टर आपण आजूबाजूला नेहमीच पाहत असतो. एकूण काय, उशिरा येण्यात जसा डॉक्टरांचा हातखंडा असतो तसाच कोर्टात बोर्डावर केस आली आणि त्यांच्या क्लायंटच्या नावाचा पुकारा झाला तरी तिथे न पोचण्यात कामतांचा हातखंडा आहे. केस अकरा वाजता असेल तर क्लायंटला ते ठीक दहा वाजता हजर राहा, अशी तंबी देतात आणि स्वत: मात्र बारा-साडेबाराला पोचतात. हवालदील होऊन क्लायंटने त्यांना त्यांच्या मोबाइलवर फोन लावला अकरा वाजता तर ते सहज सांगतात, ‘‘अहो पोचतोच आता. मेट्रोजवळ आलोय.’’ क्लायंट सुटकेचा नि:श्वास टाकून विचार करतो, ‘चला पोचतील आता, दहा मिनिटांत.’ पण कामत पोचतात बारा वाजता. क्लायंट तिथल्या क्लार्कला निरागसपणे म्हणणार, ‘‘अहो, आता अकरा वाजता मेट्रोजवळ आले होते ते!’’ तेव्हा क्लार्क हसून म्हणणार, ‘‘म्हणजे तेव्हा ते नक्की त्यांच्या प्रभादेवीच्या घरी अंघोळ करत असणार. आता एवढ्या दिवसांनी कळायला हवं तुम्हाला.’’

बरं उशीर झाला म्हणून कामत क्लायंटची माफी मागणार असं मात्र नाही. माफी मागणं हा प्रकार कामतांना माहीत नाही असं नाही. जज्जसमोर, वडिलांसमोर, राजेश्वरी कामत यांच्यासमोर त्यांनी अनेकदा माफी मागितली आहे. पण क्लायंटची

माफी ही संकल्पना त्यांच्या शब्दकोशात नाहीच. उलट, क्लायंटसमोर आपण कायम बरोबरच असतो, असा त्यांचा ठाम विश्वास आहे. ज्या माणसाचा वापर आपण आपली कोणावर तरी हुकमत गाजवायची अपुरी इच्छा पूर्ण करण्यासाठी करतो, त्याची माफी कोणी मागतं का? शक्यच नाही. उलट कोर्टरूममध्ये घाईघाईने शिरता शिरता पिशवीत आणलेला काळा कोट अंगावर चढवत चढवत आत येणारे कामत बाहेर अस्वस्थपणे फेऱ्या मारणाऱ्या आणि आता त्यांच्या पाठोपाठ आत शिरणाऱ्या क्लायंटवर डाफरत म्हणणार, ''तुम्ही इथे काय करता आहात बाहेर? आत केस चालू आहे ना?''

''हो पण आपली नाही.''

''आपली नसली म्हणून काय झालं? दुसऱ्या केसचं हिअरिंग ऐकलं तर काही बिघडतं का? कोर्टाचं कामकाज कसं चालतं हे शिकायला नको तुम्हाला?''

''सर, मी एवढा वेळ तिथेच बसलो होतो. आताच बाहेर आलो.'' कामत वकिलांकडे केस सोपवल्यामुळे आता क्लायंटही खोटं बोलायला शिकलेला असतो.

''कशासाठी आलात बाहेर? दहा वेळा बाहेर यायची काही गरज आहे? आपली केस आणि आपला वकील येत नाही तोपर्यंत ठाण मांडून बसायचं असतं जज्जसमोर. मगच कळतं जज्जला आपण किती गरजू आहोत ते. तुमच्या ह्या अशा वागण्यामुळे गेली दोन वर्षं आपल्याला हवी तेव्हा केस येत नाही बोर्डावर. कधी केस फाइल केली आहे आपण? कधी तो वकील येत नाही तुमच्या मॅनेजमेंटचा. पुन्हा पुन्हा तारीख मिळते आपली. सगळ्या गोष्टी लाइटली घेण्याच्या तुमच्या ह्या स्वभावामुळे जज्जही लाइटली घेताहेत आणि तुमच्या मॅनेजमेंटचा वकीलही.''

खरंतर क्लायंटला माहीत असतं, अनेकदा कामतांच्या उशिरा येण्यामुळेच सारखी पुढची तारीख मिळत असते. पण क्लायंट तोंड उघडत नाही. मग कामत वकीलच बोलत राहतात. ''किती वेळा सांगितलं तुम्हाला स्वत: कोर्टात जायचं, आपल्याला तारीख केव्हाची दिली आहे ते पाहायचं. पण तुम्ही मला फोन करून विचारणार कधीची डेट आहे ती. आता मी काय जज्जपासून प्यूनपर्यंत सगळी कामं करायची तुमची? मीच पाहायचं कधीची तारीख आहे ते? तुमची काही जबाबदारी आहे की नाही? हॉस्पिटलमध्ये गेल्यावर काय डॉक्टरला जाऊन विचारता थेट की आधी ओपीडीला जाऊन फॉर्म भरता? आणि ॲडमिशन घेता? डॉक्टर सांगणार तुम्हाला कोणत्या काउंटरवर जाऊन ॲडमिशन घ्यायचं ते?''

''पण माहीत नसेल तर...''

''माहीत नसेल तर योग्य ठिकाणी जाऊन चौकशी करायची. प्लॅटफॉर्मवर आल्यावर गाडी कितीची आहे, कुठे जाणार आहे, कोणत्या प्लॅटफॉर्मवर येणार आहे,

स्वत: इंडिकेटर बघून समजून घ्यायचं असतं. गाडी चालवणाऱ्या इंजिन ड्रायव्हरकडे किंवा गार्डकडे जाऊन नसते चौकशी करायची. स्वत:चं डोकं वापरायचं माहीतच नाही तुम्हाला. कामतांना पैसे दिलेत ना, मग आता त्यांनीच करायची सगळी कामं. काय?''

''मी पहिल्यांदाच आलोय कोर्टात.'' क्लायंट आपलं अज्ञान प्रकट करतो.

''सगळे केव्हा ना केव्हा पहिल्यांदाच येतात कोर्टात. पण आल्यावर सगळं शिकायचं असतं, हे तुम्हाला नव्याने सांगायला हवं का? शाळेत पहिल्यांदा आलेला विद्यार्थी काय कायम शिक्षकावरच अवलंबून राहतो. तुम्ही शिकवलेलं आत्मसात करतो आणि परीक्षा देतो ना तो? की तुम्हीच लिहिता त्याचा पेपर? डॉक्टरने ब्लड टेस्ट करायला सांगितली तर स्वत: शोधत जाता ना पॅथॉलॉजीचा पत्ता? की डॉक्टरांना घेऊन जाता सोबत? तिथं सगळं बरोबर करता तुम्ही लोक. मग आमच्या बाबतीतच का वागता असे मठ्ठासारखे?''

कामत वकिलांचा क्लायंट एव्हाना कामत वकील उशिरा आल्यामुळे त्या दिवशीचीही तारीख वाया गेलेली असते हे पूर्णपणे विसरून जातो आणि आपण एवढे निर्बुद्ध असताना शिक्षक कसे झालो, इथपासून आपल्याला नोकरीवरून काढून टाकण्याचा मॅनेजमेंटचा निर्णय योग्य तर नाही ना, अशा वैचारिक गोंधळात गुंतून जातो.

मग हळूहळू कामत वकिलांच्या तोफखान्याचा दारूगोळा संपत आल्यावर कामतांचा काळी सातवर लागलेला स्वर खाली येतो. ''अहो, आम्ही बोललं की राग येतो तुम्हा लोकांना. पण बोलावं लागतं. एक केस झाली की कोर्ट विसरता कामा नये तुम्ही लोकांनी. कोर्टाचं कामकाज व्यवस्थित जाणून घेतलंत तर कितीही केसेस लढू शकाल तुम्ही!''

खरंतर क्लायंटनी मनातल्या मनात कोर्टाची पायरी न चढण्याची शपथ घेतलेली असते.

''केवळ केस जिंकून देणं हा हेतू नसतो माझा. क्लायंटला शिक्षित करण्यावर माझा विश्वास आहे. तुमच्यासारखं नाही. प्रश्नपत्रिकाही आपण काढायची आणि उत्तरंही आपणच लिहून द्यायची. मुलांना स्वत: उत्तरं शोधता यायला हवीत. तशा प्रकारे तुम्ही शिक्षक शिकवत नसालच. हल्ली शाळा-कॉलेजात ज्ञान देता कुठे तुम्ही शिक्षक? मुलांना फक्त परीक्षार्थी बनवता. नोट्स देऊन झाल्या की संपलं तुमचं कर्तव्य. कॉलेजात जायचं, दोन लेक्चर्स घ्यायची, मग उरलेल्या वेळात शॉपिंगला जायचं, नाहीतर प्रायव्हेट ट्यूशन्स घ्यायच्या. अहो, दोन लेक्चरच्या मधल्या ऑफ पिरिअडमध्ये घरी जाऊन स्वयंपाकही करायला कमी करत नाहीत तुमच्या ह्या शिक्षिका.''

आपण तर शाळेतले शिक्षक आहोत. मग कामत एकदम कॉलेजातल्या शिक्षकांविषयी का बोलायला लागले, हे बिचाऱ्या क्लायंटला कळत नाही. खरंतर कामतांनाही कळत नाही. पण त्यांच्या मेंदूतील रसायनात शिक्षक वा प्रोफेसर या जमातीचं नाव काढलं की अनेक अनाकलनीय बदल होत जातात आणि कामत शिक्षकांवर आणि विशेषत: प्रोफेसरांवर हवं तसं तोंडसुख घेतात. ह्याला कारण केवळ मानसिक आणि आर्थिकदृष्ट्या गरीब असलेल्या शिक्षकांकडून विशेष प्राप्ती होत नाही, हेच नाही तर मुख्य कारण आहे ते चिंगी ऊर्फ राजेश्वरी कामत यांची हिटलरशाही.

चिंगी लहानपणापासून अत्यंत हुशार, महत्त्वाकांक्षी मुलगी. त्यात संयुक्त महाराष्ट्राच्या चळवळीतली महत्त्वाची कार्यकर्ती. राजकारणात पडली नसली तरी अत्यंत करारी, कणखर आणि हुकमत गाजवण्यात वाकबगार असलेली चिंगी म्हणजे प्रोफेसर राजेश्वरी कामत आता कामतांच्या घरावर, त्यांच्या मुलांवर, त्यांच्या नातेवाइकांवर आणि आपलं सार्वभौमत्व हरवून बसलेल्या कामतांच्या वडिलांवरही राज्य करते. जवळच्याच कॉलेजात मानसशास्त्र हा विषय शिकवणाऱ्या राजेश्वरी कामत आपल्या एकेकाळच्या प्रियकराचं आणि आताच्या नवऱ्याचं मन कितपत ओळखत होत्या हे माहीत नाही. पण आपल्या विषयात मात्र त्या पारंगत आहेत. कॉलेजमध्ये गेल्यावर आपलं काम चोखपणे करणाऱ्या प्रोफेसर कामत मोकळा वेळ मिळालाच तर घरी येऊन स्वयंपाकही करून जातात. पण त्या अत्यंत शिस्तप्रिय आहेत. विद्यार्थ्यांसमोर तसाच घरातही त्यांनी आपला दबदबा निर्माण केला आहे. ह्याचा अर्थ त्यांच्या स्वभावात हळुवारपणा नाही, असं नाही. ह्याचा अर्थ त्यांच्या मनात प्रेमाची गोड शिरशिरी आणणारी भावना उत्पन्न झालीच नाही, असं नाही. ॲडव्होकेट कामतांचा आणि त्यांचा तर प्रेमविवाह झालेला आहे. आणि प्रेमविवाहात 'प्रेम' ही बेसिक गोष्ट लागतेच. पण ह्या दोघांत आज असलेलं प्रेम हे नेमकं कोणत्या प्रकारचं आहे, हा प्रश्नच आहे. लहानपणी चिंगीबरोबर डॉक्टर डॉक्टर खेळत असताना बंड्याला म्हणजे आताच्या ॲडव्होकेट कामतांना वाटलेल्या प्रेमासारखंच आहे की त्यात काही प्रगल्भता आली आहे? जर ॲडव्होकेट कामत आणि प्रोफेसर राजेश्वरी यांच्यात आजही तसंच म्हणजे चिंगी आणि बंड्यात असलेल्या प्रेमासारखंच प्रेम असेल तर मात्र विचार करावा लागेल. कारण वयाच्या दहाव्या व सातव्या वर्षी अनुक्रमे बंड्या व चिंगी यांना जे प्रेम वाटत होतं तसंच प्रेम वयाच्या पंचविसाव्या व बाविसाव्या किंवा वयाच्या चाळिसाव्या व सदतिसाव्या किंवा वयाच्या साठाव्या व सत्तावन्नाव्या वर्षी वाटत राहिलं तर गोची होणारच. वयाच्या दहाव्या वर्षी आताचे ॲडव्होकेट कामत व तेव्हाचा बंड्या हा पुरता नाडलेला, बापाच्या सरंजामशाहीला

कंटाळलेला, बापाचा मार खाल्ल्यावर सावत्र नसली तरी नवऱ्याच्या सार्वभौमत्वापुढे शरण गेलेली, स्वत: प्रेमाला पारखी झाल्याने प्रेम करण्याची क्षमता हरवून बसलेली, पाच पोरांच्या पिलावळीला सांभाळताना आपल्या भावना कोणत्या तरी वडाच्या झाडावर वटपौर्णिमेच्या दिवशी टांगून आलेली, सर्वसाधारणपणे हुकूमशहाच्या घरात असते तशा निष्क्रिय, निराश, निरस झालेल्या आईच्या कोरड्या पान्ह्यात शोधूनही प्रेम न सापडलेला, तहानलेल्या ओठांनी वाळवंटात ओॲसिस शोधणारा असा एकाकी पोर होता. आणि वयाच्या सातव्या वर्षी आताच्या राजेश्वरी कामत म्हणजे तेव्हाची चिंगी मात्र एकुलती एक लाडावलेली, घरातल्या प्रत्येक माणसाचं कायम लक्ष वेधून घेणारी, तरतरीत नाकाची, धारदार वाणीची, खूप स्वप्नं पाहणारी हट्टी मुलगी होती. लहानपणापासून लोकांची मनं जाणून घेण्याचा छंद लागलेल्या चिंगीला बंड्याच्या मनातही शिरायचं होतं. तशी ती शिरलीही आणि त्याचा एकटेपणा, त्याची हतबलता पाहून तिला त्याच्याविषयी अपार करुणा वगैरे वाटायला लागली. ज्या मुलाला सगळ्या जगाने दुर्लक्षिलं आहे अशा मुलाला आपल्या छत्रछायेत घेऊन वाढवताना तिला आनंद मिळत होताच पण 'आपण आहोत म्हणून ह्या मुलाच्या आयुष्यात हिरवळ आहे' ह्याचा सार्थ अभिमानही तिला वाटत होता. तिच्या ह्या करुणेलाच प्रेमाचा खळाळता झरा समजून बंड्याने आपल्या खडतर आयुष्याच्या खडकाळ जमिनीवरून वाहू दिला. एवढंच नाही तर ह्यामुळेच चिंगीच्या ऋणात राहून ती मागेल ते तिला देण्याचा पणही त्याने केला. म्हणूनच मग डॉक्टर डॉक्टर खेळताना त्याने चिंगीला, तिला हवं तसं तपासलं; ऑफिस ऑफिस खेळताना आनंदाने ऑफिसला जाऊ दिलं आणि स्वयंपाकघर सांभाळण्याची जबाबदारी सहज स्वीकारून चिंगीसाठी पानाफुलांचा स्वयंपाक तयार ठेवला. शाळा शाळा खेळताना चिंगीला आवडतं म्हणून तिला शिक्षिका केलं आणि स्वत: व्रात्य मुलगा बनून हातावर छड्या खाल्ल्या. चिंगी पतंग उडवायला लागली की हातात मांजाची फिरकी घेऊन तिच्यामागे तो धावला. चिंगी फुगडी खेळत असताना तिच्या परकराच्या घेरावर स्वत: गिरक्या घेत राहिला. चिंगी कॉलेजात सायकलवरून जायला लागली तेव्हा नि:संकोचपणे तिच्या मागे डबलसीट बसून जाऊ लागला. चिंगी तारुण्यात आल्यावर तिला आवडतं म्हणून तिच्या शरीरावर अचानक फुटलेल्या धुमाऱ्यांना नजरेने न्याहाळू लागला; चिंगीने काढलेल्या सिनेमाच्या तिकिटावर चिंगीसोबत सिनेमा पाहताना तिने त्याचा हात धरून जिथे जिथे फिरवायला सांगितला तिथे तिथे फिरवत राहिला. मग एक दिवस चिंगी म्हणाली, 'ह्यापुढची पायरी लग्न केल्याशिवायही मी पार करू शकते.' तेव्हा मात्र तो दचकला. चिंगीच्या उपकारांची परतफेड अशा प्रकारे करून त्याला हिंदी सिनेमातल्या नायिकेला लग्नाआधी गरोदर करणारा नायक व्हायचं

नव्हतं. कायदा शिकत असल्याने आता बंड्याला कोणतीही बेकायदेशीर गोष्ट करायची नव्हती. पण कायदेशीर गोष्ट करण्याचंही धैर्य बंड्यामध्ये नव्हतं.

मानसशास्त्र शिकणाऱ्या चिंगीला त्याचं दचकणं समजू शकत होतं. आपली तयारी असली तरी बंड्याच्या मनावर भयाची सावली आहे, हे तिला माहीत होतं. समाजाचं भय तर होतंच पण बापाचं भय जास्त खोल रुतलेलं होतं. समाजाच्या भयाची सावली परवडते पण बापाच्या भयाची सावली परवडत नाही. कारण त्यामुळे मुलगा बंड करून उठत नाही, स्वत:ला शोधायला बाहेर पडत नाही आणि बंड्याला तर तिला 'प्रॉडिगल सन' (Prodigal Son) करायचं होतं.

चिंगीने मग बंड्याचा पूर्ण ताबा घेतला. १८५७च्या बंडामुळे हादरलेलं आणि पुढे त्यांच्याच बालपणात महात्मा गांधींच्या अहिंसा व असहकार ह्या शस्त्रांपुढे नमतं घेतलेलं इंग्रज सरकार म्हणजे बंड्याचा सार्वभौम बाप आहे आणि बंड्या हा स्वातंत्र्यलढ्यासाठी प्राण पणाला लावणारा एक देशभक्त आहे, असं चित्र तिने बंड्यापुढे उभं केलं. बंड्याला जर स्वातंत्र्य हवं असेल तर त्याने बापालाच इंग्रज समजून एकतर मंगल पांडेसारखं बंड करावं अथवा महात्मा गांधींच्या मार्गाने जाऊन बापाविरोधात असहकाराचं धोरण पत्करून आपल्या बापाच्या सार्वभौम सत्तेचं खच्चीकरण करावं, असा सल्ला तिने त्याला दिला. चिंगी म्हणजे बंड्याची गुरू ऊर्फ गॉडफादरच झाली आणि मग बंड्याने बापाच्या सार्वभौम सत्तेला वेगवेगळ्या प्रकारे टक्कर द्यायला सुरुवात केली.

बंड्या स्वतंत्र झाला. पण स्वातंत्र्याचा अर्थ कळण्यापूर्वीच चिंगीशी लग्न करून पुन्हा पारतंत्र्यात गेला. बंड्या चिंगीला पूर्णपणे शरण गेला. आपल्याला स्वातंत्र्य मिळवून देणाऱ्या चिंगीच्या प्रेमवजा करुणेखाली पुरता दबून गेला. चिंगीला हवं तसं त्याने तिच्यावर प्रेम केलं, तिला हवा तसा भोग दिला, तिला हवा तसा संसार मांडला, तिला हवी तेव्हा आणि हवी तेवढीच मुलं होऊ दिली. तिला हवी म्हणून वकिली करायला लागला आणि तिला हवं तसंच जगायला लागला.

पण हळूहळू बंड्याच्या काळ्या कोटातल्या ॲडव्होकेट कामतांना प्रश्न पडू लागले. काही गोष्टी त्यांना स्वत:च्या मनासारख्या कराव्याशा वाटू लागल्या. उदाहरणार्थ, राजेश्वरीशिवायचं आपलं जग निर्माण करावंसं वाटू लागलं. त्यात केवळ आपल्या मित्र-मैत्रिणी असाव्याशा वाटू लागल्या. त्यांच्याबरोबर हास्यविनोदात रंगून जावंसं वाटू लागलं, हवं ते खावंसं-प्यावंसं वाटू लागलं. लहानपणी पूर्ण न झालेल्या अनेक इच्छा पूर्ण कराव्याशा वाटू लागल्या. खरं पाहता ॲडव्होकेट कामतांच्या फार इच्छा नव्हत्याच. पण राजेश्वरी कामतांच्या शिस्तप्रिय आयुष्यात कामतांना हव्या वाटणाऱ्या बेताल जगण्याला अजिबात थारा नसल्याने त्यांची प्रचंड कुचंबणा होऊ लागली.

ॲडव्होकेट कामतांनी वेळेवर उठावं, वेळेवर खावं-प्यावं, वेळेवर झोपावं आणि वेळेवर कोर्टात जावं, असं प्रोफेसर राजेश्वरी कामतांना नेहमीच वाटत असल्याने त्या कामतांना रात्री दहा वाजताच अंथरुणात कोंबतात. पहाटे पाच वाजता त्यांना उठवतात आणि स्वत:सोबत मॉर्निंग वॉकला नेतात. परतल्यावर बिनसाखरेचा चहा त्यांना प्यायला लावतात. मग नाष्टा म्हणून ब्रेडला बटर न लावताच त्याचा टोस्ट करून त्यांच्या पुढ्यात ठेवतात. गेली काही वर्षं तर (म्हणजे कामत आजारांनी हैराण झाल्यावर) व्हाइट ओट व साधे कॉर्नफ्लेक्स साखर न घातलेल्या दुधातून कामतांना दिलं जातंय आणि कामतही स्वभावधर्मानुसार (म्हणजे केवळ राजेश्वरीसमोर प्रकट होणाऱ्या स्वभावधर्मानुसार) ते निमूटपणे घेताहेत. डायबीटीझ असलेल्या आणि दोन अँजिओप्लास्टी अधिक एक बायपास झालेल्या कामतांवर अफाट सात-आठ लाख उधळलेले असताना राजेश्वरी कामतांनाही कोणतीही रिस्क घ्यायची नसल्याने त्या अधिकाधिक कठोर होत चालल्या असाव्यात.

कामतांना ही घड्याळाच्या काट्याप्रमाणे चालणारी शिस्त आवडत होती असं अजिबात नाही. राजेश्वरीच्या प्रेम नावाच्या करुणेप्रती असलेल्या कृतज्ञतेच्या भावनेतून ते ही शिस्त पाळत होते एवढे दिवस. पण आता पाणी गळ्यापर्यंत आल्यामुळे त्यांना हातपाय हलवावेसे वाटतात. त्यांना रात्री उशिरा झोपायचं असतं. सकाळी उशिरा उठल्यावर अंथरुणातच लोळत पडायचं असतं. भरपूर साखरेचा चहा प्यायचा असतो. गरम गरम बटाटावडे नाहीतर वरून भरपूर लोणी घातलेलं थालीपीठ खायचं असतं. भरपूर खोबरं टाकून केलेलं बांगड्याचं तिखलं, किंवा कोलंबीचं सार ओरपायचं असतं. चिकन तंदूर किंवा रावस, सुरमई, हलवा, पापलेटची भरपूर तेलात तळलेली तुकडी जिभेवर ठेवून त्याची चव अनुभवायची असते. अगदी काही नाही तर भेजा फ्राय किंवा तिसऱ्या मसालाही चालणार असतो. अगदी सुकटीची चटणीही त्यांच्या तोंडाला पाणी सुटवते. पण राजेश्वरीबाईंच्या स्वयंपाकघरात ह्या सगळ्याला मज्जाव असल्यामुळे भुकेले राहिलेले ॲडव्होकेट कामत दिवसभर किरकिरत राहतात. वैतागत राहतात.

खरंतर कामतांना वैतागायचं नसतं, कडवटही व्हायचं नसतं. पण कोरडा ब्रेड खाऊन आणि बिनसाखरेचा चहा पिऊन माणूस कोरडा होऊन तुसड्यासारखं बोलणारच आणि जिभेची गोडीच हरवल्याने दिवसभर क्लायंट्सना कडवट गोष्टी ऐकवणारच.

आता ह्या वयाला आल्यावर कधी कधी कामत राजेश्वरी कामतांच्या सार्वभौमत्वाला आव्हान देण्याचा प्रयत्न करतात. पण राजेश्वरीबाई ते आव्हान परतवून लावतात. आणि वर 'पुन्हा कोसळलात तर हॉस्पिटलचा खर्च करणार नाही'

अशी धमकी देतात. अशा वेळी कामत पुन्हा जुने दिवस आठवून गोगलगायीसारखे पाय आत ओढून घेतात.

राजेश्वरीबाईंच्या पश्चात म्हणजे विशेषत: ते घराबाहेर पडून कोर्टात येतात तेव्हा ते त्यांचे पाय बाहेर काढतात. मग त्यांची पावलं कधी वरळीच्या 'व्हिवा'कडे वळतात तर कधी क्रॅब फेस्टिवल चालू असलेल्या 'महेश'कडे वळतात. गोवन प्रॉन्झ करी आणि रोस्टेड क्रॅबवर ताव मारून दोन दिवसांनी 'लिपिड प्रोफाइल' करून आपलं कॉलेस्ट्रॉल वाढलं तर नाही ना, ह्याची खात्री करून घेतात.

कामतांच्या काळ्या कोटाबरोबर त्यांच्याकडे आलेल्या अशा खोटं बोलण्याच्या स्वभावाची राजेश्वरीबाईंना पूर्णपणे कल्पना आहे. म्हणूनच त्या कामतांच्या खिशात केवळ टॅक्सीसाठीचेच पैसे ठेवतात व पथ्याचं जेवण डब्यात भरून देतात. पण कामत घरातून बाहेर पडल्यावर टॅक्सीचे पैसे खाण्यावरच खर्च करून टाकतात. साहजिकच कामतांकडे टॅक्सीसाठी पैसे न उरल्याने ते क्लायंटलाच टॅक्सीचं बिल भरायला लावतात किंवा मग कधीतरी लंच टाइममध्ये क्लायंटलाच हॉटेलात घेऊन जातात आणि मग स्वत:ला हवं ते मागवून त्यावर यथेच्छ ताव मारून सरळ बाहेर पडतात. बऱ्याचदा नॉनव्हेजच मागवतात कामत. त्यामुळे तीन आकड्यात आलेल्या बिलाचे पैसे भरून क्लायंट जेव्हा बाहेर येतो तेव्हा त्याने घेतलेला आणि कसातरी पोटात ढकललेला इडली सांबार पुन्हा घशाशी आलेला असतो. अर्थात कामतांना त्याची पर्वा नसते. बाहेर येऊन क्लायंटच्याच पैशांनी खाल्लेलं पुना मसाला पान तोंडात घोळवत कामत क्लायंटला सहज विचारतात, "अरे, तुम्ही नॉनव्हेज खात नाही की काय?"

"खातो ना."

"मग माझ्याबरोबर का नाही खाल्लं?"

"आज उपवास आहे," पाचशेच्या वर गेलेल्या बिलाचे पैसे पुन्हा पाकिटात खेळेपर्यंत किती उपवास करावे लागतील, ह्याचा हिशेब क्लायंट करत असतो.

"गाव कुठलं हो तुमचं?"

"कोकणातलं."

"अरे वा ऽऽ मग वडे-सागुती करता की नाही घरी?"

"करतो कधी कधी."

"आम्हाला खिलवा एक दिवस."

"बरं."

"पुढच्या वेळी येताना घेऊन या," विनंतीवजा आदेश दिल्याच्या सुरात कामत म्हणतात.

वडे-सागुती दिल्यावर तरी आपल्या केसचा निकाल लवकर लागेल ह्या आशेवर

क्लायंट कामतांना वडे-सागुती खायला घालतो. त्यावर ताव मारणाऱ्या कामतांचं जेवण झाल्याबरोबर तो हळूच विचारतो, "ऑर्डर कधी मिळणार?"

जेवताना अगदी प्रसन्न मूडमध्ये असलेल्यां कामतांच्या मेंदूतील रसायनामध्ये ह्या अशा अगोचर प्रश्नामुळे अचानक बदल व्हायला लागतात आणि कामत पुन्हा एकदा आपल्या क्लायंटची बौद्धिक दिवाळखोरी सिद्ध करायला तयार होतात.

एकूणच बापाच्या राजवटीनंतर आलेल्या राजेश्वरी कामतांच्या राजवटीमध्ये वर्षानुवर्षं राहिलेल्या कामतांच्या मेंदूतील केमिकल इम्बॅलन्समुळे अजूनही ते मनोरुग्ण बनले नसले तरी ते त्या रस्त्याला लागतील की काय, अशी शंका येऊ लागली आहे. अर्थात अजूनही कामतांची वकिली चांगली चालते आहे. शिक्षक क्लायंट्‌स तर खूपच येतात. राजेश्वरी कामतांपुढे आजही नांगी टाकत असलेले कामत आपल्या क्लायंट्‌सवर शब्दांच्या विषारी नांग्यांनी हजारो प्रहार करताहेत. आपल्या मेंदूचा ढळणारा समतोल राखण्यासाठी त्यांच्यासाठी ती गरज बनलेली आहे. एक प्रकारच्या विरेचनाचा म्हणजे कॅथार्सिसचाच तो प्रकार आहे. कदाचित ह्या रामबाण उपायामुळे कामतांच्या क्लायंटच्या आयुष्याची ट्रॅजेडी होत असली किंवा त्यांचं मानसिक संतुलन बिघडत असलं तरी कामत मात्र शक्यतो नॉर्मल राहण्यात यशस्वी होतात.

कामत नॉर्मल राहणं ही अर्थातच त्यांच्याकडे येणाऱ्या आणि येऊ घातलेल्या क्लायंट्‌ससाठी अत्यंत गरजेची गोष्ट आहे, हे एव्हाना ध्यानात आलं असेलच. कामतांच्या मेंदूत होणाऱ्या रासायनिक बदलांमुळे फक्त क्लायंट्‌सचं नुकसान होऊन त्यांच्या मेंदूतील रसायनांची ऐशी की तैशी होत असली तरी शेवटी 'एक कामत सलामत तर क्लायंट्‌स पचास' हे लक्षात घ्यायला हवं. म्हणूनच कामतांना मोठ्या मनाने स्वीकारून कामतांचं मानसिक हवामान जाणून घेण्यासाठी मानवी भावभावनांचा अभ्यास करणं, ही कदाचित काळाची नसली तरी क्लायंट्‌सची गरज आहे, हे लक्षात घेऊन आपण स्वत:च प्रोफेसर राजेश्वरी कामत ह्यांचे क्लासेस सुरू करून मानसशास्त्र विषयात तज्ज्ञ होऊन मनाचे तळ धुंडाळत राहणं जास्त सोयीस्कर आहे, असं तुम्हाला वाटत नाही का?

असं वाटत असेल तर प्रोफेसर राजेश्वरी कामतांच्या क्लासेसना बहुसंख्येने जा. जेणेकरून राजेश्वरी कामत जास्तीतजास्त व्यस्त राहतील आणि त्यांची कायम पसरून राहिलेली कामतांच्या आयुष्यावरची सावली दूर होईल. प्रोफेसर राजेश्वरी कामत व्यस्त राहिल्या तर घरी जाण्याएवढाही रिकामा वेळ त्यांना मिळणार नाही आणि मिळाला तरी तो वेळ त्या कामतांना शिस्तीच्या दोरखंडात बांधून ठेवण्यासाठी वापरणार नाहीत. साहजिकच कामतांभोवतीची शिस्तीची चौकट गळून पडेल. आणि

ॲडव्होकेट कामत त्यांना हवं तेव्हा झोपतील, हवं तेव्हा उठतील, हवा तसा चहा पितील, हवा तसा नाष्टा करतील, हवं तसं जगतील. अशा तऱ्हेने कामत आनंदात राहिल्यामुळे त्यांच्या मेंदूतील रसायनाचा समतोल साधला जाईल आणि कामतांचं जेवढं आयुष्य शिल्लक आहे तेवढ्या आयुष्यात ते नॉर्मल माणसासारखे वागतील.

अर्थात कामतांच्या टॅक्सीवर व खाण्यावर क्लायंट्सचा खर्च होणारा पैसा आता प्रोफेसर राजेश्वरी कामतांची फी देण्यावर खर्च होईल. पण हरकत नाही. कामतांच्या वाऱ्याप्रमाणे बदलणाऱ्या मूडचे वार झेलण्यापेक्षा तेवढ्याच पैशात कायमची मन:शांती मिळवणं हे जास्त फायद्याचं नाही का?

ही कथा आहे असं वाटत असेल तर कथेतल्या क्लायंट्सनी हा उपाय करायला हरकत नाही. जर ही कथा नसेल तर प्रत्यक्षातील क्लायंट्सनीही हे करायला हरकत नाही. शेवटी उपाय सुचवणं आपल्या हातात आहे आणि तोही मानवी भावभावनांचा अभ्यास केल्यावर! बाकी सारं... कोणाकोणाच्या हातात असतं ते तुम्ही आम्ही जाणतोच.

***

भास-आभास

संध्याकाळ झाली की मी अस्वस्थच होते अलीकडे. काहीतरी वाईट बातमी येईल असं वाटत राहतं सारखं. विशेषत: संध्याकाळच्या सावल्या पसरायला लागल्या की मन ग्रासून जातं भीतीने. मावळतीला जाणाऱ्या मंद सूर्यप्रकाशात आभाळाच्या पडद्यावर दिसणाऱ्या झाडांच्या फांद्यांचे टोकदार आकार मनावर ओरखडे उमटवायला लागतात. कुठल्या कुठल्या आठवणी दाटून येतात मनात. त्यांच्या सोबतीने राहावं म्हटलं तरी नाही राहता येत. आठवणी त्रासदायक असल्या तर कशी मिळणार त्यांची सोबत. तरीही मी सोबतीच्या शोधात फिरत राहते. खरंतर माझ्या घराच्या खिडकीतून समुद्र दिसतो. पण या समुद्राला वाळूचा किनारा नाही. त्यामुळे संध्याकाळी मुद्दामहून पाय मोकळे करण्यासाठी किंवा समुद्रावरून येणारं वारं खाण्यासाठी तिथे माणसंही येत नाहीत. ज्या टेकडीवर आमचं घर आहे त्या टेकडीच्या पायथ्याशी समुद्राच्या लाटा येऊन फुटत असतात सतत. आत कोंडलेले बांध फोडून सारं उद्ध्वस्त करण्याच्या आवेशात आलेल्या त्या लाटांचा आवाज सोबतीला असतो. पण माणसं मात्र नसतात आजूबाजूला. फक्त वेगाने येणाऱ्या त्या लाटांनी मागे ठेवलेलं फेसाळणारं पाणी दिसत राहतं माझ्या खिडकीतून. पण त्या पाण्यावरही संध्याकाळच्या सावल्या पसरून राहतात. प्रकाश कमी कमी होत काळोखत गेलं की भयाण वाटायला लागतं. मग मी थांबत नाही बाहेर. घरात येते. दिवाबत्ती करते. थोडं शांत वाटतं. पण तरी मनात धाकधूक असतेच. मग मी घरात बसून नाहीतर खिडकीत उभं राहून वाट पाहत राहते.

खरंच, कसली वाट पाहते आहे मी केव्हापासून? कोणाची वाट पाहते आहे? गेल्या कित्येक दिवसांत साधा चतकोर कागद, अगदी कोऱ्या कागदाचा एखादा तुकडासुद्धा नव्हता पाठवला कुणी. कोणाचं पत्र नाही की एखादा फोन नाही. उगीचच घेऊन ठेवला आहे तो. क्वचित कधी त्याचा तो ट्रिंग ट्रिंग आवाज ऐकायला मिळतो. अलीकडे तर तोही ऐकला नाही. किती दिवस झाले कोण जाणे. प्रणवचा फोन यायचा

कधीतरी. पण गेल्या काही दिवसांत तोही आला नाही. प्रणव तर आलाच नव्हता कित्येक महिन्यांपासून. खरंतर कोणी फिरकलंच नव्हतं इथे कितीतरी दिवसांत. माणसांनाही हे घर नकोसं झालंय की काय कळत नाही.

माणसांना दुरावले आहे मी. तरी कोणत्या माणसांची वाट पाहत असते? कोणत्या वाईट बातमीची वाट पाहते? एखाद्या अपघाताची, कोणाच्या मरणाची, की आणखी काही?

शेजारच्या बंगल्यातल्या आजी तीन दिवस घरात होत्या स्वत:ला बंद करून. एकदाही दार उघडलं नाही त्यांनी. मीही जरा तोशीश घेऊन जाऊन पाहिलं नाही, बाई का नाही आल्या बाहेर ते. रोज एकदा तरी बाहेर यायच्या त्या घरातून. कधी कधी दोन-तीन वेळाही. असंच माझ्यासारखं सांजावताना लाटांकडे पाहत बसायच्या. दुपारच्या वेळी कुत्र्याला बोलवायच्या. शिळंपाकं त्याच्या पुढ्यात ठेवायच्या. तो खाईपर्यंत बसून राहायच्या. मग हळूहळू घरात जायच्या. कोणतीतरी अदृश्य शक्ती त्यांना ओढत आत घेऊन जात असल्यासारख्या. कठपुतळीच्या बाहुलीला बांधलेलं असतं ना तसं त्यांना बांधलेलं असावं बहुतेक. तशाच हालचाली असायच्या त्यांच्या. वळून कधी पाहायच्या नाहीत आजूबाजूला. अगदी त्यांच्या जवळ उभं राहून एकटक पाहत असले त्यांच्याकडे तरी नाही पाहायच्या कधीच डोळे वर उचलून माझ्याकडे. माझं भय वाटायचं का त्यांना? माझ्या डोळ्यांत डोळे घालून पाहायचं धाडस नव्हतं त्यांना. मी कसले कसले जाब विचारेन असं वाटायचं का त्यांना? माझ्या मनात अनेक प्रश्न होते त्यांना विचारण्यासाठी. उत्तरं जाणून घ्यायची होती मला त्यांच्याकडून. माझ्या आयुष्याच्या त्यांनी केलेल्या पोतेऱ्यावरची धूळ झटकून घ्यायची होती. पण त्या प्रश्नांची उत्तरं टाळायची असावीत त्यांना. म्हणूनच माझ्याकडे न पाहता निघून जायच्या आत आपल्या कोशात. कायम दार बंद करून बसायच्या घराचं आणि मनाचंही. त्यांच्याही घरात कधीतरी फोनची घंटी वाजायची महिन्यातून एकदा-दोनदा. मुलाचा फोन असायचा त्यांच्या. अमेरिकेत होता तो. बायका-मुलांसोबत आनंदात. आपल्या आईची काळजी नव्हती त्याला असं नाही. पैसे पाठवायचा तो. त्याच्यामुळेच तर जिवंत होत्या त्या. आणि मीही.

त्या तीन दिवसांत त्यांच्या मुलाचा फोन नसेल आला. किंवा आणखी कोणाचा. मुलाशिवाय आणखी कोण होतं त्यांना फोन करणारं? कोणीतरी असेल ना? त्या तीन दिवसांत काय झालं नेमकं? आपल्यालाही कळलं नाही. कोणाचाच नाही का आला फोन? आठवत नाही आता. मुलाने फोन केला असेल कदाचित त्यांच्या. आपल्यालाच नसेल ऐकू आलं. समजा केला असला तर आपली आई फोन उचलत का नाही, असा प्रश्न नाही का पडला त्याला? त्याने चौकशी करायला हवी होती.

पण कोणाकडे करणार चौकशी? शेजाऱ्यांकडे? पण आपल्याशिवाय कोणच राहत नाही इथे. एक-दोन फर्लांगावर आहेत दोन-चार बंगले. पण आजींचा नव्हता कोणाशी संबंध आपल्यासारखाच. मग मुलाचा कसा असणार आणि तो येणार वर्षा-दोन वर्षातून एकदा. वेळ तरी असायचा का शेजाऱ्यापाजाऱ्यांना भेटायला. आला की धावधाव पळपळ. व्हिसाचं काम, खरेदी, बायकोच्या माहेरी जा, मित्रांना भेट आणि काय काय. मुंबईतच असायचा बहुतेक. एखाद-दोन दिवस यायचा इथं. तेही एखाद्या पिकनिक स्पॉटला भेट द्यावं तसा. कोणाशी ओळख होणार त्याची? धड आपल्याशीही नाही झाली नीट ओळख. कायम अनोळखीच राहिला तो. त्यामुळेच त्याने नसेल कधी मागितला कोणाकडे नंबर. कोणाचाच मागितला नाही त्याने नंबर. पण त्याला गरज नाही का वाटली? एकट्या राहणाऱ्या आईसाठी तरी घेऊन ठेवायला हवा होता कोणाचा तरी नंबर. उद्या आईला काही झालं तर कोणाकडे चौकशी करणार असा प्रश्न नाही का पडला त्याला कधी?

माझ्याही लक्षात नाही आलं बाई तीन दिवस घराबाहेर पडल्या नाहीत ते. कशात गुंतले होते मी नेमकी? काय करत होते? पापड, लोणची, कुरडया की शेवया? छे! ते दिवस केव्हाच गेले. आता तर पावसाळा चालू आहे आणि मुख्य म्हणजे मी अलीकडे काही करतही नाही. वय झालंय माझंही. आजींसारखंच. तेवढंच. त्यामुळे ताकद नाही राहिली आता अंगात. आणि असती तरी कोणासाठी करायचं? खाणारी माणसंच जवळ नाहीत तर काय एकटीसाठी करायचं? आता इच्छाही नाही राहिली काही चांगलंचुंगलं करून खाण्याची. ते असताना त्यांच्यासाठी केलं सगळं. स्वत:साठीही केलं ते गेल्यावर. पण तेही सुरुवातीला. नवरा गेल्यावर बायका विरक्तीला लागतात असं म्हणतात. पण मी मात्र चांगलीच मौज केली काही दिवस. ते असताना जे जे करता आलं नाही ते सगळं केलं. चांगलीचुंगली पातळं नेसले. आवडीचे पदार्थ केले. त्यांना न आवडणाऱ्या आणि मला आवडणाऱ्या किती भाज्या होत्या. गवारीची, हिरव्या वाटाण्याची भाजी, शेंगा-बटाट्याची आमटी, वांग्याची कापं, ताकातलं पिठलं आणि काय काय. कित्येक वर्षांत खाल्लं नव्हतं. पण हे गेल्यावर आवडीने करून खाल्लं सगळं. अगदी छान वाटलं होतं. खरंच किती छोट्या छोट्या इच्छा असतात माणसाच्या! पण नाही पुऱ्या झाल्या तर त्या इच्छांचा भला मोठा अजगरच होतो आणि बसतो तुमच्या मानगुटीवर. त्याला वेळीच उतरवायला लागतं. मीही उतरवला हळूहळू त्याला मानगुटीवरून.

किती हौशी होते मी लग्नाआधी. नटा-थटायला खूप आवडायचं. दिवसभर आरशासमोर उभी राहून पाहत असायची स्वत:कडे. सारी हौस पुरवून घ्यायची स्वत:ची. कपडालत्ता, फुलं-पानं मागेन ते मिळत होतं. लहानपणी कुठून कुठून गोळा

करून आणायचे फुलं आणि माळायचे केसांत. लग्नानंतर कधी साधा गजराही नाही आणला या माणसाने. मग माझीही इच्छा मेली हळूहळू. हे गेल्यावरही फुलं नाही माळली केसांत. पण सभोवताली पसरवून ठेवायचे. त्याचा दरवळ पसरू द्यायचे अंगभर. ह्यांना मेली हौसच नव्हती कसली. ना फुलांची ना माणसांची. एवढी चांगली बंगली बांधली पण माळी नाही ठेवला. नाही ठेवला तर नाही पण स्वत:ही कधी एखादं झाड नाही लावलं. मीच कुठून कुठून मोगरा, चमेली, जास्वंद, गुलाब आणत होते आणि लावत होते. वैतागायचे नुसते. 'अख्खा वेळ काय करत असतेस बाहेर. बाहेर राहायलाच आवडतं तुला. बाहेरची माती अंगाला लावायची हौसच आहे तुला,' असं पुटपुटत राहायचे. पण मी नाही द्यायचे लक्ष. लग्नाला वीस-पंचवीस वर्षं झाली की निर्ढावतातच बायका. सरळ दुर्लक्ष करतात. किती ऐकायचं माणसाने एखाद्याचं मनात नसताना? शेवटी त्यालाही मर्यादा असतातच ना? मेलं तरुणपणी नाही दिलं जाऊ बाहेर पण पन्नाशी ओलांडली तरी संशय घ्यायचा हा माणूस. त्या वयात का जाणार होते कोणाकडे हवं होतं ते सुख मिळवायला? जेव्हा जायला पाहिजे होतं तेव्हा नाही गेले. म्हणजे यांनीच नाही दिलं जाऊन कुठे. खरंतर ठरवलं असतं तर त्यांच्या नकळत गेले असतेही. विशेषत: इथे आल्यावर. या गावात तर कोणाला काय कळलं असतं? पण नाही केले असले वेडाचार. अगदी ठरवून राखलं पावित्र्यबिवित्र्य या शरीराचं. पण काय मिळालं? मेलं संशय घेणं काही कमी नाही झालं. आयुष्य या माणसाबरोबर काढायचं ठरवलं आणि संपलाच सगळा रस आयुष्यातला. तो पुन्हा आला तो ते गेल्यावरच. पण काय उपयोग! एका विशिष्ट वयानंतर नाही घेता येत रस आपल्याला खूप हव्या वाटणाऱ्या गोष्टींतही. आणि स्वातंत्र्याचा अर्थच विसरलो असू तर स्वातंत्र्य मिळूनही काय उपयोग? अशा अवेळी कसं उपभोगणार ते? विशेषत: पंचावन्न वर्षं पार केल्यावर आणि तेही विधवा झाल्यावर? उंडगी म्हणाले असते लोक. अर्थात पर्वा नव्हती म्हणा मला. पण नाही म्हटलं तरी राहावं लागतंच समाजात आपल्या मर्यादेत. एकट्या बाईला तर राहावंच लागतं. लोकांच्या नजरा अकारण लागतात तुमच्यावर. त्यांना दूर ठेवायचं म्हणजे तसं कठीणच. मुलंबाळं असली आजूबाजूला की बरं. लोक बारकाईने नाही ठेवत लक्ष तुमच्यावर. पण मला कुठे होती खूप मुलं? एकुलता एक प्रणव. तोही आपला जेमतेम कसातरी झालेला, जमेल तसा वाढवलेला आणि एक दिवस भुर्रकन उडून गेलेला आईबापाला एकटं ठेवून. माझी काही तक्रार नाही त्याबद्दल. कशासाठी राहायचं त्याने इथं? कोणासाठी? ह्यांच्यासारख्या बापासाठी? या माणसाच्या तावडीत राहिला शिक्षण होईपर्यंत तेच खूप. हुशार होता पोरगा. शिक्षणासाठी म्हणून गेला परदेशात तो नाहीच आला परत. हे गेले तेव्हा येऊन गेला होता. म्हणत होता

चल माझ्याबरोबर म्हणून पण नाही गेले. प्रथमच एकटी राहणार होते कोणाहीशिवाय. तेव्हा स्वातंत्र्य भोगायचं खूळ होतं डोक्यात. आपल्या स्वत:च्या काही आशा-आकांक्षा असतातच ना! बाईने काय फक्त नवऱ्यासाठी आणि मुलांसाठीच जगायचं? जमेल तसं, लोकांच्या नजरेला पडणार नाही अशी भोगत राहिले मला मिळालेला एकांत आणि स्वातंत्र्यही.

कुठे भरकटत जाते अलीकडे कळतच नाही. मन सारखं मागे मागे जायला लागतं. उताराला लागलं माणूस की होत असावं असं. विसरायलाही होतात अनेक गोष्टी. त्या आजींचं असंच विसरून गेले मी. मग खूप वास यायला लागला घरातून तेव्हा गावातलं कोणीतरी आलं. बंगला गावाबाहेर असल्याने तशी जा-ये नाही इथे पण शेतात जाणारे लोक इथूनच जातात. मुख्य म्हणजे लहान मुलं खेळायला येतात कधीतरी. समोर किनारा नसला तरी समुद्र होताच ना. या टेकाड्याच्या उतारावर बसून पाहता येतं त्याच्याकडे एकटक. विशेषत: प्रेमात असलेल्या तरुणांना. पण तसे दिसत नाहीत फारसे. या गावात प्रेम करणारे तसे कमीच लोक. वाळीत टाकेल गाव या भीतीने प्रेमच नाही करत कोणी. यांनी जागा घेताना मुद्दाम ही गोष्ट ध्यानात घेतली असणारच.

रिटायर्ड झाल्यावर शहरात राहायचं नव्हतं ह्यांना. म्हणून स्वस्तात मिळालेली ही आडबाजूची जागा खरेदी करून ठेवली. तीन खोल्यांची छोटीशी बंगली बांधली. तेव्हा किती हरखले होते मी! खरंतर मुंबईत अगदी गजबजलेल्या ठिकाणी घर होतं आमचं. पण ती गजबज कानांनीच ऐकली सतरा-अठरा वर्षं. डोळ्यांनी पाहता नाही आली त्या गजबजीला आवाज देणारी माणसं, त्यांची लगबग, त्यांचे चेहरेही. कामाला जाताना बाहेरून कुलूप लावून जायचे. फक्त एक झरोका घराला. खिडकी होती. पण ती बंद करून तिच्यासमोरच कपाट लावून ठेवलेलं. मला म्हणायचे बाहेर काही नसतं आणि एकट्याने पाहण्यासारखं तर काहीच नसतं. तुला काही पाहायचं असेल तर माझ्यासोबत पाहा, माझ्यासोबतच बाहेर पड. बाहेरचं जग वाईट आहे. त्या जगात नाही सोडणार तुला एकटीला मी. अख्खं आयुष्य मुंबईत गेलं माझं. या मुंबईच्या रस्त्यांवरून फिरले, हुंदडले. मैत्रिणींसोबत सगळी थेटरं पालथी घातली, सगळ्या बाजारांतून खरेदी केली तेव्हा कधी कसला वाईट अनुभव नाही आला मला आणि हा दुसऱ्या देशात आयुष्य घालवून आलेला माणूस मला अशा गोष्टी सांगून गप्प करत होता. मीही राहत होते गप्प. सुरुवातीला घातले वाद, पण मग लक्षात आलं, काही उपयोग नाही. लग्न वाचवायचं असेल तर हे म्हणतील ते ऐकणं आलंच आणि लग्न वाचवण्याशिवाय पर्याय नव्हता. आधीच मंगळामुळे लग्नाला उशीर झालेला. तिशीत आलेली मुलगी त्या काळात आईबापाच्या काळजावरचा धोंडाच.

बांधली या मस्कतवरून पैसे कमवून आणलेल्या चाळिशी ओलांडलेल्या माणसाच्या गळ्यात. चांगला सज्जन वाटला होता सगळ्यांनाच. मलाही. आणि होता हो सज्जन. प्रेमही होतं माझ्यावर तसं. फुलं माळली केसांत तरच प्रेम असतं असं काही नाही. मलाही ठाऊक होतं ते. पण विचित्रच होतं हे प्रेम. आपल्या आवडत्या वस्तूला कोणाची नजर लागू नये म्हणून बंद पेटीत जपून ठेवणाऱ्या लहान मुलासारखं होतं ते. त्याला हवं तेव्हा उघडायचा ती पेटी. डोळे भरून पाहायचा आणि पुन्हा बंद करायचा. त्या बंद पेटीत घुसमटून जात असेल आपली बायको याचं भानच नसायचं ह्यांना. बाकी सगळे लाड असायचे. स्वयंपाकाव्यतिरिक्त काही पाहायला नव्हतं लागत. बाहेरचं सगळं करायचे. बाजार काय असतो हे विसरूनच गेले होते मी. हे असेपर्यंत मीठ-मिरचीही आणावी लागली नाही बाजारातून. पण ते मला मदत करावी म्हणून नाही. त्याचं कारण वेगळंच होतं. मला मेलीला कळायला उशीर झाला ते. एकदा म्हटलं मी सहज, 'कशाला करता एवढं. मी करते की बाजारहाट. जाईन कधीतरी दुकानात, आणेन सामान. त्या निमित्ताने बाहेर तरी पडेन घराच्या.' तेव्हा पटकन म्हणाले, 'तू पडायचं नाहीस घराच्या बाहेर. तुला कोणी पाहिलं आणि वाईट नजर पडली त्यांची तुझ्यावर तर पळवून घेऊन जातील ते तुला. मग मला कोण?' असा विचित्र प्रश्न केल्यावर चक्रावलेच मी. किती समजावलं त्यांना असं काही नाही होत म्हणून. तर वर्तमानपत्रात कधीकाळी येणाऱ्या बलात्काराच्या बातम्या दाखवायला लागले. 'मस्कतला राहिल्यामुळे झाला असेल असा' असं सांगायचे माझे भाऊ-बहिणी. बुरखा घालून नेता येत नव्हतं बाहेर म्हणून हा उपाय शोधला होता त्यांनी. बाहेर कधी पडायचं म्हटलं तर नव्हतंच पडता येत ह्यांच्या सोबतीशिवाय. इतके किरकोळ होते हे. तरी त्यांना वाटायचं आपणच संरक्षण करू शकतो हिचं. ते बरोबर असताना मला कोणीतरी पळवून न्यायला हवं असं खूपदा वाटायचं तेव्हा. काय करतील ते नेमकं ते पाहायचं होतं. पण मला कोण पळवणार? नशीब आपलं म्हणून मीही गप्प बसायचे. नोकरी करायचे कुठली तरी. त्यात विशेष पैसा नव्हताच. पण मस्कतला जाऊन दहा-पंधरा वर्षांच्या कमाईतून आणला होता तो पैसा पुरवून पुरवून वापरायचे. आता आठवलं तरी हसू येतं. पण बँकेत नाही ठेवला एक नया पैसा. नोटांची पुडकी घरातच वेगवेगळ्या ठिकाणी ठेवून द्यायचे. जुन्यापुराण्या ट्रंकेत, नाहीतर कपाटात ठेवलेल्या कपड्यांच्या घड्यांत, बाथरूमच्या वर पेपर पसरून रांगेत लावून ठेवायचे. मग त्यातलेच वापरायला काढायचे. समोर इतका पैसा दिसत असताना हात लावायची हिंमत मात्र नव्हती माझी. बरोबर मोजून ठेवलेला असायचा. जवळ जवळ दिवसाआड मोजून पाहायचे. त्यामुळेही असेल कदाचित पण एका दाराशिवाय काही उघडं नको असायचं त्यांना. दारही उघडायचे

ते घरातून बाहेर जाताना नाहीतर आत येताना. त्यामुळेच हे घर घेतलं तेव्हा आनंदले होते मी. आता बाहेरची हवा, अंग सुखावून टाकणारा वाऱ्याचा स्पर्श भोगता येणार होता मला. त्यांच्या स्वभावाला साजेशी, आजूबाजूला चिटपाखरूही येणार नाही अशी जागा निवडली होती त्यांनी. पण मला आवडली तीही. मुंबईतल्या त्या कोंदट जागेपेक्षा कितीतरी पटीने चांगली होती ही. एकटी होते तरी समुद्राची, निसर्गाची सोबत होती. भरपूर प्रकाश आणि स्वच्छ हवा. त्यामुळेच असेल पण आजी तीन दिवस आत होत्या तरी मला वास नाही आला अजिबात. दुर्गंधी तर नाहीच नाही. तीन-चार तरुण पोरं पावसात भिजायला आली होती शहरातून. त्यांना सडका वास आला. मग खेळ म्हणून माग घेतला त्यांनी वासाचा. तेव्हा कळलं आजी का नाही आल्या बाहेर तीन दिवस.

पण मी अशा वाईट बातमीची वाट नव्हते पाहत. आणि शेजारहून येणाऱ्या तर नाहीच नाही. शहरातून का नाही येत एखादी बातमी? माझे आईबाबा नाहीत आता. पण भावंडं आहेत. वय झालंय त्यांचं, पण त्यांची मुलं आहेत. त्यांनी तरी फोन करायला हवा की नाही? आणि प्रणवचं काय? मी आई आहे त्याची हे विसरला की काय तो? आजी गेल्याच्या महिनाभर आधी शेवटचा फोन आला होता. त्यानंतर फोन नाही की कसली बातमी नाही. लग्न होऊन बायका-पोरात रमली की सारं विसरून जातात ही पोरं. ह्यांच्याविषयी प्रेम नव्हतंच त्याला. पैसा कुजवत ठेवणारा बाप नाहीच आवडत पोरांना. शिक्षणासाठी लागणारे पैसेही मोजून द्यायचे हे. मला एकदा विचारलं होतं त्याने, 'कशी राहतेस तू यांच्याबरोबर.' मी काय उत्तर देणार? 'ल्यायला दोन साड्या, पायात चपला, तेल-साबण-पाणी आणि जीव जगेल असं खायला-प्यायला मिळाल्यावर काय लागतं आम्हा बायकांना? माझ्या दृष्टीने खूप झालं,' असं उत्तर दिलं मी त्याला तर म्हणाला, 'एका एका पैशासाठी असं कोणावर अवलंबून राहण्यापेक्षा नोकरी करायची होतीस. चांगली शिकलेली होतीस तू.' खरंच त्या काळातलं माझं इंटरपर्यंतच शिक्षण नोकरीसाठी म्हणून चांगलंच होतं. लग्नाआधी नोकरी करत होते मी. लग्न ठरल्यावर हे म्हणाले, 'माझ्याकडे खूप आहे पैसा. काय गरज आहे नोकरीची. सोडून दे.' लगेच सोडली. धनाच्या राशीवर बसवणार आहे नवरा म्हटल्यावर काय! पण नुसतं राशीवर बसवलं आणि पाहायला सांगितलं, राखायला सांगितलं. हात लावू नाही दिला. चिडचिड व्हायची. घरी निघून गेले दोनदा. पण आईने समजूत काढली. ती ठेवायची दोन पैसे हातात. ह्यांना सापडले ते माझ्या पर्समध्ये तर तेही घ्यायचे. आईकडून जाऊन आल्यावर मग पर्सही तपासायला लागले. म्हणायचे, 'पैसे घेऊन बायकांनी बाहेर पडायचं नाही. नको तो घात होईल.' माझ्या बाबतीत वागले तसे, पण मुलाला द्यायची ना सूट? तो काही

बाई नव्हता त्याचा कोणी घात करायला! पण एकदा सवय झाली माणसाला असं जगायची की नाही बदलता येत त्याला. सोसलं तसं त्या पोराने. केलं सहन या अशा बापाला. त्या कोंदट, सारी दारं बंद असलेल्या घरातही अभ्यास केला पोराने. पण तो अभ्यास आमच्यासाठी आणि विशेषत: बापासाठी मात्र नाही केला. तो केला तो स्वत:ला त्या नरकातून बाहेर काढण्यासाठी. त्याच्या दृष्टीने नरकच होता तो. इंजिनिअर झाला आणि स्कॉलरशिप मिळवून गेला अमेरिकेत. बापाला ताकास तूर लागू दिला नाही. त्याच्याकडे मागितलेही नाहीत पैसे. तो देणार नाहीच. उलट आडकाठी करेल म्हणून मित्रांच्या मदतीने केलं सगळं. अगदी माझ्या भावंडांनाही सांगितलं नाही. ॲडमिशन मिळाल्यावर सांगितलं. किती आकांडतांडव केलं ह्यांनी. मलाही वाईट वाटलं. पोराने आपलीही पर्वा नाही केली म्हणून मन दुखलं. स्वत: एकटा निघाला बाहेर. आईही याच नरकात राहतेय. तिलाही बाहेर पडू दे माझ्यासोबत असं नाही आलं त्याच्या मनात. शेवटी स्वीकारलं मी सत्य. दिली तयारी करून सारी. ह्यांची समजूत काढली. ते लगेच घराबाहेर काढायला निघाले होते. पण मी थांबवलं. प्रणव म्हणाला, 'तुम्ही नाही का वयाच्या विसाव्याच वर्षी गेलात मस्कतला?' तर म्हणाले, 'आमची गोष्ट वेगळी होती. तुझा बाप काय पोसत नाही तुला?' ह्यांच्या त्या प्रश्नावर मलाही हसू आलं होतं. पण गप्प बसले मी. गप्प बसायची सवयच लागून गेली होती म्हणा ना.

गेला शेवटी. पत्र यायचं कधीतरी खुशालीचं. पण तेवढंच. माझ्याशी नाही जुळली त्याची नाळ. काय झालं असेल नेमकं? का नाही मनाने गुंतला माझ्यात? बापाएवढी मीही कारणीभूत होते का त्याच्या घुसमटीला? मित्रांना घरात आणायची लाज वाटायची त्याला. अख्खा दिवस हा माणूस घरात असायचा नंतर नंतर. प्रणव शाळेत किंवा कॉलेजला गेला की जायचे मला बंद करून त्यांच्या कामासाठी. कसलं काम करत होते देव जाणे. काही ठरावीक वेळ नव्हतीच. त्यांच्या मनाची मर्जी. खरंच काम करत होते की आणखी काही देव जाणे. पण वाईट सवय नव्हती कसलीच. एवढं मात्र खात्रीने सांगू शकते मी. कसलं व्यसन नाही की काही नाही. तसा शांत माणूस. राग यावा इतका शांत आणि थंड. त्यामुळे काही करताही येत नव्हतं. फक्त राग राग करत राहायचे मनातल्या मनात. बस. दिवसभर काहीतरी करत बसलेले असायचे. कधी काहीतरी रिपेअर करत असायचे, कधी भाजी निवडून द्यायचे, कधी दळण काढायचे, दळून आणून द्यायचे. बहिणी कधी आल्या तर म्हणायच्या, 'भाग्यवान आहेस. सगळं करतात भावोजी.' मी हसायचे फक्त. प्रणवही हसायचा. ह्यांच्या सतत घरात असण्यामुळे माझ्यात आणि प्रणवमध्ये कधी संवादच नाही झाला. या माणसाने मला स्वत:जवळ येऊ नाही दिलं आणि पोराजवळही नाही जाऊ

दिलं. पूर्णपणे त्यांच्यावरच अवलंबून राहावी असा दुष्ट हेतू तर नव्हता त्यांचा? हे माझ्या कधी लक्षातच आलं नाही. मुलाला हाताशी धरून मी पळून जाईन की काय हे भय होतं म्हणजे या माणसाच्या मनात. मी त्यांच्या आधी जाईन याची खात्री असणार त्यांना. आपल्याशिवाय एकटी राहूच नये कुठं असं ठरवलंही असेल त्यांनी. तशी मानसिकता तयार करायची असणार त्यांना माझी. सतत ह्यांना आणि जगाला घाबरून राहावं असंच वाटत असणार त्यांना. म्हणून तर बाहेर रोज बदलत जाणारं जग माझ्या नजरेलाच पडू नये याची काळजी घेत होते ते. इथे आल्यावरही तेच केलं त्यांनी. कोणाशी ओळख करून दिली नाही. शेजारपाजार नसलेलं हे घर मला दिलं. मीही आनंदाने हातात घेतलं ते. त्याच्या आतल्या भिंतीतलं जग वाट्याला आलं तरी त्या भिंतींना माझा रंग दिला. माझा स्पर्श दिला. माझं केलं त्याला. हळूहळू इथेही वस्ती झाली. शहरातल्या लोकांनी जागा घेऊन ठेवल्यात. काहींनी घरंही बांधली. पण अगदी घराजवळ नाहीच. कधी या रस्त्यावरून जाताना खिडकीतून कधी दिसले तर हसायचेही. पण त्यांच्याशीही संबंध येऊ नाही दिला या माणसाने. कायम एकटी ठेवून वेडं करायचंच बाकी ठेवलं होतं त्यांनी मला. तशीच मेली असते तरी चाललं असतं त्यांना. पण दुर्दैव त्यांचं. स्वत:च बाथरूममध्ये पडले आणि बोंबलत असतानाच तोंड वाकडं होत गेलं. जोरदार झटका आला. तो आला तेव्हा त्यांच्या डोळ्यांतलं ते भय अजूनही आठवत होतं. मरण जवळ आल्याची जाणीव, त्यामुळे बसलेला धक्का आणि मला एकटं राहायला लागेल या काळजीपेक्षाही माझ्याविषयीची एक प्रकारची असूया त्या सताड उघड्या पापण्यात भरून राहिलेली स्पष्ट दिसली होती मला. त्यांना अशा प्रकारे जायची अजिबात इच्छा नव्हती आणि आपल्याला एकटं सोडून तर नाहीच नाही. शेवटी हात धरला होता आपला गच्च तेव्हा वाटलं होतं आपल्याला सोडून जाण्याच्या भावनेने सोडवत नाही तो त्यांना. पण तसं नव्हतंच ते. आपला हात धरून शक्य असल्यास आपल्यालाही सोबत घेऊन जाण्याचा विचार चालला असेल तेव्हाही मनात. आपणही बावळट. हात देऊन तशाच बसलो होतो. समजा गेले असते ओढून घेऊन तर? संपलंच असतं.

गेले शेवटी एकटेच. पण माझी माझ्या पोराशी ओळखही होऊ दिली नाही या माणसाने. त्याआधीच दुरावला पोरगा. एखाद्या रोज समोर दिसणाऱ्या किंवा बागेत समोरासमोर भेटणाऱ्या माणसाला कर्तव्य म्हणून नमस्कार करायचा तसा एखाद दिवशी फोन करतो. 'कशी आहेस विचारतो' आणि नेमाने मनिऑर्डर पाठवतो. तीही बंद झाली आहे आता. आजी गेल्यापासून. मला एक कळत नाही, आजी गेल्यापासून अचानक सारं बंद का होत गेलं. मी याची आई होते की ती आजी होती त्याची आई.

पण एक मात्र खरं आजी गेल्यापासून बऱ्याच गोष्टी बदलून गेल्या. घराचा अगदी

पडका वाडा होऊन गेलाय. आता माझ्याच्याने नाही होत झाडलोट, केरवारा. अंगणात किती पालापाचोळा साचलाय! घरात तर धुळीचं साम्राज्य पसरलंय. कोणीतरी येऊन हात फिरवायला नको का घरावर. पण नाहीच फिरकत कोणी. अशा वेळी रात्र खायला उठते अगदी. भयाण वाटतं. गावातलं तर कोणी या वाटेने येतच नाही. आजी गेल्यापासून तर धास्तीच घेतलीय लोकांनी. म्हणे भुतं राहतात या जागेत. आता मी काय भूत आहे का? मेल्यावरही नाही होणार भूतबीत. माझी मेलीची कसली आशा नाही राहिली आता. हो, फक्त कधीतरी रघू यावा असं वाटतं. रघू का आठवला अचानक? की अलीकडे आठवतो अधूनमधून. हे गेल्यापासून खूपच येते आठवण. आधीही नव्हती येत असं नाही. खरंतर मनात रुतून राहिलेल्या माणसांच्या आठवणीबिठवणी नाही येत. ती चालता-बोलता असतातच आपल्यासोबत.

किती वर्षं झाली असतील त्याला भेटून? हे गेल्यावर येईल असं वाटलं होतं. पण नाही आला. शेवटी पत्र पाठवलं मी त्याच्या जुन्या पत्त्यावर तर उत्तर आलं, 'मी मुलाबाळांच्या संसारातला माणूस आहे. बायकोही चांगली आहे माझी. मुलं लग्नाला आलीत. आता या वयात नको ते कलंक घेऊन गुंते करायचे नाहीत आयुष्याचे.'

मी कुठे गुंते करत होते? फक्त नवरा गेल्यावर एकट्या पडलेल्या बाईला भेटायला म्हणून तरी यायला काय हरकत होती त्याची? पण त्याचं म्हणणं होतं की, 'कोणत्या आधारावर यायचं? तू माझ्या आयुष्यातून तेव्हाच वजा झालीस जेव्हा तुझ्या बापाने पोलिसांच्या ताब्यात दिलं मला. गुन्हा काय तर तुझ्या संमतीनेच चाळीतल्या जिन्याच्या आडोशाला तुला मिठीत घेतली.'

खरंच होतं ते. तेवढ्या कारणाने पोलीस स्टेशन पाहायला लागलं त्याला. त्या दिवसानंतर त्याने वळूनही पाहिलं नाही माझ्याकडे. त्या मिठीतली आग किती दिवस धुमसत होती आत. अगदी आताआतापर्यंत. ह्यांचं प्रेम होतं माझ्यावर पण तशी आग नाही पेटवता आली त्यांना. सगळं कसं तोलूनमापून. अगदी जपून ठेवलेल्या पैशासारखं. आज एवढेच खर्च करायचे. उद्यासाठी एवढे. एखाद्या दिवशी पुलाव तर एखाद्या दिवशी खिचडी. एखाद्या दिवशी उपाशीच झोपायचं. तसं सगळं दिलं आयुष्यात पण त्यांना हवं तसं, हवं तेव्हा. मला हवं तसं, मला हवं तेव्हा नाही दिलं कधीच काही. असं द्यायचं असतं हेच माहीत नव्हतं त्यांना त्याला ते तरी काय करणार? म्हणून तर समजून घेतलं त्यांना. केला संसार निमूटपणे. पण तरी वाटतंच ना कधीतरी घ्यावं अंगावर कोसळणारं सुख. आणि ते तुझ्याशिवाय कोणी दिलं असतं रघू? पण तूही नाही समजावून घेतलंस मला. ते गेले तेव्हा तसं नव्हतंच वय झालेलं माझं. फक्त पंचावन्न वर्षं. चौदा-पंधरा वर्षांनी मोठे नवरे असतात अनेकांचे. हेही

गेले तेव्हा सत्तरीला आले होते. म्हणजे म्हातारेच की चांगले. पण ते फार आधीच झाले होते म्हातारे. अनेकदा काही न करता आयुष्य काढलं की माणूस अकालीच संपून जातो, तसे ते केव्हाच संपले होते. लग्नानंतर दहा-बारा वर्षांतच. मीही नाही जगवत ठेवलं त्यांना. इच्छाच मेली होती आणि अधूनमधून तू आठवायचास ना रघू! त्यामुळे माझी जगायची इच्छा जागी झाली तरी त्यांनी जगावं असं नाही वाटायचं. कोरडे होत गेले सारेच संबंध. खरं सांगू रघू, तुझ्याविषयी जेवढं प्रेम वाटतं ना त्याहून जास्त राग येतो तुझा. का दाखवलीस मला स्वप्नं? का करून दिलीस ओळख माझी माझ्या शरीराशी? का जागवल्यास माझ्या आतल्या निद्रिस्त वासना? सुख म्हणजे काय असतं याची झलक दाखवलीस आणि एक दिवस सारं संपवून निघूनही गेलास आयुष्यातून. तुझा राग एवढ्यासाठीच येतो रघू, तू दाखवलेल्या त्या फेसाळणाऱ्या समुद्राच्या लाटांचा आवेग शरीराच्या नसानसांत रुतून राहिल्यामुळे पुढे रमताच नाही आलं कोणात. ह्यांना तर स्वत:ही भोगता आलं नाही कसलंच सुख. सुख म्हणजे काय असतं याचा शोधही लागला नाही त्यांना. मी ठरवलं असतं तर घेऊन जाऊ शकले असते त्यांना त्या सुखाकडे. पण हट्टाने नाही उघडली दारं त्या प्रकाशाने भरलेल्या खोलीची. त्यांनी बंद केली दारं माझ्यासाठी बाहेरच्या जगाची म्हणून मग मीही नाही दाखवले त्यांना मला माहीत असलेल्या मधाळलेल्या क्षणांच्या टोकावर उतरलेले दवबिंदू. नाही शिकवलं त्यांना कसे टिपायचे असतात हे क्षण. बदलाच घेतला रे एक प्रकारे... बदलाच घेतला.

सुख काय असतं हे कळल्याशिवाय गेले ते. मी तशी भाग्यवानच रे. थोड्या दिवसांसाठी का होईना भोगलं ते. असंही काही असतं आयुष्यात ज्यासाठी झोकून द्यावंसं वाटतं आयुष्य हे कळू तरी शकलं तुझ्यामुळे. तुझं ऋण आहे माझ्यावर. ते फेडायचं नाही मला. पण त्याची जाणीव करून द्यायची आहे एकदा. तुला कळायला नको का, इतकं रोकठोक बोलून नाही तोडता येत काही क्षणभरासाठी जुळलेली नाती. ती आयुष्यभर बांधून ठेवतात आपल्याला. आणि काही आयुष्यभरासाठी जोडून घेतलेली नाती मात्र कंटाळा घालतात पदरात. केवळ सवय होते एखाद्या कुत्र्या-मांजराची म्हणून पाळतो आपण त्यांना, तशीच पाळतोही नाती. ह्यांच्याबरोबरचं नातं असंच पाळलं मी. त्याचा पश्चात्ताप नाही. पण तुझ्याबरोबरचं खोल आत शिंपल्यासारखं जपलेलं नातं पुन्हा एकदा वर काढावंसं वाटतं. त्याच्याकडे डोळे भरून पाहावंसं वाटतं. त्यासाठी तरी एकदा येऊन जाच. एवढी एक इच्छा आहे. ती अपूर्ण राहिली तर इथेच या समुद्राच्या लाटांवर झोके घेत राहीन. बंगलीभोवती घुटमळत राहीन.

त्या आजींची काही इच्छा असेल का रे? असेलच ना! प्रत्येकाला काहीतरी हवं

असतं. आयुष्यात न मिळालेलं. किंवा मिळालेलं पण हातातून निसटून गेलेलं वाळूसारखं.

या समुद्राच्या लाटांचा आवाज येतोय बघ. संध्याकाळच्या सावल्या रात्रीच्या अंधारात मिसळून हरवत गेल्या की मला या लाटांची गाज गोठवून टाकते. अंधार पसरत चाललाय आणि आज तुझ्या आठवणीत फिरत राहिले सैरभैर तर दिवाबत्ती करायचंच विसरून गेले. आता अंधारात काय सापडणार मला म्हातारीला! म्हणजे तशी म्हातारीबितारी नाही हं मी. अजूनही टवटवी आहे चेहऱ्यावर. आलास तर लगेच ओळखशील मला, रघू.

आजींच्या घराचा दरवाजा उघडतंय का कोणी? कोण आहे ते? त्यांचा मुलगा आलाय का? की गावातलेच लोक आहेत? बहुतेक सारी गावातलीच आहेत. फक्त दोन माणसं अनोळखी वाटतात. पोलीसबिलीस आहेत की काय? आणि दार का फोडताहेत ते? आजींना उठून उघडता येत नाही का? की पडल्यात? पायबिय मोडला असेल बहुतेक माझ्यासारखाच. कसले पडले मी परवा त्या लादीवरून घसरून! पाण्याचा पेला होता ठेवलेला वाटेत. तो कधीतरी लवंडला माझ्या हातून आणि लक्षातच नाही आलं माझ्या. फोडणी घातली भाजीला आणि पातेल्यावरच्या ताटात पाणी ठेवण्यासाठी जरा वळले नळापर्यंत जायला तर घसरले जोरात. डोक्यावरच पडले. कळवळून ओरडले. अंधारी आली डोळ्यांवर. क्षणभर काय झालं कळलंच नाही. मनाने तरुण असले तरी म्हातारी झालीतच ना हाडं! तुटली असतील कडाकडा. हलता येईना ना डुलता. घरच डुलत राहिलं फक्त.

कधीतरी शुद्ध आली तेव्हा वास सुटला होता करपलेला. गॅस बंद करायला उठावं म्हटलं तर पायात प्रचंड वेदना. हलताच येईना जागेवरून. भाजी करपून कोळसा झालेला. गॅस बारीक होता म्हणून बरं नाही तर पेटच घेतला असता पातेल्याने. काय करावं विचार करत होते. तर पुन्हा ग्लानी आली. मग किती वेळ झोपले माहीत नाही. गॅस संपून बंद झाला असावा बहुतेक. संपतच आला होता म्हणा. बरं झालं. काही गोष्टी आपल्या बऱ्यासाठीच तर होतात. आता हेच पाहा ना, मी पडले तेही बरं झालं. त्या निमित्ताने माझी बहीण आली, भाऊही आला. प्रणव निघालाय अमेरिकेवरून असं कोणीतरी म्हणताना ऐकलं मी. आणि हा कोणाचा आवाज येतोय? अगदी दुरून आल्यासारखा? ओळखीचा आहे हा. रघूचा तर नाही? अगबाई, रघूही आलाय की काय? ही तर पर्वणीच झाली. मला माहीत असतं आधी की मी पडल्यावर येईल हा तर तेव्हाच नसते का पडले?

वाळलाय का तो? आणि किती सुरकुतलाय. आपल्याबरोबरीचा ना हा, मग असा सत्तरीतल्या माणसासारखा का बरं दिसतोय? पंधरा वर्षांनी मोठा कसा झाला हा

आपल्यापेक्षा? माझ्या बहिणीही मोठ्या दिसतात. वयस्कर. मुंबईच्या हवेत काही बदल झालेत का अचानक? की माणसांना अकाली म्हातारं करायचा आजार आलाय नवीन? जग पुढे चाललंय तसे नवनवे आजार यायला लागलेत एक एक. हाही त्यातलाच असावा.

रघू बोलत काय बसलाय पोलिसांशी. जवळ ये ना रे. एकदा पाहू दे ना डोळे भरून. म्हातारा झाला असलास तरी शेवटी माझाच आहेस ना. मी नाही तुझी आणि तूही माझा नाहीस. तुझ्या बायकोचा आहेस असं लिहिलं होतंस पत्रात. पण तसं तुला वाटतं. मला काय वाटतं हे महत्त्वाचं नाही का?

मला आजही माझाच वाटतोस तू. मी शरीराने आणि समाजाच्या दृष्टीने होते त्यांची. पण माझ्या मनाने तुझीच आहे रघू. तू नाकारून काय होणार? आणि मनात असेलच की तुझ्या काहीतरी! नाहीतर असा आला नसतास मला पाहायला. आता वेळ नको लावूस. ये जवळ आणि उचलून घे मला. हा मेला पाय मोडलाय तर उठताही येत नाही. नाहीतर मीच धावत सुटले असते तुझ्याकडे. कोणाचीही पर्वा न करता पुन्हा एकदा श्वास रोखायला लावणाऱ्या त्या मिठीत शिरले असते. पुन्हा एकदा अनुभवला असता तो स्पर्श.

रघू जवळ येतोय. माझा श्वास थांबेल की काय आता. धडधडतंय हृदयात माझ्या. पण हे काय? त्याच्याबरोबर ते पोलीस आहेत आणि कोणीतरी अनोळखी माणूस. ताईचा मोठा लेकही आलाय... ताई तिथे लांब बसून डोळ्यांना पदर लावून बसलीय. जवळ यायला लाज वाटत असेल तिला. एवढ्या वर्षांत तोंड नाही दाखवलं आणि आता आलीय. माझ्या प्रेतालाच यायचं. एवढ्या लवकर कशासाठी आली देव जाणे.

रघू काय म्हणतोय? काहीतरी सांगतोय तो. माझ्या डोक्याला मार लागल्याचं सांगतोय का तो? ते माहीत आहे रे मला. तू वेगळं बोल ना काहीतरी. काहीतरी मला हवंसं. पूर्वी बोलायचास तसं बोल ना काहीतरी. आपल्या दोघांबद्दल. त्या काहीही न कळणाऱ्या वयात केलेल्या धसमुसळत्या प्रेमाविषयी बोल. माझ्या गरम ओठांविषयी किंवा काहीही. तुला हवं ते बोल. तुला छान सुचतं बोलायला. खूप आतून, ओथंबून आल्यासारखं बोलतोस तू. पावसासारखं अनिवार. बोल ना रे.

वाकलास का माझ्यावर? चेहरा न्याहाळतो आहेस माझा. अगदी बारकाईने. काय दिसतंय रे त्यावर? तुझ्याएवढ्या सुरकुत्या तर नाहीच आहेत. अगदी नितळ आहे तो. तुला आवडायचा तसाच.

डोकं वर उचलून काय करणार आहेस? ओठावर ओठ टेकायचे आहेत का तुला? आणि तसंच, अगदी तसंच शरीरावर हजारो रोमांच उठवणारं चुंबन घेणार आहेस का? अरे, सगळ्यांसमोर नको रे वागू असा वेड्यासारखा. बाबा नाहीत म्हणून काय

झालं. ताई आहे, धाकटा चंदू आहे आणि मुख्य म्हणजे पोलीसही आहेत. त्यांच्यासमोर नको करूस वेडेपणा. नाहीतर पुन्हा नेतील ते पकडून. आता या वयात प्रेमासाठी गेलास तुरुंगात तर हसं होईल लोकांत. आणि तुझ्या बायकोला कळलं तर वाईटच. पुन्हा एकदा तो कलंक. नकोच. मला हवंसं वाटलं तरी नको करूस काहीतरी वेड्यासारखं. त्यापेक्षा फक्त बस बाजूला. तुझ्या असण्यानेही फरक पडेल बघ. चांगली ठणठणीत होईन मी.

रक्ताचं काय सांगतोस? डोक्याच्या मागे रक्त लागलंय का? की साकळलंय? लागू दे. ते पाहू नकोस तू. तुला सहन नाही व्हायचं.

हे काय चाललंय केव्हापासून? आता नाडी पाहताहेत ते लोक... नाकाजवळ हात आणला. कशासाठी? ते कापसाचे बोळे आणलेत त्या पोलिसाने, त्याचं काय करणार आहात? तो पोलीस कापसाचे बोळे का कोंबतोय माझ्या नाकात? गुदमरेन ना मी. अरे, मला आधी बोलू द्या रघूबरोबर. किती दिवसांनी आलाय तो. त्याच्या डोळ्यात पाणी आलंय. ताईही रडतेय आता मोठ्याने. कोण गेलं? शेजारच्या आजी का आणखी कोणी?

आणि माझा श्वास का असा थांबलाय? कापसाचे बोळे टाकून थांबवला का त्यांनी? कोणी सांगितलं त्यांना तसं करायला? रघूने का? मला असं मारून काय मिळणार आहे तुला रघू? मी नाही पाठवणार पुन्हा पत्र. तुला जे आवडत नाही ते नाही करणार. मला सवय आहे ऐकायची. ह्यांचं नाही का निमूटपणे ऐकलं? आता तुझं ऐकेन. काय फरक पडतो. पण हे बोळे काढून टाक.

तू कुठं चाललास रघू? मला एकटीला सोडून जाऊ नकोस. काय बोलायचं ते माझ्यासमोर बोला. काय झालंय मला? काहीही झालेलं असलं तरी सांगा मोकळेपणाने. ऐकण्याची तयारी आहे माझी. एवढ्या वर्षांत तेवढं बळ आलंय माझ्यात. पाय मोडलाय का माझा कायमचा की कंबरेचं हाड तुटलंय? डोक्याला मार लागलाय. मेंदूला काही इजा झालीय का? मेंदू मेलाय माझा की शरीर मेलंय? की संपूर्ण शरीर-मनाने मेलेय मी?

समोरच्या आजींच्या घराचा दरवाजा उघडला गेला नाही तीन दिवस. त्यांचं पाहिलं का कुणी काही? मला तरी तुम्ही एवढीजणं आहात. त्यांना कोणीच नाही बिचाऱ्यांना. आणि मला आहे तसा रघू तर नाहीच नाही.

रघू कुठे गेला? सगळं शांत कसं झालं पुन्हा? फक्त पोलीस दिसताहेत आता आणि गावातली दोन-चार माणसं. टेबलावर साठलेल्या धुळीत रेघोट्या ओढत उभे आहेत केव्हाचे. पोलीस फोनच्या डायरीची पानं चाळताहेत. कोणाचे नंबर शोधताहेत? त्यांना प्रणवचा नंबर हवा आहे का? की रघूचा नंबर हवा आहे? रघू

जास्त जवळ आहे माझ्या. प्रणव किती दूर आहे. तो जवळ असतानाही जवळ नव्हताच कधी. रघू लांब राहूनही जवळ राहिला कायम. त्यालाच बोलवा. प्रणव कुठून आणि कधी येईल देव जाणे!

काही अनोळखी माणसं दाराबाहेर गर्दी करून उभी आहेत आजींच्या. पोलीसही आहेत. वाट पाहताहेत कोणाची तरी. रघूची नसणारच. मग कोणाची? प्रणवची? पण आजींना प्रणव ओळखतो? त्याचा काय संबंध आजींशी? ते आजींच्या मुलाची वाट पाहत असतील. आजी सांगत होत्या मागे कधीतरी त्यांच्या मुलाचा फोन येतो म्हणून. कदाचित फोनची वाट पाहत असतील. आजींच्या घरात ताईही बसली आहे. आजींच्या उशाशी तिची मुलंही दिसताहेत. आजींच्याही नाकात बोळे टाकलेत कापसाचे. कापसाचे बोळे नाकात कोंबण्याचा सप्ताह साजरा करतात की काय पोलीस?

किती वेळ उभी आहेत सगळीच? आपल्या घरात येऊन का नाही बसत? घर धुळीने भरलं असलं तरी जागतं ठेवलंय मी. आजींचा मुलगा येईपर्यंत थांबायचं आहे सगळ्यांना. दमून जातील तशी ताटकळत थांबली तर. कंबर नसती मोडली तर उठून चहा-पाणी केलं असतं मी. एवढी माणूसघाणी नाही काही मी. येऊन बसलात तर हाकलणार नाही कोणाला आणि ताई माझीच तर आहे. तिला इथे येऊन बसायला तर काहीच हरकत नाही.

सूर्य कलायला लागलाय आता. समुद्रही शांत झालाय. ओहटी सुरू झाली बहुतेक. आता अंधार वाढत जाईल. आज दिवाबत्तीही नाही करता येणार. समोरच्या कातळावर लाटा फुटल्याचा क्षीण आवाज येतोय फक्त. अंधार आणि मागे परतणाऱ्या लाटांचा पुसट होत चाललेला आवाज बरा वाटतोय कानाला. थकून गेलेल्या जीवाला जोजवल्यासारखा मंद वारा स्पर्श करून जातोय शरीराला. आता फक्त रघू हवा बाजूला. कपाळावरून हात फिरवत राहिला तर बहार येईल. कधीपासून वेढून राहिलेली ही अस्वस्थता कमी होईल हळूहळू. मी वाट पाहते त्याच्या येण्याची.

***

नवी कथा

लेखिका उठली. दात घासले. लायटर घेऊन गॅस पेटवला. चहाचं आधण ठेवलं. मुलीला उठवलं. अंघोळीला पाठवलं. चहा घेत भाजी फोडणीला टाकली. मग पोळ्या केल्या. मुलीचा डबा भरला. तिच्या बॅगेत टाकला. सोबत पाण्याची बाटलीही. मुलीसाठी तयार केलेलं कॉम्प्लान तिला दिलं. ती बाहेर पडताना तिच्याबरोबर बाहेर जाऊन तिला निरोप दिला. 'नीट जा' म्हणून बजावलं. घरात आली. नवऱ्याला उठवलं. त्याच्यासाठी नाष्टा केला. सोबत चहाही. त्याचा डबा भरून त्याच्या बॅगेत टाकला. तो बाहेर पडला. मग कपडे-भांडी-धुणं करणाऱ्या बाईकडून कामं करून घेतली. अंघोळ केली. स्वच्छ झाली. सासू-सासऱ्यांना नाष्टा-चहा दिला. मग स्वत: चहा-नाष्टा केला. स्वच्छ आणि नेटक्या घरावरून नजर फिरवली आणि मग घराच्या खिडकीजवळ येऊन उभी राहिली.

तुम्हाला वाटेल हाच तो क्षण, काही सुचण्याचा. आता ती निवांत लेखन करण्यासाठी मोकळी. पण नाही. तिला दुपारी घरी परतणाऱ्या मुलीसाठी आणि घरात असलेल्या सासू-सासऱ्यांसाठी स्वयंपाक करायचाय. संध्याकाळी घरी परतणाऱ्या नवऱ्यासाठी काय करायचं हे ठरवायचंय. दुसऱ्या दिवशी रविवार असेल तर घरी येणाऱ्या पाहुण्यांचं स्वागत कसं करायचं हे ठरवायचं आहे. भाजी-फळं संपली असतील तर ती घेऊन यायची आहेत. वाणसामान आहे, बँकेची कामं आहेत. मुलीचा अभ्यास आहे, तिची परीक्षा आहे. सासू-सासऱ्यांच्या बारीकसारीक तक्रारी आहेत, त्यांची औषधं आहेत, त्यांच्या फर्माइशी आहेत आणि काय काय. आणि हो रात्री नवऱ्याला खूशही करायचं आहे. जमलं तर स्वत:लाही आनंदी ठेवायचं आहे.

लेखिकेचा हा रोजचा दिनक्रम. त्यात लेखन ही जास्तीची गोष्ट. एवढं सगळं करून लेखिका लिहिते हे महत्त्वाचं नाही का? मग ती काय लिहिते हा प्रश्न गौण.

असो. आज मात्र आपली ही लेखिका या दिनक्रमाच्या बाहेर पडलीय.

ती सकाळी उठली. तोंड धुतलं. गॅस पेटवून चहाचं आधण ठेवलं. तिथेच उभी

राहून ती उकळणाऱ्या चहाकडे पाहत राहिली. मग दूध घालून तिने चहा गाळला आणि बाहेर आली. हॉलच्या खिडकीत उभी राहून चहाचा एक एक घोट घेत ती बाहेर पाहायला लागली. हिरवीगच्च झाडी आणि त्यापलीकडे डोंगरमाथा. त्यावर रेंगाळत निघालेले कापसासारखे ढग. त्यांचे चित्रविचित्र आकार. त्या आकारातून साकार होणारी वेगवेगळी शिल्पं. त्यांना मिळालेले चेहरे. तिच्या कवितेत किंवा कथेत येण्यासाठी उत्सुक. लेखिका त्यांच्यासाठी जागा शोधू लागली. काय बरं लिहावं? आणि कोणावर? हे सारं मी आता पाहते आहे ते कशात बसवता येईल? कथेत की कवितेत? कवितेत नाही आणता येत ठरवून. ते मनात असतं. ते झिरपतं कधी कधी एखाद्या प्रतिमेतून. मग कथेत? चालेल. पण निसर्ग हा काही पात्र नाही होणार आपल्या कथेचं. का नाही? करूया की कधीतरी त्यालाही पात्र आपल्या कथेचं. पुढे कधीतरी नक्की. पाहूया. आता मात्र जरा वेगळं हवं. आजच्या जगातलं. आजच्या पिढीला भावणारं, माझ्या वयात आलेल्या मुलीला रुचणारं. त्यासाठी त्यांच्यातलीच पात्रं घ्यायला हवीत. किती पात्रं घेऊया नेमकी? सध्या दोन किंवा तीन पुरेत. दोन मुली आणि एक मुलगा. नको. पुन्हा तोच तो घिसापीटा लव्ह ट्रँगल. मग दोन मुलं आणि एक मुलगी? चालेल. विक्रम. चांगलं नाव आहे. आणि रेवा. आणि पुनीत. हाही लव्ह ट्रँगलच होईल. पुन्हा तेच. बायकांना याच्यापलीकडे का जाता येत नाही याची चिंता करत राहतील बिचारे समीक्षक! पण आपल्याविषयी चिंता व्यक्त करायला आपलं कधी वाचलंय त्यांनी. आपण लिहितो त्याची साधी दखलही नाही घेत. अर्थात त्यांच्यासाठी नाहीच लिहीत आपण. आपण वाचकांसाठी लिहितो. त्यांचा विचार करायचा. अर्थात ते वाचतात आपलं आवडीने म्हणून तोच तो इमोशनल अत्याचार नको करायला वाचकांवरही. पण या वेळी आपला अत्याचार मेलोड्रॅमॅटिक नसेल. तो वेगळा असेल. माझी पात्रं मनाने गुंतलेली नाही दाखवणार मी. केवळ शरीराने गुंतू दे त्यांना. मनाने गुंतली की सारंच कंटाळवाणं, रडकं होत जातं. आपण जरा अतिवास्तववादी की काय ते होऊया. म्हणजे असं दाखवूया की रेवाला दोघंही आवडतात. एकाच्या शरीराचा मोह आहे तिला आणि दुसऱ्याच्याही. पण या आवडण्यातही फरक आहे. विक्रमचं पीळदार शरीर, त्याचा लूक, त्याची बोलण्याची पद्धत, त्याची बॉडीलँग्वेज सारंच ग्रेट! आपल्या भाषेत मदनाचा पुतळा आणि नव्या पोरांच्या भाषेत फटाका. पुनीतच्या शरीराला पीळ नाहीत, अगदी साधा लूक आहे त्याचा. पण त्याच्या डोळ्यांत काहीतरी आहे. विलक्षण. त्याचे डोळे बोलत राहतात सतत. काहीतरी मागितल्यासारखे. मग झोकून द्यावंच लागतं. आणि शरीरही बोलत राहतं खूप काही हवंहवंस. देतंही राहतं तिला हवं ते. रेवा दोघांच्याही शरीरात अडकलेय. मनात नाही.

पण असं काही आवडेल वाचकांना? शरीरात अडकणं हा व्यभिचारच त्यांच्या दृष्टीने. लोकांना मनात अडकलेलं चालतं. शरीरात नाही. मनात गुंतून खरंतर व्यभिचारच करत असतात सारीच. आपली कितीतरी पात्रं ते करतात. कधी कधी प्रत्यक्ष आपणही. मनातल्या मनात आपण किती जणांच्या मिठीत शिरलोय. अगदी आसुसून शोध घेतलाय कोणा अनोळखी चेहरा नसलेल्या पुरुषाचाही. त्या पुरुषाला आपल्या नवऱ्याचा चेहरा नव्हताच ना! प्रत्यक्ष आयुष्यात मात्र नाही चालत असं काही. शरीरात गुंतले की झाली बोंब. नकोच! नैतिकता हवीच लेखकाला आणि लेखकाच्या पात्रांनाही. आणि लेखक बाई असेल तर हवीच हवी. नैतिकताच पणाला लागते शेवटी. लोक कीस काढत राहतील. शोधत राहतील आपल्या आजूबाजूच्या लोकांत सापडतात का ही तिघं ते किंवा कदाचित आपल्यालाच रेवामध्ये शोधतील. छोडो यार. नकोच ही भानगड. विवाहबाह्य संबंधांवर लिहायचं नाही. अरे, पण रेवाचा या दोघांशी असलेला संबंध विवाहबाह्य संबंध असणारच नाही. कारण रेवाचं लग्नच झालेलं नाही. मग याला विवाहबाह्य कसं म्हणणार?

लेखिका चहा संपवते. आणि कप तिथेच खिडकीवर ठेवते. आज तिला असं केलं म्हणून बोलणारं कोणीच नाही घरात. त्यामुळे ती मनाला हवं तसं वागणार आहे आणि मुख्य म्हणजे काहीतरी लिहिणार आहे. किती दिवसांत हातात पेन घेतलं नाही. म्हणजे तशी रोजच घेते. पण ते मुलीचा अभ्यास घेण्यासाठी किंवा हिशेब लिहिण्यासाठी. आज स्वत:साठी घेणार होती ती.

तिने खरोखरच हातात पेन घेतलं. मुलीची गेल्या वर्षीची अर्धवट वापरून टाकून दिलेली वही घेतली आणि ती उशी भिंतीला लावून पलंगावर बसली.

तिची लिहिण्याची अशी खास जागा नव्हतीच. म्हणजे टेबल-खुर्ची वगैरे. तशी असावी का असा प्रश्न विचारला जाण्याएवढी नामवंत लेखिका अजून ती झाली नव्हती. अर्थात तिचाही बऱ्यापैकी दर्जेदार वाचकवर्ग होताच. अशीच लिहीत राहिली तर तो काही दिवसांत डोक्यावर घेणारच. म्हणजे अशा प्रश्नांची तयारी काही वर्षांत करावी लागणारच होती तिला. त्यामुळे पुढे-मागे तसा कोणी विचारलाच प्रश्न तर तिच्याकडे अजून तरी खास असं उत्तर नव्हतं. पण तसं पाहिलं तर होतंही. नव्हतं म्हणण्याचं कारण म्हणजे अशा प्रश्नाला काय उत्तर द्यायचं हा प्रश्न तिला पडायचा. कारण, तशी कोणतीच जागा तिच्यासाठी या घरात कोणी केली नव्हती. स्वतंत्र खोली किंवा टेबल ही पुढची गोष्ट. पण तिच्या कपड्यांसाठी वेगळं कपाट नव्हतं; तिच्यासाठी वेगळा आरसा नव्हता; अगदी साधी पावडरही नव्हती. ती कुठेही तिचे कपडे ठेवायची; आरशात पाहायला वेळ मिळाला तर कोणत्याही आरशात पाहायची; घरात असेल ती पावडर लावायची, नाहीतर नाही लावायची. तिचा कसलाच हट्ट

नव्हता. म्हणजे आपल्यासाठी हे हवं किंवा नको म्हणून. आणि उत्तर होतं म्हणाल, तर असं होतं की काय गरज असते माणसाला एखाद्या खास जागेची? जिथे मिळेल तिथे राहावं, जे मिळेल ते खावं आणि जिथे जागा मिळेल तिथे लिहावं. लिहावंसं वाटणं महत्त्वाचं. मग इथे लिहू, तिथे लिहू, की मनात लिहू? काय फरक पडतो? आपण फक्त शब्दांना मोकळं तर करत असतो कोऱ्या कागदावर किंवा मनाच्या कागदावर.

तर ती हातात पेन घेऊन बसली आणि लिहायला सुरुवात केली.

रात्र पसरायला लागली होती या शहरावर. पण रेवाला त्याची जाणीव नव्हती. ती काचबंद खिडक्यांनी बनलेल्या भिंतीच्या इमारतीतील एका बंदिस्त आणि थंडगार केबिनमध्ये कॉम्प्युटरसमोर बसून जगातल्या वेगवेगळ्या कस्टमर्सबरोबर संवाद साधत होती.

विक्रमने कारचा दरवाजा उघडला आणि तो बाहेर आला.

कारचं दार उघडून माणूस बाहेरच येणार. काय मूर्खासारखं लिहितो आपण!

हं, तर विक्रम कारमधून उतरला. समोरच्या चकचकीत काचांच्या इमारतीत शिरला. रात्रीची शिफ्ट असल्याने खरंतर ड्रेसअप होऊन (इंग्रजी शब्द जास्त होताहेत. काळजी घ्यायला हवी. आपला वाचक मध्यमवर्गीय, प्रमाण भाषेवर प्रेम असलेला आहे हे विसरून चालणार नाही.) *येण्याएवढा उत्साह नसायचा त्याच्यात, पण जेव्हापासून रेवा त्या ऑफिसमध्ये कामावर रुजू झाली तेव्हापासून तो काळजीपूर्वक कपडे करायचा. रेवामध्ये नेमकं काय होतं ते त्याला नाही सांगता यायचं. अर्थात तसं त्याला कोणी विचारलं नव्हतं. पण विचारलं असतं तर नसतं सांगता आलं. म्हणजे त्याने स्वत:ला हा प्रश्न विचारला होता. पण नाहीच सांगता आलं. म्हणजे ती सर्वसाधारणपणे सुंदर मुलींच्या व्याख्येत नव्हतीच बसत. उदाहरणार्थ, ती गोरी नव्हती, तिचं नाक चाफेकळीसारखं नव्हतं, तिचे डोळे मासोळीसारखे नव्हते, केस लांबसडक नव्हते, तिच्या गालाला खळ्या पडत नव्हत्या. हे काहीच नव्हतं आणि तरीही ती सुंदर होती. विक्रमची सौंदर्याची व्याख्या काय होती हे सांगणं तसं कठीणच होतं. पण तिच्याकडे पाहत राहावंसं वाटायचं हे मात्र नक्की.*

तो ऑफिसमध्ये पोचला तेव्हा रेवा आलेली होती. मान वेळावत ती क्लायंटशी बोलत होती. त्यातही एक प्रकारचा गोडवा होताच. विक्रमला तेही आवडायचं. एकूण काय तर विक्रम तिच्यावर मनापासून लट्टू झाला होता.

रेवालाही विक्रमचा प्रेझेन्स (विक्रमची उपस्थिती लिहूया का? छे, एवढं प्रमाण मराठी नको. सहज नाही वाटत.) *जाणवायचा. त्याचं आजूबाजूला असणं*

सुखावणारं वाटायचं. तो येण्याची ती मनातल्या मनात वाट पाहत असायची.

खूपच पाल्हाळ लावल्यासारखं वाटतंय का? म्हणजे आताशी कुठं एकमेकांची मनातल्या मनात वाट पाहणं, त्यानंतर बोलणं, त्यानंतर प्रेम. मग शरीरात गुंतणं. आणि मग त्यापुढे जाऊन एकमेकांकडे कबुली की लग्न करावंसं नाही बुवा वाटत. असंच राहायचं का? मग प्रथम आश्चर्य. नंतर स्वीकार. एवढं सगळं झाल्यावर पुनीत येणार. बापरे, हे बोअरिंगच आहे. त्यापेक्षा त्यालाही त्याच वेळी आणूया का? म्हणजे दोघंही एकाच ऑफिसमध्ये. नको. ते टिपिकल वाटतं. पुनीत तिचा बालमित्र दाखवला तर किंवा एकाच सोसायटीत राहणारा? छे, फारच मध्यमवर्गीय वातावरण वाटतंय. आणि त्यांचं हे भेटणं, एकमेकांविषयी वाटणं सारंच सविस्तर लिहीत बसलो तर कादंबरीच होईल. आपल्यासारख्या संसारी बाईला कादंबरी नाही परवडणार. कथा आपली बरी. मिळालेल्या वेळात वर्षाकाठी एखाददुसरी लिहिली तरी समाधान. आपल्याला आणि नवऱ्यालाही. आपल्याला सर्जनशीलता जपल्याचं समाधान आणि त्याला बायकोच्या एकूण विकासाला हातभार लावल्याचं समाधान.

ही गोष्ट नकोच. त्यापेक्षा वेगळं काहीतरी लिहूया. काय लिहायचं? सामाजिक, राजकीय वगैरे.

लेखिकेला हसू आलं. सामाजिक काय लिहिणार? आणि राजकीय तर शक्यच नाही. रोजच्या वर्तमानपत्रातल्या बातम्या वाचण्यासाठीही वेळ नसतो. काय घडतंय आजूबाजूला याचा ठावठिकाणा नसतो आपल्याला. किती पक्ष आहेत? कोण सोडून गेलंय पक्ष? कोणाला जाऊन मिळालेत? त्यामागची राजकीय बेरीज-वजाबाकी काय? नवरा सकाळी पेपर घेऊन जातो बरोबर ट्रेनमध्ये वाचण्यासाठी. बातम्या लावाव्यात टीव्हीवर तर रिमोट मुलीच्या हातात. तिच्या नसेल तेव्हा सासू-सासऱ्यांच्या हातात. मग कोणत्याही स्पोर्टस् चॅनलवरची मॅच पाहा नाहीतर पाककृती पाहात राहा. आपण पाहतोच की. दुसऱ्या दिवशी काय करायचं हे ठरवणं सोपं जातंच. लेखिका असलो म्हणून काय पोट नाही? जीभ नाही? जिभेचे चोचले नाहीत? सगळंच आहे. म्हणून पाहते. जे दिसेल ते तुकड्यातुकड्यांत पाहत राहायचं. काय कपाळ कळणार राजकारणातलं! त्यामुळे राजकीय शक्यच नाही.

सामाजिक काय लिहिणार? आपल्याला साधं लिंगाधिष्ठित फरक म्हणजे काय हेही माहीत नाही. त्याविषयीचे ऐतिहासिक किंवा पुराणकालीन संदर्भ माहीत नाहीत. त्या दिवशी कसं कुणास ठाऊक पण आपल्याला बोलावलं होतं एका परिसंवादासाठी. भाग घ्यायला नाही. फक्त हजर राहायला. तर काय काय बोलत होत्या बायका. स्त्रीवाद काय आणि जातवास्तव काय. मला बोलायला सांगत होते आयोजक. पण नाही बोलले मी. काय बोलणार होते? तोंड उघडलं असतं तर उघडी

पडले असते. स्वत:च्या जगण्याविषयीच काही माहीत नाही तर दुसऱ्यांच्या जगण्याविषयी काय लिहिणार? या अशा स्थितीत कसलं सामाजिक आणि कसलं राजकीय! मग काहीतरी ऐतिहासिक लिहायचं का?

लेखिकेने स्वत:ला समजावलं. त्यासाठी कराव्या लागणाऱ्या संशोधनाला वेळ आहे का आपल्याकडे? आणि ऐतिहासिक पात्रं आपल्या देशात प्रत्येक गटाची मालमत्ता झालीय. उद्या चुकून काही लिहिलं त्यांच्याविषयी असं म्हणजे विक्रम, पुनीत आणि रेवासारखं विवाहबाह्य वगैरे तर मेलोच ना! आपलाही जेम्स लेन्स व्हायचा. नवरा बोलत होता काहीतरी तावातावाने. तो कसा चुकीचा आहे हे पटवून देत होता सासऱ्यांना. आपण विचारलं काय तर म्हणाला, 'तू कशाला आटापिटा करतेस समजून घेण्याचा? तुझ्या आवाक्यातलं नाही ते.'

आपण लेखिका आहोत म्हणून त्याला अभिमान आहे. मग तरी आपल्या बुद्धीची झेप एवढी नाही असं का वाटतं त्याला सारखं? आपलं लेखन स्त्री-पुरुषसंबंधाच्या पलीकडे जात नाही म्हणून की आणखी काही कारण आहे त्याच्यामागे? काहीतरी असणारच.

लेखिका कारण शोधायचं ठरवते. आणि मग पुन्हा ऐतिहासिक लेखनाकडे येते. तर असं काही लिहिलं तर लेखकाच्या पुस्तकाची होळी वगैरे केली जाते. आपल्याला चालेल का असं काही झालं तर?

लेखिकेला आपलं पुस्तक आणि आपली प्रतिमा जळताना दिसायला लागली. नाव होईल का त्या निमित्ताने आपलं? तिने हळूच स्वत:ला विचारलं. खुशालूनही गेली क्षणभरासाठी. पण मग स्वत:बरोबर कुटुंबाची होणारी फरपट दिसायला लागली तसा तोही विचार झटकून टाकला मनातून. लेखिका असली तरी प्रथम कुटुंब महत्त्वाचं होतं तिच्यासाठी. मगच लेखन. म्हणून आपला लव्ह ट्रँगल केव्हाही चांगला. सगळ्यात सुरक्षित विषय. आदिम काळापासून चालत आलेला.

लेखिका पुन्हा तिच्या कथेत शिरली.

पुनीत समोरच्या बिल्डिंगमध्येच राहतो. रेवाला रोज दिसतो. खरंतर दोघंही सकाळी एकाच वेळी बाहेर पडतात. रेवाला रात्रपाळी करावी लागत नाही अजून. विक्रम आल्यावर थोड्या वेळाने ती बाहेर पडते. विक्रम आणि ती तसे ऑफिसच्या बाहेर कमीच भेटतात. विक्रम दुसरा जॉब शोधतोय. दिवसपाळीचा. मग रेवाला भेटता आलं असतं बाहेर. आतापेक्षा जास्त वेळा. जास्त वेळा तिच्या शरीराचे चढउतार न्याहाळता आले असते. तिच्या बेंबीमधून खाली उतरणाऱ्या रस्त्यावर जास्त वेळासाठी घुटमळता आलं असतं.

हे नकोच. फार अश्लील वाटतंय का? काकोडकर टाइप. बायकांनी असं

लिहायचं नसतं! त्यांना जर काही म्हणायचं असेल तर सूचक लिहावं की! उद्या नवऱ्याने वाचली ही कथा तर तोंडातच मारेल हे वाक्य वाचल्यावर. काढायला लावेलच तो. त्यापेक्षा आपणच काढून टाकूया ना. पण तो कधी वाचतो आपण काही लिहिलेलं? हे असलं त्याच्या दृष्टीने बिनमहत्त्वाचं आहे. लिहूया आपल्याला हवं ते. कामसूत्रात तर काय काय लिहिलेलं आहे. ते बरं चालतं लोकांना. अभिजात वाङ्मय आहे ना. सांस्कृतिक ठेवाच आहे ना तो आपला. अर्थात तो पुरुषांनी लिहिलेला आहे. बायकांनी नाही. ही आपणच आपल्यावर लादलेली सेन्सॉरशिप. त्या दिवशीच्या परिसंवादात असंच काहीतरी म्हणत होत्या त्या स्त्रीमुक्तीवाल्या. बोलायला काय जातंय त्यांना? नवरा, कुटुंब, मुलंबाळं सांभाळून लिहा म्हणजे कळेल काय कसरत करावी लागते ते. ठीक आहे, सध्या राहू दे वाक्य. मग फेअर ड्राफ्टमध्ये गाळूया.

आणि मुख्य म्हणजे हवं तेव्हा उपलब्ध होता आलं असतं.

शीऽऽ उपलब्ध हा शब्द किती व्यवहारी वाटतो. त्यापेक्षा अव्हेलेबल वापरूया. नको त्याचाही तोच अर्थ. त्यापेक्षा हे वाक्यच नको.

विक्रमला शेवटी त्याला हवी तशी नोकरी मिळाली. रेवा ज्याम खूश आहे. आता ज्याम मजा येते. दोघं खूप हिंडतात, फिरतात. कंटाळा आला की एकमेकांच्या शरीरात शिरून बसून राहतात.

पुनीत तसा साधाच आहे. रेवाचे डोळे त्यालाही आवडतात. त्यात कायमचं बुडायला त्याला आवडेल. फक्त रेवाने परवानगी द्यायला हवी. रोज बसस्टॉपवर तो तिची परवानगी मागत असतो. अर्थात मनातल्या मनात. रेवाही मनातल्या मनात त्यानं असं काहीतरी म्हणावं म्हणून वाटच पाहत असते. जरा बऱ्यापैकी ओळख झाल्यावर त्याने तिला फिरायला नेलं तिथे तो हळूच तसं म्हणालाही. मग रेवाही म्हणाली, 'चालेल. तुला हवा तेवढा बुडू शकतोस तू.' रेवाचा असा थेट स्वभाव आवडला त्याला. आपल्याकडे मुली अशा थेट वागत नाहीत. मनात असलं तरी. त्यांना कशाकशाची भीती वाटत असते. समाज नावाच्या प्राण्याची तर फारच. समाज हा खरोखरच प्रचंड हिंस्र प्राणी आहे. तो सावजावर कायम लक्ष ठेवून असतो. कोण जाळ्यात सापडेल याच्या पाळतीवर असतो. माणसं सशासारखी घाबरून बिळात बसून राहतात. आणि हा सिंहासारखा डरकाळ्या फोडत फिरत असतो. त्याला कोणीच अडवत नाही. त्याला भूक लागली की तो कोणती व्यक्ती कोणत्या परिस्थितीत आहे ते पाहत नाही. फक्त फडशा पाडतो. रक्त पितो. एक एक अवयव चवीने खातो. आणि त्या व्यक्तीच्या भयचकित डोळ्यांत नखं खुपसून आनंद घेतो.

त्यामुळे तरुण मुली आपल्या भावना दाबून ठेवतात. व्यक्तच करत नाहीत काहीच. मुलांचंही तेच होतं. पण ते आपल्या दाबून ठेवलेल्या भावना फार विचित्र पद्धतीने व्यक्त करतात. कधी अत्यंत विकृतपणे आपल्या मनातल्या भावभावनांचा आणि वासनांचा आविष्कार करतात. कधी मुलींना धक्के मारून, चिमटे काढून, शिट्या मारून तर कधी हिंस्रपणे बलात्कार करून ते दबलेल्या वासनांना वाट मोकळी करून देतात. मुलींना मात्र यातलं काहीच करता येत नाही. ते यावं असं नाही. पण भावना आतल्या आत दाबल्याने त्या आयुष्यात फक्त दु:ख करण्याशिवाय काहीच करत नाहीत आणि मग शोषिताच्या भूमिकेत जाऊन सतत तक्रार करत राहतात.

रेवा त्यातली नव्हती. याचा अर्थ ती वाह्यात होती असा नाही. पण ती आपल्या नैसर्गिक भावनांना वाट करून देत होती. वासना-विकार माणसांना चुकले नाहीत हे तिला माहीत होतं. मग ते का लपवायचे, असा साधा प्रश्न तिला पडायचा आणि त्यावरचं उत्तर तिचं तिनेच शोधून काढलं होतं. म्हणजे तिला आयुष्य कळलं होतं का? की नाही? तिला ती स्वत: तरी कळली होती का? की कळलीच नव्हती?

मला नेमकं काय म्हणायचं आहे? पुनीतच्या मनात आलेले समाजाविषयीचे विचार हे माझे विचार आहेत की पुनीतचे स्वत:चे. आणि रेवाबद्दल त्याला असं वाटतं की मला? म्हणजे लेखक त्याचे विचार पात्रांवर लादतो की काय?

लेखिका विचारात पडली. तिला पुढे काही सुचेना. तिने चहाचा कप उचलला. सिंकमध्ये ठेवला. मग तिला आठवलं. एकटी असली तरी तिला पोट होतंच. पोटात घालण्यासाठी काही शिजवणं भाग होतं. तिने कथा मनावेगळी केली. आणि ती स्वयंपाकात रमली. तिच्या आवडीच्या वांगं-बटाट्याच्या काचऱ्या केल्या. सोबत कोशिंबीरही. गरम गरम फुलके जेवताना वाढून घ्यायला आवडलं असतं तिला. पण पुन्हा पुन्हा ओटा साफ करायचा कंटाळा आला. मग तेही करून घेतले तिने. चकचकीत घरावरून एक नजर फिरवून लेखिका पुन्हा एकदा खिडकीपाशी आली.

आता तिची नजर खिडकीबाहेरच्या निसर्गाकडे गेली नाही. आणि गेली असती तरी तिने त्याला मनाच्या फ्रेममध्ये अकारण आणलं नसतं. मानवी संबंधांबद्दल बोलायचं असतं तेव्हा खरंतर निसर्गाचं काही काम नसतंच. आणि आज या क्षणी तरी तिला निसर्गाला कथेत घ्यायचं नव्हतं. कथा घडते आहे हवाबंद चकचकीत ऑफिसात किंवा निसर्गाचा फार जवळचा संबंध नसलेल्या मुंबईत. त्यामुळे इगतपुरीच्या तिच्या घराबाहेर उभं राहून दार ठोठावणाऱ्या ढगांना कोणत्याही परिस्थितीत तिला आत घ्यायचं नव्हतं.

तिला मुंबईची तीव्रतेने आठवण झाली. किती वर्षं झाली मुंबई सोडून? जन्मल्यापासून लग्न होईपर्यंतचा बावीस वर्षांचा काळ घालवला मुंबईत. अगदी

मुंबईच्या मध्यभागीच राहत होती ती. सेंच्युरी बाजाराच्या डाव्या हातालाच होती तिची चाळ. त्या चाळीतलं आयुष्य म्हणजे वहीच्या पानात ठेवलेल्या मोरपिसासारखे जपलेले क्षण होते तिच्यासाठी. अनेकदा तिच्या कथांत ही चाळ संस्कृती यायची. कोणत्यातरी वाचकाने विचारलं होतं तिला, 'तुम्ही इगतपुरीच्या निसर्गरम्य वातावरणात छान बंगल्यात राहता. मुंबईपासून किती दूर! तुम्हाला काय माहिती मुंबईची?' खूप राग आला होता तेव्हा. असं आता या क्षणी तुम्ही काय उपभोगता तेच येतं का तुमच्या लेखनात? तुमचा भूतकाळ असतो. तो जर गुंतागुंतीचा असेल, अनुभवाच्या दृष्टीने संपन्न असेल तर किती गोष्टी येत जातात कुठून कुठून तुमच्या कथेत! अर्थात तुम्हाला त्या सांगाव्याशा वाटत असतील तर! इगतपुरीचा निसर्ग आता पाहिला मी. वीस वर्षांपूर्वी लग्नानंतर इथे आल्यावर. तेही नवरा इकडच्या फॅक्टरीत आहे म्हणून. त्याआधी सारी गटारं पालथी घातलीत दुधाच्या बाटलीचे रंगीबेरंगी बिल्ले शोधण्यासाठी. सिगरेटच्या चांद्या शोधण्यासाठी. काचापाणी खेळायला काचांचे तुकडे गोळा करण्यासाठी. सांडपाण्याने भरभरून वाहणाऱ्या गटारातही हात घातलाय. असे चारही बाजूला डोंगर नव्हते आमच्या आजूबाजूला. फारतर कोळीवाड्याची त्या वयात उंच वाटणारी टेकडी होती. तिथे काका राहायचा. तिथला समुद्र आवडायचा मला. पण त्याला काही स्वच्छ किनारा नव्हता. पहाटे पहाटे रांगेत बसायची माणसं प्रातर्विधीसाठी. ते चुकवत त्या किनाऱ्यावरच्या मोठमोठ्या दगडांतून धावत पकडापकडी खेळायचो आम्ही पोरं. पण त्यातही मजा होतीच. प्रत्येकाच्या वाट्याला असा सुंदर, मनमोहक निसर्ग नाही येत. आयुष्यात जे मिळेल त्यात समाधान मानून जगलं तर आनंद मिळतो. अगदी कोंदट, कुबट खोल्यांतही. गर्दीत हरवलेल्या निसर्गाशिवाय जगतोच प्रत्येकजण. मीही जगले. माझं स्वत:चं असं जग निर्माण केलं तिथे निसर्ग नसताना. इथे तो आहे पण माझं जग कुठं आहे?

लेखिकेला आता काय काय आठवायला लागलं. ती उगीचच हळवी व्हायला लागली. कबूल आहे, आपला भूतकाळ, जिथं राहिलो तो परिसर डोकावत असतो तुमच्या लेखनातून. पण आता या क्षणी विक्रम, पुनीत आणि रेवाची गोष्ट चालू असताना अचानक प्रातर्विधीसाठी बसलेली माणसं आठवण्याची काही गरज नव्हती! पण लेखिकाच ती! कशी, कुठं तिची कल्पनाशक्ती भरकटत जाईल सांगता येत नाही. तिला पुन्हा रेवाची आठवण करून द्यायला हवी.

ढग भरून तिच्या खिडकीजवळ आले तशी लेखिका भानावर आली. तिने हात पुढे करून त्यांचा ओला स्पर्श ओंजळीत घेतला. समोरचं काहीच दिसेना. ढगांची चादर ओढून असंच बसून राहावं निवांत असं वाटलं तिला क्षणभर. लहानपणी बाहेर

काळोखून आलं की दुपारच्या वेळी तिची पणजी तिने शिवलेल्या गोधडीत अशीच लपेटून घ्यायची. गोष्टी सांगायची. सगळ्याच गोष्टी आता आठवत नव्हत्या तिला पण त्यातली सटवीची गोष्ट मात्र कायम लक्षात राहिली. स्वत:च्याच मुलाशी लग्न करण्याचं दुर्भाग्य लाभलेली ती मुलगी अजूनही आठवते. काय काय होत असतं माणसाच्या आयुष्यात? आणि काय काय चाललेलं असतं मनात? आपल्या आईविषयीच ओढ वाटत असेल का मुलाला किंवा बापाविषयी मुलीला? किंवा बापाला मुलीविषयी आणि आईला मुलाविषयी? पाषाणयुगात तर रानटी अवस्थेत असलेल्या पुरुषांना कसं कळत असेल ही आपलीच मुलगी आहे म्हणून? कसे असतील तेव्हाचे संबंध? संस्कृती आणि संस्काराच्या नावाखाली हल्ली बोलत नाही कोणीच. पण तेव्हा कोण विचारत होतं कोणाला चारित्र्य आणि पावित्र्य यांविषयी? विशेषत: शरीराशी निगडित असलेल्या या कल्पनांविषयी? मग आजच का असे प्रश्न उभे राहतात? संस्कृतीच्या नावाखाली आपण जास्त ढोंगी होतो आहोत. म्हणूनच मग रेवाच्या चारित्र्याविषयीच समाज बोलायला लागतो.

लेखिकेच्या डोक्यात व्हाया संस्कृती रेवा आलीच शेवटी. हे एक बरं झालं.

लेखिका पुन्हा रेवाविषयी विचार करायला लागली आणि हळूहळू कथेत शिरली.

रेवाला एकाच वेळी विक्रम आणि पुनीतला भेटणं शक्य नाही. मग काय करावं बरं? तिला आधी विक्रमला भेटवावं आणि मग पुनीतला. म्हणजे आपलीही दमछाक नाही होणार त्यांच्याबरोबर.

विक्रमच्या शरीरात शिरून बसणं आवडत होतं रेवाला पण त्यापुढे काय हा प्रश्न पडला तिला. विक्रम म्हणाला, 'आपण लग्न करू.' पण रेवाचं मन तयार नव्हतं लग्नासाठी. नवऱ्याकडून तिच्या काही अपेक्षा होत्या. म्हणजे त्याने नवऱ्यापेक्षा मित्र असावं जास्त. समजूतदार असावंच. पण थोडं रोमँटिकही. आपली काळजी करावी त्याने आणि मुख्य म्हणजे प्रत्येकाला आपला स्पेस मिळायला हवा या मताचाही तो असावा. निर्णय दोघांनीही घ्यायला हवेत. म्हणजे पूर्णपणे सहकार तत्त्वावर ही रिलेशनशिप उभी राहायला हवी. पण या तत्त्वावर विक्रमचा विश्वास नव्हता. त्याला बायको हवी होती ती अगदी टिपिकल. म्हणजे शयनेषु रंभा वगैरे टाइप. म्हणजे तिलाही शयनेषु कामदेव वगैरे हवा होताच. त्या दृष्टीने ठीक होता तो. पण त्यापलीकडे काय? त्यामुळे अलीकडे रेवाचा त्याच्या शरीरातला रसही कमी व्हायला लागला. तो कमी झाल्याने आमच्या कामदेवालाही लग्नानंतरच्या कामक्रीडेची काळजी वाटायला लागली. त्यामुळे थोडी धुसपूस सुरू झाली आणि मग विक्रमचा भारतीय पुरुषी चेहरा रेवाच्या समोर यायला लागला. रेवा सावध झाली आणि हळूहळू त्याच्या शरीरातूनही स्वत:ला सोडवून घ्यायला लागली. मनाचा प्रश्नच नव्हता. ते

तसं गुंतलेलं नव्हतंच. जसं मन गुंतलं की शरीरं गुंततात हळूहळू तसं शरीर गुंतलं की मनही गुंतू लागतंच. पण तसं होण्याआधी तिने विक्रमच्या शरीरातून तिचं शरीर सोडवून घ्यायला सुरुवात केली.

त्या दरम्यानच पुनीत समोरच्या बिल्डिंगमध्ये राहायला आला. म्हणजे तो आधी केव्हा आलाही असेल पण तिच्या नजरेला त्या दरम्यानच पडला. कधीतरी एक दिवस दोघंही एकाच बसमधून उतरले. एकाच दिशेने चालत गेले. आणि समोरासमोरच्या बिल्डिंगमध्ये शिरले. त्यामुळे त्यांच्या दोघांच्याही लक्षात आलं एकदमच, की अरे आपण पाहिलंच नव्हतं एकमेकांना! मग दुसऱ्या वेळी बसमधून उतरताना हसले ते एकमेकांशी. मग पुढच्या वेळी थोडं बोलणं. म्हणजे 'ही नेहमीची का बस तुमची?' 'कुठे असता सर्व्हिसला?' वगैरे. मग नेहमीचं बोलणं. प्रथम विचारपूस. हळूहळू गप्पा. मग एक दिवस 'उद्या भेटू' असं पुनीत म्हणाला तेव्हा 'उद्या मी नसेन. शॉपिंगला जाणार' किंवा असंच काहीतरी. मग 'तुमची हरकत नसेल तर मीही येऊ का? मलाही करायचीय थोडी शॉपिंग. एकटाच राहतोय. घरातल्या काही गोष्टी घ्यायच्या आहेत. कराल का मदत' वगैरे. मग रेवाचं सरळ सांगणं, 'उद्या नको. मी माझ्या मैत्रिणीबरोबर जाणार आहे. तुमची शॉपिंग निवांतपणे रविवारीच करू. अख्खा दिवस.' मग काय खूशच पुनीत. अशा तऱ्हेने दर रविवारी वेगवेगळ्या कारणांनी बाहेर भेटणं. रेवाच्या आईलाही बरा वाटतो पुनीत. आणि रेवा त्याच्यात मनानेच गुंतावी फक्त असंही वाटत राहतं.

एकूण सारंच सोपं. दोघांनाही.

छे! कसलेच अडथळे नाहीत. म्हणजे फारच ढोबळ होईल कथा. इतकं सरळ-सोपं असतं का आयुष्य? काहीतरी सणसणीत व्हायला पाहिजे. म्हणजे घरच्यांचा विरोध वगैरे. नाही ते आता कालबाह्य झालं. अलीकडे तर आईवडिलांना वाटतं, पोरांनीच जमवावी लग्नं. म्हणजे ते पाहणं नको आणि दाखवणं नको किंवा दाखवून घेणं नको. म्हणजे सगळेच आईबाप काही मुलांनी प्रेमविवाह करावेत या मताचे नसतात. ऐंशी टक्के आईबाप तर अजून सारं साग्रसंगीत म्हणजे पत्रिका वगैरे पाहून, दहा ठिकाणी पोहे खाऊन किंवा दहाजणांना पोहे खिलवून मुलांची लग्नं व्हावीत याच मताचे असतात. पण रेवाच्या आई-बाबांचं तसं नव्हतं. ते तसे पुरोगामी विचारांचे. मुलीचं स्वातंत्र्य वगैरे मानणाऱ्यातले. पण तरीही सारं काही मनाने व्हावं असं त्यांनाही वाटणारच ना. आपल्यालाही वाटतं की अजून. विशेषत: मुलीने मर्यादेत राहावं थोडंफार असं मनातल्या मनात वाटतंच. अगदी कितीही आधुनिकतेच्या गप्पा मारल्या तरी. आणि आपल्या नवऱ्याला तर त्याहूनही जास्तच वाटतं. त्या दिवशी किती भांडला आपल्याशी आपण जान्हवीची बाजू घेतली म्हणून!

'तिने कॉलेजच्या नाटकात काम करावं म्हणून आपण मागे कधीतरी परवानगी दिल्यामुळे ती आता जास्तच अपेक्षा करायला लागली आहे,' असं म्हणत होता. पण 'तिच्यात आहेत अभिनयगुण तर तिने जोपासावेत ते,' असं म्हटलं आपण फक्त, तर वैतागला. 'उद्या सिनेमात काम करायला लागली तर सांगू नकोस,' असंही म्हणाला. जान्हवीला आता ऑफर आली आहे एका सिरियलची. तिला जायचंही आहे पण हा नाही म्हणणार. खूप भांडण करेल आपल्याशी. त्याच्या दृष्टीने ती लहान आहे अजून. आता झाली की अठरा वर्षांची. स्वत:च्या जगण्याचा विचार करायला लागतात मुलं या वयात. त्या दिवशी जान्हवीवरूनच विषय निघाला तेव्हा म्हणाला, 'तुझ्या डोक्यात सतत कथा आणि कवितेचे विषय असतात. त्यामुळे तुझं कशातही लक्ष नसतं. पोळ्या करपल्या, भाजीत मीठ जास्त पडलं तरी काही फरक पडत नाही तुला. कसातरी स्वयंपाक आटपतेस, कामं उरकतेस आणि बसतेस आपली कुठल्यातरी कोपऱ्यात. नवरा घरी आला की त्याच्या समोर राहता येत नाही तुला. मी घरात नसताना काय लिहायचं ते लिही ना! मी काय नाही म्हणतो. कायम प्रोत्साहन देत असतो तुला. मित्रांकडे कौतुकही करतो. पण माझाही काही विचार करणार आहेस की नाही?' तर आपण म्हणालोही, 'अरे, एखाद वेळा बसले मी. तेही कथा डोक्यात होती ती जायला नको म्हणून, तर एवढं काय रागवायचं?' तर म्हणाला, 'लिहून संपवून टाक लवकर. ती डोक्यात असली तुझ्या तर रात्रीही थंड असतेस अगदी. मी एवढं प्रेम करतो तुझ्यावर पण तुझा काही रिस्पॉन्स नसतो मला. उद्या जान्हवीला असली कलेबिलेची आवड निर्माण झाली तर तिच्याही नवऱ्याचे माझ्यासारखेच हाल होतील. आणि मी समजून तरी घेतो तुला. तो घेईल कशावरून? सगळेच माझ्यासारखे नसतात.'

अशा वेळी लेखिका काही बोलत नाही. गप्प बसते. नाहीतर त्याचे आभार मानते. 'तुझ्यामुळेच मी एवढं करू शकते,' असंही म्हणते. आणि ते करायलाच हवं कोणत्याही लेखिकेने. शेवटी आपल्यातले कलागुण जपायचे असतील तर नवऱ्याचा अहम् जपायलाच हवा. 'तूच बाबा भाग्यविधाता, तूच माझा उद्धारकर्ता' असं म्हणत त्याची आरती करणं हे प्रत्येक लेखिकेचं कर्तव्य आहे.

तर असो! लेखिका लिहिता लिहिता अशी पर्सनल होते अनेकदा. स्वत:चा विचार करायला लागते. लिहित्या लेखिकेच्या दृष्टीने हे बरोबर नाही. पण होतं असं अनेकदा. पुढे-मागे लेखिकेची कोणी मुलाखत घेतली तर ती स्वत:च्या लेखनाविषयी बोलण्यापेक्षा स्वत:च्या लहानपणाविषयी, स्वत:च्या परिसराविषयी किंवा स्वत:च्या नवऱ्याविषयी, त्याच्या कुटुंबाविषयी जास्त बोलेल का? माहीत नाही.

लेखिका पुन्हा तिच्या कथानकात घुसली. तिला माहीत होतं, ती सतत तिच्या

पात्रांना तिच्या कुटुंबाच्या चौकटीत बसवत असते. त्यामुळेच तर ती गहन विचार करणारी, तिच्या कथानकातील पात्रांच्या मनाचा तळ गाठू शकणारी, कथेच्या फॉर्मचा गंभीरपणे विचार करणारी लेखिका नाही होऊ शकत. ती लोकप्रिय लेखिकांसारखी पारंपरिक लेखन करत नसली तरी प्रयोगशील लेखिकाही होऊ शकत नव्हती. तिच्यासारख्या लेखिकेला त्यामुळे काही स्त्रीवादी लेखिका मध्यमवर्गी स्त्रीवादी वगैरे म्हणतात. पण लेखिकेला स्त्रीवादी म्हणून घेण्यापेक्षा आपलं कुटुंब, आपली मुलं, आपले नातेसंबंध आणि मुख्य म्हणजे लग्न टिकवणं महत्त्वाचं वाटत होतं. त्यामुळे बंडखोरी करण्यापेक्षा समन्वय साधावा अशा स्पष्ट मताची ती होती. त्यामुळेच आजची कथा लिहितानाही ती सावधपणे लिहीत होती. प्रथमच वेगळा प्रयत्न करत होती ती. स्त्रीच्या लैंगिक प्रेरणांचा शोध घेण्याचा प्रयत्न करत होती.

लेखिकेने नवऱ्याला मनाबाहेर केलं आणि रेवाला आत घेतलं.

रेवाच्या आईला पुनीत रेवाचा नवरा म्हणून पसंत पडल्याने ती रेवाला त्याच्याबरोबर जाण्यासाठी प्रोत्साहनच देत होती. रेवाच्या एवढ्या सगळ्या मित्रांत तोच तिला बरा वाटत होता. विक्रमही तसा बरा होता. पण रेवाच्या आईला का कुणास ठाऊक तो एवढा आवडत नव्हता. म्हणजे रेवाचा नवरा म्हणून तर अजिबातच आवडत नव्हता.

अरे म्हणजे रेवाचे आणि रेवाच्या आईचे विचार बऱ्यापैकी जुळताहेत. याचा अर्थ बाई आणि तिची मुलगी जर पुरोगामी विचारांची असली तर त्या चांगल्या मैत्रिणी होऊ शकतात. त्यांच्यात वाद होत नाहीत. तसंच बापाचं आणि मुलाचंही होऊ शकतं. म्हणजे सामाजिक परिस्थिती बदलली तर साऱ्या नात्यांचेही अर्थ बदलू शकतात. मग मुलाचा ओढा आईकडे आणि बापाचा मुलीकडे असं न राहता उलटंही होऊ शकतं. ज्याप्रमाणे जान्हवी आणि माझं नातं आहे तसंच नातं निर्माण होऊ शकतं. जान्हवी माझी मैत्रीण आहे. याचा ती आणि ते तिचा किती राग करतात. म्हणजे इथे मानसशास्त्रातील इडिपस, इलेक्ट्रा कॉम्प्लेक्स पुढील काळात बाद होतील की काय? पुढचं पुढे. आता रेवाच्या आईमध्ये आणि रेवात तरी हे नातं डेव्हलप करूया आपण.

रेवाच्या आईला रेवाचे विचार पटतात. तिने रेवाला पाठिंबा द्यायचं ठरवलंय. ती रेवाच्या बाबांना रेवाचे विचार पटवते. रेवाशीही बोलते. पुनीतविषयी तिचं नेमकं काय मत आहे हे तिला जाणून घ्यायचं आहे. पण रेवा स्पष्टपणे नाही सांगत काहीच. कारण रेवाला स्वतःला नेमकं काय हवंय हे कळत नाही. रेवाला पुनीत आवडतो. पण ती अजून त्याच्या मनात गुंतत नाही. रेवाला कोणाच्याही मनात गुंतण्याची भीती

वाटतेय सतत. तिला वाटतं पुरुष जसे आधी शरीरात आणि मग एकमेकांच्या सोबत खूप दिवस राहिल्यावर हळूहळू मनात गुंतत जातात तसं बायकांनीही करायला हवं. बायका मनात गुंतल्याशिवाय शरीरात गुंतत नाहीत आणि मग पुढे स्वत:ला त्रास करून घेतात. काही गोष्टी ठरवून शिकायलाच हव्यात बायकांनी. मी तर शिकणारच. विक्रम जसा प्रणयातही डॉमिनेटिंग वाटायचा तसा पुनीत वाटत नाही. तो आपलाही विचार करतो. संभोगातील आपल्या आनंदाचाही विचार करतो तसा विक्रम करत नव्हता. पण तरी आपल्याला हवं असलेलं सुख आपण मिळवत होतो. लग्न न झाल्याने तो ते मिळवून देतही असेल. कारण आपल्याला दुखावणं त्याला परवडणारं नव्हतं. पण लग्नानंतर खचीतच त्याने त्याचा विचार केला नसता. एकदा बायको म्हणून स्त्री हक्काची झाली की तिला हवी तशी वापरायला पुरुष मोकळा होतो. म्हणजे विक्रमसारखे पुरुष. पुनीत त्या पुरुषांपैकी वाटत नव्हता. पण काय भरवसा? दुधाने तोंड पोळलं की ताकही फुंकून पिण्याची सवय लागतेच माणसाला. रेवाचं थोडं तसंच झालं होतं.

रेवाचे विचार फारच स्पष्ट आणि आगाऊपणाचे वाटतात का? हे विचार आपले नाहीत. हे तर जान्हवीचे विचार आहेत. मग कसं काय लिहिलं आपण असं? पण लेखकाने केवळ स्वत:चे विचार मांडायचे नसतात. तो साऱ्या जगाचं प्रतिनिधित्व करणारा हवा. त्याला प्रत्येकाच्या मनात शिरता आलं पाहिजे. प्रत्येकाला समजून घेता आलं पाहिजे. उदाहरणार्थ, तो आस्तिक असला तरी नास्तिक माणसाला काय वाटू शकतं याची कल्पना त्याला करता आली पाहिजे. तो पुरुष असला तरी बाईचं मन नेमकेपणाने ओळखता आलं पाहिजे. किंवा याउलट बाई असेल तर पुरुषाचं मन तिला जाणता आलंच पाहिजे. पारंपरिक विचारांचा असला तरी आधुनिकतेचं वारं अंगावर घेता आलं पाहिजे. लेखकाला कशाकशाची जाणीव असायला हवी याविषयी एखादी मार्गदर्शक पुस्तिका अनुभवी लेखक-लेखिकांनी लिहून ठेवायला हवी. आपण अनुभवी झालो की लिहूया! नव्या लोकांना मार्गदर्शन करणं हे जुन्या लेखकांचं कर्तव्य आहे. फक्त स्वत:च मोठं व्हायचं आणि इतरांना वाढू द्यायचं नाही हे काही खरं नाही.

लेखिका आता अनावश्यक गोष्टींचा विचार करते आहे. तिला किती वेळा तिच्या या आत्मसंवादातून बाहेर काढायचं? गोष्ट पुरी करण्यासाठी एवढा वेळ लावला तर वर्षांतून दोन गोष्टीही लिहून होणार नाहीत हिच्या. चल बाई, बाहेर पड यातून.

लेखिकेला वाटलं आपण भाग्यवान आहोत. आपण पूर्णपणे आस्तिक नाही आणि नास्तिकही नाही, पारंपरिक नाही की आधुनिकही नाही. बाई असलो तरी आपल्या पुरुषामुळे पुरुषही जाणून घेता येतोच. जान्हवीचे विचार आपण आपले

म्हणून मांडू शकतो. किंवा आपल्या नवऱ्याचे विचार विक्रमचे म्हणून मांडू शकतोच. पुनीतचे विचार, त्याचा स्वभाव कोणासारखा आहे मग? तो आपल्या मनातल्या पुरुषासारखा आहे का? जाऊ दे जास्त विचार नको करायला! अकारण कथेत कोरडेपण येतं. कथा वाचावीशी वाटली पाहिजे वाचकांना. जरा थांबूया.

लेखिका उठली. स्वयंपाकघरात गेली. स्वत:चं ताट वाढून घेतलं. एकटं जेवायचं म्हणजे तसा कंटाळाच. एवढे दिवस दुपारी रोज सासू-सासरे असायचे जेवायला. लग्न झाल्यापासून क्वचितच नसायची दोघं. कधीतरी मोठ्या दिराकडे गेली तर. पण फारशी नाही जायची त्यांच्याकडे राहायला. त्यांना इथेच आवडायचं इगतपुरीला. मुंबई नाहीच आवडली कधी. त्यामुळे कायम त्यांच्यासोबतच असायची ती. अनेकदा सगळे सोबतच जायचे कुठेही. एक हनिमून सोडला तर लेखिका नवऱ्याबरोबरही एकटीने कुठे गेली नव्हती एवढ्या दिवसांत. आणि तशी गरज असते हे माहीत असूनही तिने कधी तक्रार नव्हती केली कोणाकडे. अगदी नवऱ्याकडेही. लग्नाआधी खूप इमोशनल सिनेमे पाहिल्याने असेल पण कायम चांगली बायको आणि चांगली सून होण्याची स्वप्नं पाहिली होती तिने. लेखिका होणं हेही होतंच तिचं स्वप्न. पण अग्रक्रम होता पहिल्या दोन स्वप्नांना. ती पूर्ण झाल्यावर मग तिसऱ्या स्वप्नाकडे वळली ती. त्यामुळे घरात कोणाला सवय नव्हती तिला एकटीला आपल्याच विचारात गुंतलेली पाहायची. जान्हवी मोठी झाली तशी लेखिका लिहायला लागली. आपल्या आवडी सवडीने जपायच्या असतात बाईने असं आईने शिकवलेलं होतं. सासूनेही तेच सांगितलं. लेखिका तशी आज्ञाधारक. ऐकायची सगळ्यांचं. सासू-सासरे असेपर्यंत तर सारं सांभाळून आपलं लेखन चालू ठेवलं होतं तिने. तरी वाचकांच्या पसंतीला उतरली ती. सासूला कौतुक वाटलं. सासऱ्यांनाही वाटलं. मग नवऱ्यालाही वाटलं. 'लिही' म्हणाला. 'जोपास तुझे छंद. माझं प्रोत्साहन आहेच' असंही म्हणाला. मग लेखिकेने आणखी उत्साहात जोपासायला सुरुवात केली तिचे छंद. शेवटी घरातून प्रोत्साहन हवंच ना!

लेखिकेने टीव्ही लावला. अलीकडे रिमोट तिच्या हातात आला होता. कुकरी शो चालला होता कोणत्या तरी चॅनलवर. ती आवडीने पाहायला लागली.

बऱ्याच दिवसांनी पाहतोय हा शो. जवळ जवळ तीन महिन्यांनी. तिला अचानक आठवलं आणि तिच्या नकळत डोळे भरून आले तिचे. सासूबाई असताना रोज पाहायचो. त्या गेल्या ॲटॅकने तीन महिन्यांपूर्वीच आणि रोजचं रुटीनच बदलून गेलं. सत्तर वर्षांचे सासरे चांगले ठणठणीत होते. पण सासूबाईंच्या जाण्याचा धक्का बसला. त्यातून नाहीच सावरले. चांगलं जमायचं त्यांचं. कोण तडजोड करत होतं माहीत नाही. कदाचित दोघंही असतील. लग्न झाल्यापासून त्यांना पाहते आहे. बाबा

थोडे होते हेकट. पण सासूबाई छान हँडल करायच्या त्यांना. बायकांना जमत असावं बहुतेक कोणत्याही प्रकारच्या माणसांना हँडल करायला. उपजत असेल का ते की नाइलाजाने शिकत असतील बायका. आई सांगायच्या, 'पूर्वी म्हणे अगदी कडक होते. आता वय झालं म्हणून ऐकतात समजावलं की.' गेली कित्येक वर्षं त्यांच्यासोबतच असायचे बाबा. त्यामुळेच त्या गेल्याचा धक्का बसला त्यांना. एखाद्या झाडाच्या आसऱ्याला थकल्याभागल्या पांथस्थाने येऊन बसल्यावर अचानक ते झाडच कोसळलं तर काय होणार त्या सावलीसाठी बसलेल्या माणसाचं? त्यांचंही तेच झालं. नाही काढता आले त्या सावलीशिवाय दिवस. वीस दिवसांपूर्वीच गेले तेही. तेरा दिवस त्यांच्या मुलामाणसांनी घर भरलं होतं अगदी. परतली सारी आपापल्या घरी आणि घर रिकामं झालं एकदम. त्यात कालच जान्हवी कॉलेजच्या एन.एस.एस.च्या कॅम्पला गेलीय आणि आज पहाटेच हे फॅक्टरीच्या कामासाठी मुंबईला गेलेत. दोन दिवस आता एकटीने राहायचं होतं. कोणी नसलं तरी सोबतीला सासू-सासरे होते एवढे दिवस. त्यामुळे ह्यांना किती काळजी वाटत होती जाताना! 'कशी राहाशील एकटी' असं विचारलं ह्यांनी तेव्हा म्हणाले मी, 'सवय करायला हवी मला.' पण वाटत होतं तेवढं सोपं नव्हतं ते. इतका निवांतपणा प्रथमच मिळाला होता. पण आता एवढ्या दिवसांनी अचानक मिळालेल्या या एकटेपणाचं काय करावं तेच कळत नाही. जेवणही जात नाही एकटीला. टीव्हीतल्या त्या खोट्या माणसांची सोबत किती पुरणार?

लेखिका जेवली हळूहळू. रिकामं ताट धुऊन ठेवलं. मग सारं आवरलं आणि पुन्हा खिडकीशी आली. बाहेर पाहिलं. दुपारचं कडकडीत ऊन पडलं होतं. सकाळी सोबतीला आलेले ढग पसार झाले होते. हिरव्या गवतावर खेळणारं ते ऊन तिने घरात घेतलं आणि त्याच्या कवडशात तिच्या विस्मरणात चाललेल्या पात्रांना तिने पुन्हा एकदा साद घातली. रेवा, विक्रम आणि पुनीत सोबतीला आले तशी ती सुखावली. यांच्या जोडीला आणखीन काही पात्रं आणणार होतीच ती थोड्या वेळाने. दोन दिवसांच्या एकटेपणात तिचं घर भरलेलं राहणार होतं.

कोणत्याही लेखिकेला आणखी काय हवं असतं?

***

हॅपी मॅन

लंडनच्या एअरपोर्टवर ती उतरली तेव्हा सॅम घ्यायला आला होता. मे महिना असला तरी थंडगार वारं सुटलं होतं. उन्हाळ्यात ही थंडी तर हिवाळ्यात काय असेल? मुंबईत हिवाळ्यातही एवढं गार वाटत नाही. नकळत हाताची घडी पोटावर दाबत तिने अंग आकसून घेतलं तसा सॅम म्हणाला, ''कमॉन राही, इतकं छान उबदार वाटतंय आणि तू हुडहुडी भरल्यासारखी काय करते आहेस?''

ती हसली. ''याला उबदार म्हणतोस तू?''

''अर्थात. हे उबदार वाटत नसेल तुला तर गारठून मरशील हिवाळ्यात.''

''ते बघूया, तशी चिवट आहे मी. त्यातही तग धरून राहीन.''

''छट, तसं असतं तर मनात विचारही आला नसता तुझ्या सारं संपवण्याचा.''

''मन आहे ते बाळा. येतात विचार असे कधी कधी. चल आता, तूही लेक्चर नको देऊ यार. आय् ॲम बोअर्ड टू डेथ. केवळ विचार आला मनात तर एवढी लेक्चर्स ऐकली मी. आता ती ऐकून ऐकूनच लटकवेन पंख्याला दोन्ही कान. स्वत:ला नाही मारलं तरी त्यांना मारेनच.''

सॅमने टपली मारली तिच्या डोक्यावर आणि गाडी काढली. रात्रीचे नऊ वाजले होते तरी भगभगीत उजेड होता. तिला मजा वाटली खूप.

''किती छान ना, केवळ प्रकाशच प्रकाश आयुष्यात! अंधार नाहीच. तुमच्याकडे लोकांना कायम उत्साही वाटत असेल नाही?''

''नेहमीच नसतो एवढा प्रकाश. हिवाळ्याच्या दिवसांत खूप अंधार असतो. रात्र मोठी असते ना? पण अंधार असला तरी उत्साहात जगतात हं इथली माणसं. शेवटी सभोवताली प्रकाश किंवा अंधार काहीही असो, तुमच्या मनात काय असतं ते महत्त्वाचं.''

''व्हेरी पोएटिक.''

''कवी आहे बाई मी.''

"रोमँटिक कविता लिहितोस?"

"नाही, पण बोलतो असं काहीतरी."

"किती दूर दूर आहेत ना इथे घरं?" बाहेर पाहत राही म्हणाली. "मला आवडलं हे. लोकांचा संपर्क नाही अजिबात. आपलं आपलं एकट्याचं आयुष्य सहज जगता येत असेल इथे."

"हं..."

"नाहीतर आमच्याकडे! इतकी वर्दळ असते माणसांची की स्वत:ला सापडतच नाही तुम्ही. म्हणजे खरंतर तुम्हाला तुम्ही सापडू नये अशी व्यवस्थाच करतात सगळी. इतकी भोवती भोवती राहतात की उडून जावंसं वाटतं."

"पण तू राहत होतीस एकटी अलीकडे."

"होते राहत, पण ते काही खरं नाही; पहारा असतोच डोळ्यांचा आपल्या आईबापांच्या."

"म्हणून आलीस इथे?"

"हं, मला पूर्णपणे माझं असं आयुष्य जगायचं होतं. पण बत्तीस वर्षं उलटलेल्या मुलीला स्वत:चं आयुष्य जगायचं असलं तरी नाही जगू देत आपल्याकडे कोणी."

"भारतीय संस्कार!" खोटा खोटा सुस्कारा सोडत तो म्हणाला आणि हसायला लागला.

"त्याच्या नावाखाली काय पिळवणूक करतात लोक आपली! तुला माहीत आहे का, माझ्या वेगळं राहायच्या निर्णयामुळे आई-बाबांना धक्का बसला होता सॉलिड."

"बसणारच ग, मुलगा काय किंवा मुलगी काय, कोणीही वेगळं राहणार म्हटल्यावर वाईट वाटतंच."

"हो ना, पण मुलाने वेगळं बिऱ्हाड थाटलं तर फक्त थोडी चिडचिड होते. म्हणजे आपल्या म्हातारपणाची जबाबदारी टाळण्यासाठी तो जातोय वगैरे असं वाटतं. माझ्या बाबतीत तसं नव्हतं. वाईट वाटणं, राग येणं, चिडचिड होणं ही क्रियापदं माझ्यासाठी नव्हतीच. तो धक्का होता त्यांच्यासाठी. लग्न झाल्याशिवाय वेगळं बिऱ्हाड थाटण्यासाठी मुलगी घर सोडून जाण्याची कल्पना आपल्याकडचे आई-बाप सहसा करत नाहीत. त्यामुळे राही आपल्याशिवाय किंवा नवऱ्याशिवाय राहण्याचा विचारच कशी काय करू शकते, या प्रश्नाने ते वेडेपिसेच झाले प्रथम. मग मी ऐकत नाही म्हटल्यावर चिंतेतच पडले ते. आपलं काय चुकलं म्हणून हिने हा निर्णय घेतला याचा विचार करून करून थकले आणि मग काळजी करायला लागले. म्हणजे माझी काळजी वाटत होतीच पण तुलनेने कमी. माझ्यापेक्षा ज्या समाजात ते राहत होते त्या समाजाची जास्त."

"त्याला कारण आहे राही. मुली आई-बापाचं घर सोडून जातात त्या लग्न झाल्यावरच. अशाच गेल्या तर काय बुवा भानगड आहे? काहीतरी असलंच पाहिजे असं वाटतं लोकांना!"

"हो रे, पण लोकांचा विचार करत जगायचं का कायम? हे लोक कायम नजर ठेवून असतात तुमच्यावर. कधी आडून आडून तर कधी थेट चौकशी सुरू करतात. त्यांची पर्वा करत कशासाठी जगायचं? मी म्हटलं आईबाबांना, 'कोणी विचारलं काही तर तुम्ही उत्तर देऊच नका. थेट माझ्याकडेच पाठवा.' तर आई म्हणाली, 'इतकं सोपं आहे का ते?' मी म्हटलं, 'आपण अवघड नाही केलं तर सगळं सोपं असतं. पण आपण अवघड करतो सगळ्या गोष्टी.' तर बाबा चिडलेच, 'जास्त अक्कल पाजळू नकोस. तुला जास्त कळतं की आम्हाला?' वगैरे वगैरे. तोच इमोशनल अत्याचार. आणि पुन्हा चार पावसाळ्यांची मिजास."

"म्हणजे?"

"अरे, म्हणजे प्रत्येक पिढीला वाटत असतं पुढच्या पिढीपेक्षा आपण चार पावसाळे जास्त पाहिलेत. त्यामुळे अनुभवाने आपणच प्रगल्भ वगैरे आहोत. आपण समजा एखादं सुविचारात्मक वाक्य म्हटलं किंवा जगण्याचं भान वगैरे व्यक्त केलं की आपली ती जास्तीची अक्कल होऊन जाते. आपल्याला सालं चांगलं प्रगल्भ वगैरे बोलताच येत नाही असा काहीसा न्यूनगंड निर्माण करण्यात हे त्यांचे जास्तीचे चार पावसाळे नेहमी महत्त्वाची भूमिका बजावत असतात."

"असं होतं खरं."

"खरं सांगू, हे अशा प्रकारचं न्यूनत्व, अगदी जन्मापासून, माझ्या डोक्यात ठासून भरणाऱ्या या अशा आई-बाबांमुळेच की काय मी सतत त्यावर मात करण्याचे उपाय शोधत राहिले. काही करून स्वत:ला, स्वत:च्या अस्तित्वाला एक मनासारखा आकार आणण्याचा प्रयत्न करत राहिले. पण असा आकार आपण स्वत: आणायचा नसतो ना; तो एक तर आई-बाप तरी देणार, नाहीतर पुढे-मागे नवरा होणारा कोणताही पुरुष देणार हा नियम ठरलेला. तो मोडणं म्हणजे घोर पापच. अशा पापाची मी धनी होऊ नये असं त्यांचं स्पष्ट मत."

"हे मात्र खरं आहे हं राही."

"काय खरं आहे? मला वाटलं माझ्या मनाप्रमाणे जगावंसं तर का नाही जगायचं मी? त्यांनी जे काही शिकवलेलं असतं ना परंपरांच्या नावाखाली म्हणजे संस्कार वगैरे ते तसंच्या तसं पाळत आपण जगायचं हा हट्ट असतो त्यांचा. म्हणजे बघ, सकाळी उठल्यापासून रात्री झोपेपर्यंत त्यांनी त्यांचं टाइमटेबल ठरवलेलं असतं. ते प्रत्येकाने पाळलंच पाहिजे असा आग्रह असतो त्यांचा. आणि नाही पाळलं ना तर

मग इमोशनल ब्लॅकमेलिंग. 'आमच्या आई-बाबांनी असंच शिकवलं, त्यांना 'नाही' म्हणायची आमची टाप नव्हती. ते सांगतील ते पटलं नाही तरी करत होतो' आणि ब्ला ब्ला ब्ला.''

''माझे बाबा तर म्हणायचे, 'आम्ही आमच्या आई-बाबांच्या म्हणण्याप्रमाणे वागलो आणि आता तुमच्या मनाप्रमाणे वागतो आहोत. स्वत:च्या मनाप्रमाणे जगताच नाही आलं.' ''

''सॉलिड सेंटी मारतात रे हे लोक. माझ्या आईला तर काय काय सांगायचं असतं मला! विशेषत: जीवन सुखकारक करण्यासाठी आवश्यक असलेल्या तत्त्वज्ञानात्मक गोष्टी वगैरे सांगायला फार आवडतात.''

''म्हणजे कशा?''

''म्हणजे उदाहरणार्थ, जग कसं गुंतागुंतीच आहे, तिथे कसं वागावं लागतं, माणसं सांभाळायला लागतात. मोठ्यांची मनं सांभाळली तर काही बिघडत नाही. आपण आपल्या बाजूने नेहमीच चांगलं वागावं. समोरच्या माणसाला झक्कत चांगलं वागावंच लागतं वगैरे वगैरे. आईचाच नाही पण आपल्यापेक्षा चार पावसाळे जास्त पाहिलेल्या प्रत्येक माणसाचा हा फंडा असतो. एकतर चार पावसाळे जास्त पाहिल्याची मिजास आणि त्यामुळे जास्त ज्ञान असल्याचा अनाठायी भ्रम आणि वर हे बोधामृत देताना उपकाराची भावना! आईला म्हटलं ना कधी, 'आता नको ग तेच ते सांगूस,' तर म्हणते, 'आई झालीस की कळेल.' च्या आयला इथे कोणाला व्हायचंय आईबिई! इमोशनल अत्याचार करण्यात आपल्या आधीची कोणतीही पिढी तयार असतेच कायम.''

''राइट.''

''तुला सांगू का मी घर सोडण्याचा निर्णय घेतला ना तेव्हा काय गोंधळ घातला त्यांनी! वैतागलेच ते. ही आदळआपट! लोक काय म्हणतील हे टेन्शन आलं होतं खरंतर त्यांना. मी म्हटलं, लोकांना पाठवा माझ्याकडे. तर पुन्हा 'शहाणपणा करू नकोस' वगैरे. मग म्हटलं त्यांना, 'माझ्याकडे पाठवायचं नसेल उत्तरासाठी तर बोला खोटं. नोकरीनिमित्त दुसऱ्या शहरात गेलीय म्हणून सांगा लोकांना.' तर म्हणाले, 'मुंबईत तर आहेस. कुठेतरी दिसशीलच की. आणखी खोटं बोलून तोंडघशी कशाला पाडणार आहेस आम्हाला?' मग काय, बोलणंच खुंटलं. मी गप्प बसले तेवढ्यापुरती. खोलीचं पझेशन मिळाल्यावर सामान बांधलं सरळ आणि म्हटलं, 'मी माझ्या घरात जाणार आहे आता. वाटलं तर सोबत या.' सुरुवातीला नव्हते तयार पण मी केली त्यांच्या मनाची तयारी. मग आई म्हणाली, 'गणेशपूजन करणार असशील तर येते.' मी म्हटलं, 'चल होऊ दे तुझ्या मनासारखं.' तर हसली.''

"पण राही, तसं पाहिलं तर खरंच त्यांचेही किती छोटे छोटे आनंद असतात नाही."

"तेही खरंच आहे रे. त्या दिवशी आईने तर हौशीने दूध वगैरे उतू घालवलं गॅसवर आणि म्हणाली, 'राहा स्वत:च्या मनाने. बायकांना इच्छा असून नाहीच मिळत कधी राहायला एकटीने. तू तरी मिळव आनंद.' मी म्हटलं, 'मिळवेनच ग पण आधी न वैतागता बोलली असतीस हे तर चांगलं वाटलं असतं.' तर म्हणाली, 'मनाला वळण पडलंय. प्रथा पडल्यात काही. त्याच्या विरोधात कोणी काही केलं तर बोलायची पद्धत असते. हळूहळू सवय झाली की स्वीकारतो माणूस आणि दुसरी गोष्ट अगदी मनातली सांगायची तर आपल्याला जे करता आलं नाही ते समोरचा माणूस करतो आहे हे बघून मत्सर जागा होतोच मनात. तो थेट नाही दाखवता आला की निषेधाने काम भागवायचं. दुसरं काय!"

"असं म्हणाली? सॉलिड आहे ग तुझी आई! इतकं काय काय असतं बायकांच्या मनात. माझ्याही आईला वाटत असेल असंच काहीसं."

"असेलही. माझ्या आईच्या डोक्यात चालू असतं असं काही काही आणि मला सांगते ती कधी कधी. मला आवडतो आईचा हा मोकळेपणा. पण तो माझ्याच समोर बरं का! बाबांसमोर तलवारच काढून बसते माझ्यावर वार करण्यासाठी. पण एनिवे, आनंदात होती ती त्या दिवशी."

"नॉट बॅड. स्वत: घेतलेल्या निर्णयामुळे तुला आनंद मिळावा असं तिला वाटलं हे काही कमी नाही."

"बाबांनी आणि इतरांनी थेट बोलून दाखवलं नाही तरी तो आनंद मला मिळावा अशी त्यांची व इतरांचीही इच्छा असणारच. पण मला अपेक्षित होता तसा आनंद घरात आलाच नाही सॅम. का बरं झालं असेल असं? खरंतर त्या दिवशी खूप हॅपी मॅन मिळाले मला गिफ्ट म्हणून. एका मित्राने तर भल्या मोठ्या हॅपी मॅनची दाराशीच प्रतिष्ठापना केली. मी म्हटलं, बरंच झालं जेवढा हॅपी मॅन मोठा तेवढा नाही आनंदा तोटा. मला वाटायचं हॅपी मॅन घरात असला तर खूप आनंदी राहू शकतो माणूस. पण काय आनंदाचा पत्ताच नाही रे."

"आनंद असा घरात हॅपी मॅन आणून आला असता तर कशाला राही! तो आपण मिळवायचा असतो. आपण शोधायचा असतो. मला तर वाटतं तो मनातच असतो आपल्या."

"आता तूही अगदी आईसारखा बोललास बघ. म्हणजे इथे तू माझी आई होऊन छळणार की काय मला?"

"ते करावं लागणार आहे मला असं वाटतंय खरं. तू शहाण्या मुलीसारखी

वागलीस तर पाहू,'' गाडीतून तिचं सामान उतरवत तो म्हणाला.

''प्लीज यार, पकवू नकोस आल्याबरोबर. आणि आता पुरे तो विषय,'' त्याच्या घरात शिरत ती म्हणाली.

''ओ.के. चल, तू मस्तपैकी फ्रेश हो. मग आपण तुझ्या युनिव्हर्सिटीत एक चक्कर मारून येऊ. अर्थात झोप काढायची असेल तर सांग हं. म्हणजे इथे आल्यावर माझं टाइमटेबल फॉलो नको करूस.''

दोघंही हसली खळखळून.

''थँक्स यार! आता तरी छान वाटतंय. जाऊ बाहेर. नवं जग आहे. त्यात रुळेपर्यंत कदाचित जागेवर येईल सगळंच.''

मग तिचं सामान एका खोलीत नेत सॅम म्हणाला, ''आजपासून ही तुझी रूम.''

खोलीत कुठे काय काय आहे हे दाखवलं त्याने आणि गेला. तिने बाहेर पाहिलं खिडकीतून. दूरवर पसरलेलं आकाश, त्याला टेकून उभे असलेले ठेंगणे-ठुसके हिरवेगार डोंगर आणि त्याच्या पायथ्याशी सुबक घरं. तिला आवडायचं इकडच्या घरांचं स्ट्रक्चर. सिनेमात अनेकदा पाहिलं होतं तेव्हा आपलंही असं घर असावं असंही वाटायचं. खिडकीतून बाहेर दिसणारी लॉन आणि त्याच्या बाजूने सळसळणारे पाइन्स. हिवाळ्यात त्यांच्यावरून घसरगुंडी खेळणारा बर्फ दिसेल म्हणून आत्ताच खुशालली ती. बाहेर निवांत शांतता. कसलाही आवाज नाही की धामधूम नाही.

आता काही दिवसांसाठी का होईना पण ही खोली तिची असणार होती. तिने आत्मीयतेने त्या खोलीवरून नजर फिरवली. मग बॅग उघडली. हळूहळू जमेल तेवढं सामान काढलं आणि लावून ठेवलं. ही नेहमीची सवय होती तिची. बाहेरगावाहून आलं की सामान काढून बॅग रिकामी करायची आणि वर टाकून द्यायची. अभयला सवय होती तसाच पसारा टाकायची. ती कितीही वैतागली तरी नाहीच बदलला तो. शेवटी कितीही प्रयत्न केला तरी नाही बदलत माणसं. काही आतड्यातले तिढे असतातच. ते सुटत नाहीत. आणि सवयी फार क्वचितच सुटतात. त्याच्या दृष्टीने आपणही कटकट्या, हेकट वगैरे होतोच ना? 'तुझं जगणं माझ्यावर लादू नकोस ग. तुला हवं तसं जगण्यासाठी हा निर्णय घेतलास ना तू? मग मलाही माझ्या मनासारखं जगू दे की,' असं म्हणाला होता तो. सारं संपण्याच्या आधी सुरू झालेल्या भांडणाची सुरुवात अशीच होत गेली.

खालून हाक आली सॅमची तेव्हा 'येतेच' असं म्हणून ती बाथरूममध्ये गेली. फ्रेश होऊन खाली आली तेव्हा सॅमने जेवणाची तयारी केली होती. दोन-तीन प्रकारचे ब्रेड, लोणी, चीज आणि स्क्रॅम्बल्ड एग्ज. ''छान मेन्यू आहे,'' तिने म्हटलं तसा तो हसला.

''पोळ्याही येतात मला पण आज वेळ नाही मिळाला. उद्यापासून सुरू करू इंडियन मेन्यू.''

''मला काही प्रॉब्लेम नाही. काहीही चालतं. अगदी बीफही चालेल.''

''बाई, पक्की शाकाहारी होतीस एकेकाळी.''

''एकेकाळी काय काय होते ते तुला माहीत आहे सॅम. पण आता बदललेय मी. म्हणजे मला तरी वाटतं हं. अनेकदा परिस्थिती बदल घडवून आणते माणसात. मी तर आता पूर्वीची राही एवढीसुद्धा नाही राहिले.''

''नॉट बॅड, म्हणजे आपलं आता जमू शकेल.''

''का रे, तेव्हा नव्हते आवडत तुला?''

''फार काकूबाई होतीस तेव्हा. तेल चोपडून घट्ट वेण्या घालायचीस. अगदी टिपिकल स्कॉलर. आता कोणी विश्वास नाही ठेवणार.''

''हं, आता विश्वास ठेवणार नाही कोणी अशा बऱ्याच गोष्टी केल्यात मी.''

''कराव्यातच. म्हणजे मला वाटतं बघ. नाहीतर तेच ते अळणी बोरिंग आयुष्य जगतो आपण. जरा तडका मारके हवंच ना काहीतरी?''

''येस्, हवंच.''

''हो, पण याचा अर्थ फोडणी करपवून सत्यानाश नाही करायचा.''

''काय म्हणायचंय तुला?''

''कळलं ना तुला? मग बस्स.''

''ही अशी बरी वाटते का रे मी?'' विषय बदलत तिने विचारलं.

''अशी म्हणजे?''

''अशी आक्रमक, रागीट, बिनधास्त वगैरे.''

''मला अजून अनुभव यायचा आहे. आल्यावर सांगतो काय बरं वाटतं ते.''

ती हसली.

''आणि तू आक्रमक किंवा काय काय आहेस हे तू कोण ठरवणार? समोरच्या माणसाला जाणवायला हवं ना ते.''

''तेही खरंच,'' शेवटचा घास घेऊन उठत ती म्हणाली.

''वन थिंग राही, इथे सगळी कामं आपली आपल्याला करावी लागतात.''

''माहीत आले मला. ताट घासून ठेवणार आहे मी. एवढी काही लाडावलेली नाहीय.''

''दॅट्स गुड. पण इकडची वाटी तिकडे करत नाहीस अशी तुझ्या आईची तक्रार होती.''

''आई पण ना, काही सांगत राहते. आणि मी म्हटलं ना, आता बदलले आहे म्हणून.''

"कितीही सांगितलं ठासून तरी माणसांच्या सवयी सहसा बदलत नाहीत."

"असं का? एकटं राहायला लागल्यावर बरंचसं काम करत होते मी सॅम."

"छान, काम करायलाच हवं. मला काय वाटतं राही, माणसाला काम हवं. तो जेवढा कामात बिझी राहतो ना तेवढा त्याला विचार करायला वेळ कमी मिळतो."

"म्हणजे त्याने विचार करू नये की काय?"

"करावा ना, पण कन्स्ट्रक्टिव्ह, तो आपण खूप कमी करतो."

"ए प्लीज, नो लेक्चर."

"ओ.के. पुन्हा केव्हातरी बोलू या विषयावर."

"सॅम, आईने काय काय सांगितलं आहे तुला? आणि तू त्या बेसिसवर माझ्या सगळ्या कृतींकडे पाहणार असशील आणि मला जज करणार असशील तर मग मी सरळ माझं स्वत:चं घर पाहीन. एवढ्या लांब येऊन माझं मला जगता येणार नसेल तर मग..."

"कमॉन राही, तुझं तूच जग ना. मी इंटरफिअर नाही करणार कशात. आल्याबरोबर असा विचार नको करूस."

"नाही, तसं नाही. पण टू बी फ्रँक, मला खरंच थोडं जगायचं आहे माझ्या मनाप्रमाणे."

"याआधी कोणाच्या मनाप्रमाणे जगलीस?"

ती विचारात पडली क्षणभर.

सॅम हसून म्हणाला, "जा, आता झोप. उद्यापासून नवा दिवस सुरू करू."

खरंतर उत्तर द्यायचं होतं तिला. पण त्याने वेळच दिला नाही तिला. पिटाळलं तिच्या खोलीत आणि तो निघून गेला त्याच्या खोलीत.

खरंच कोणाच्या मनाप्रमाणे जगले मी? ना माझ्या, ना आई-बाबांच्या, राकेशच्या ना मनीषच्या किंवा अभयच्या. अभय... कुठे असेल आता? पल्लवीच्या हातात हात घालून कश्मीर की वादीयों में? फरगेट यार.

आता या क्षणी अभयचाच नाही पण कोणाचाही विचार नव्हताच करायचा तिला...

अंथरुणावर पडून तिने रजई ओढून घेतली अंगावरून आणि दिवा मालवला.

सहा महिने एकत्र राहिलो अभयबरोबर. सुरुवातीला एक्साइटमेंट होती. आई-बाबांना नाहीच कळवलं काही. पण कानावर गेलंच त्यांच्या. लिव्ह इन रिलेशनशिप ही कल्पनाच हादरवून टाकणारी होती त्यांच्यासाठी. पण पर्वा नाही केली आपण. खरंतर हे स्वत:च्या मनासारखं जगायचं म्हणून पर्वा नाही केली कोणाचीच. आणि तरी जगता नाही आलं. आता आल्यापासून म्हणतोय आपण माझ्या मनासारखं जगू

दे मला म्हणून पण मनाप्रमाणे म्हणजे नेमकं कसं हे कळलंय का आपल्याला?

अभय चिडायचा. 'तुला नेमकं काय हवंय माझ्याकडून? कसं जगायचं आहे?' असं विचारायचा.

सुरुवातीला तो लुटूपुटीचा संसार मांडताना बरं वाटलं. एकमेकांच्या आयुष्यात इंटरफिअर नाही करायचं असं दोघांनीही ठरवलं होतं. पण एकत्र जगताना नकळत इंटरफिअर करतोच माणूस एकमेकांच्या आयुष्यात. अगदी ट्रेनमध्ये किंवा प्लेनमध्ये चार-पाच तास एकत्र प्रवास करणारी माणसंही हळूहळू एकमेकांच्या आयुष्यात लक्ष घालायला लागतात. कुठे जाणार? कसं जाणार? कोणाकडे जाणार? एवढ्या गोष्टी तर करून घेतातच ना माहीत? मग कायम एकत्र राहणार या भावनेने एकत्र आलेली माणसं कोण कसं आणि कुठे जाणार हे जाणून घ्यायला उत्सुक असणारच.

अभयला उत्सुकता असायची आणि कितीही नाही म्हटलं तरी आपल्यालाही असायचीच त्याच्या मनातलं जाणून घेण्याची उत्सुकता. वाटायचं, त्याने बोलावं आपल्याशी, शेअर करावं त्याचं जगणं. तो करू पाहायचा तेव्हा ऐकायचो आपण. पण पुढे पुढे लक्षात आलं, तो सगळं सांगतो आहे पण आपल्याला मात्र नसतो रस त्याचं ऐकण्यात. फक्त आपलं ऐकावं, कधी नाही बोललो तरी त्याने समजून घ्यावा आपला ताण असं वाटायचं. खरंतर सवयच लागली होती ती आपल्याला. आपल्याला वाटलं तरच शेअर करायचं, नाहीतर गप्प बसायचं. कोणी नाक खुपसून विचारलं तर मात्र चिडायचं. ऑफिसमधले हेवेदावे, त्याचा होणारा त्रास मनातली चिडचिड वाढवत राहायचा. कुठे थोडं बिनसलं तर घरी आल्यावर आई-बाबांवर राग काढत होते. त्यांनी आपल्याला काही विचारलं तर आवडायचं नाही. 'आहेत माझे प्रॉब्लेम मी फेस करेन ते' असं म्हणून आईला गप्प बसवायचो आपण. आपली चिडचिड सहन करायची आई. पण अभय मात्र वैतागायला लागला. 'काय असेल ते सांगून मोकळी हो ना. वैतागण्यापेक्षा सांगून टाक. मीही ताण सहन करतो आहे. प्रोफेशनल ताण असतातच.' मग आपणही सुनवायचो त्याला काहीबाही. खरंतर नेमकं काय हवं होतं त्याच्याकडून ते नाही कळलं आपल्याला. मग एक दिवस म्हणाला, 'नाही राहता येणार मला असं आयुष्य मिझरेबल करून. तुला फक्त पॅम्पर करायचं, पण तू मात्र दुसऱ्याकडे लक्षही नाही द्यायचं. नाही जमणार. तुला शिंक आली तरी मी तुझ्यासमोर रुमाल धरायचा आणि तुला मात्र काही पडलं नाही कशाचंच. कधी लक्ष देतेस माझ्याकडे? काय दुखतंखुपतं माझं ते पाहावंसं वाटतं का तुला? असं नाही जगता येत राही.'

आपण काहीच नाही केलं त्याच्यासाठी? साऱ्या सवयी सोडल्या आपण आपल्या. स्वयंपाक हळूहळू आपल्यावरच ढकलायला लागला तो. टिपिकल

नवऱ्यासारखं वागायला लागला आणि वर म्हणाला, 'भारतीय पुरुषांच्या रक्तातच असतं ते. तसा वागणारच मी. ते जेनेटिक असतं. तू जरा भारतीय बायकांसारखी वाग ना.' तसं वागायचं असतं तर लिव्ह इन रिलेशनशिपचं डोक्यात आलंच नसतं आपल्या. ठरवून खेळलो हा खेळ लिव्ह इन रिलेशनशिपचा. पण या खेळाचे नियम दोघांनाही पाळता नाही आले. आपण गुंतत गेलो त्याच्यात, पझेसिव्ह होत गेलो त्याच्या बाबतीत. तो हवा होता आपल्याला आतून. शरीराला तर त्याची प्रचंड ओढ होती. पण त्याच्या इच्छेप्रमाणे टिपिकल बायको नव्हतं व्हायचं आपल्याला. त्याचं मन भरलं हळूहळू. शेवटी एक दिवस जातो म्हणाला. त्याच्याशिवाय जगण्याच्या कल्पनेने हतबल झालो. प्रथम काय करावं कळेना. तो गेल्यानंतरचे दोन दिवस फक्त त्याच्याशिवाय राहायच्या कल्पनेने रडत राहिलो. मग सहन होण्यापलीकडे गेलं तेव्हा फिनेलची बाटली तोंडाला लावली, त्याला फोन केला आणि सॉरी म्हणालो. आपल्या आवाजातला थरार जाणवला त्याला आणि धावत आला. चावी होतीच त्याच्याकडे. लगेच हॉस्पिटलमध्ये नेलं. दोन दिवस होतो तिथे. पोलीस केस काय नि काय काय. आई-बाबांना नाही कळवलं काही. घरी आल्यावर तो म्हणाला, 'सॉरी राही, मी सोडून गेलो तुला त्याबद्दल खरोखरच माफ कर मला. असा विचार नको करूस पुन्हा. पण आपण नाही राहू शकणार एकत्र. मला आवडली होती ही कल्पना. खूप थ्रीलिंग वाटलं होतं तेव्हा पण आता नाही वाटत जमेल असं. लग्न करून स्थिरस्थावर होणंच बरं असं वाटतं आता. मी अडकलो आहे एका मुलीत. लग्न करायचं आहे तिच्याशी. आता असं अधांतरी, डोक्यावर टांगती तलवार ठेवून नाही राहता येणार. मला बांधून राहायचं आहे कोणाशीतरी. शेवटी विचार करतो आपण वेगळं काही करण्याचा. पण रक्तात मुरलेले हे सो कॉल्ड भारतीय वगैरे संस्कार नाही जात. तू गोष्ट सांगितली होतीस एन.आय.आर. नवरा केलेल्या तुझ्या मैत्रिणीची. लग्नानंतर हनिमूनला गेल्यावर उलटी झाली होती तिच्या नवऱ्याला. ती काढली तिने, तेव्हा तो म्हणाला होता, 'म्हणून नाही केली मी अमेरिकन बायको, तिने असं काही नसतं केलं माझ्यासाठी. हे केवळ भारतीय बाईच करू शकते.' तुला पटलं नव्हतं ते पण खरं सांगू तुझ्या त्या मैत्रिणीसारखीच बायको हवीय मला, नवऱ्याची उलटी काढणारी. सॉरी. तुला लग्न ही कल्पना नाही आवडत, माहीत आहे मला पण तरी सांगतो, तूही पाहा कोणीतरी आणि सेटल्ड हो' असं म्हणून गेला. पण जाताना आई-बाबांना सांगून गेला आपण डिप्रेस असल्याचं. आत्महत्येचा विचार मनात आला होता एवढंच सांगितलं त्यांना. आत्महत्या करण्याचा प्रयत्न केला होता हे आई-बाबांना अजून माहीत नाही. आई राहायला आली आपल्याकडे. पुन्हा घरीही घेऊन गेली. पण आपण नाही रमू शकलो तिथे. खूप मनस्ताप दिला तिला. शेवटी सॅमशी बोलली ती. या

वातावरणापासून दूर गेली की जातील विचार मनातून असं वाटलं तिला. एम.एस. करण्यासाठी अर्ज केला आणि हातातला चांगला जॉब सोडून इथल्याच युनिव्हर्सिटीत प्रवेश मिळवला. सॅमही तयार झाला आपली जबाबदारी घ्यायला. जुना मित्र शाळेतला, अगदी खास. घरी जाणं-येणं होतंच पण छान ट्यूनिंग होतं त्याचं आपलं. अगदी पहिल्यापासून. आईला तर वाटायचं राही याच्याशीच लग्न करेल. पण राहीच्या स्वप्नातला तो बिनधास्त, स्मार्ट, लाइफ एन्जॉय करणारा मुलगा नव्हता तो. तसा शाय होता सॅम त्या वेळी. मित्र म्हणून चांगलाच होता तो पण नवरा म्हणून त्याचा विचारच नाही केला कधी. त्यात विधिवत लग्न करून नाही अडकायचं बंधनात, लिव्ह इन रिलेशनशिपमध्येच राहायचं हे डोक्यात होतं. एकमेकांना बांधून नाही ठेवता येत या संबंधात. तो नियमच असतो या संबंधाचा. हे त्या वेळी खूप छान वाटायचं. त्यासाठीच पडलो अभयच्या प्रेमात आणि शेवटी नियम आपणच मोडला. अभयलाही नाहीच झेपली ही कल्पना. खरंतर दोघांनाही नाही झेपली. अभय म्हणतो तसं जेनेटिक असणारच काहीतरी.

सकाळी उठली राही तेव्हा सॅम गार्डनमध्ये होता. पाणी घालत होता झाडांना.

''गुड मॉर्निंग!'' खिडकीतूनच ती ओरडली.

''गुड मॉर्निंग! कशी झोप झाली?''

''छान.''

''फ्रेश होऊन खाली ये, चहा करून घे.''

''ओ.के. बॉस!'' ती हसत म्हणाली. सॅमही हसला.

मग अख्खा दिवस छान, प्रसन्न गेला. त्याने फिरवून आणलं तिला. युनिव्हर्सिटीत जाऊन आले. सारी प्रोसिजर्स पार पाडली. सोमवारपासून सुरू होणार होती लेक्चर्स. हातात दोन दिवस होते. 'आणखी थोडं फिरवून आणेन तुला वीकएंडला' असं म्हणाला सॅम तेव्हा खुशालली ती. छान वाटत होतं तिला. सारंच वेगळं आणि प्रसन्न करणार होतं.

पण संध्याकाळी सॅमने अभयचा विषय काढला. खरंतर काही बोलायचं नव्हतं तिला. पण का कुणास ठाऊक ती सांगत गेली तो विचारेल ते. उलगडत गेली सारे गुंते.

''हे लिव्ह इन रिलेशनशिपचं खूळ कसं आलं तुझ्या डोक्यात?'' सॅमने विचारलं.

''मी खूळ नाही समजत याला, हवं तर माझा प्रयोग फसला असं म्हणेन मी.''

''ठीक आहे. पण का वाटलं असं करावंसं?''

''खरं सांगू? नेहमीचं रुटीन आयुष्य जगण्यापेक्षा काहीतरी वेगळं करायचं डोक्यात होतंच माझ्या. अजूनही आहे.''

"इतरांपेक्षा आपण वेगळ्या आहोत असं दाखवायचं असतं का तुला नेहमीच?"

"नेहमीच म्हणजे? मी कधी दाखवलं असं?"

"पूर्वी नव्हतं कधी जाणवलं मला, पण आता जाणवतं आहे."

"काय?"

"हेच, आपण वेगळ्या आहोत, इतरांसारख्या नाहीत वगैरे हे सतत समोरच्याला सांगण्याचा प्रयत्न करत असतेस तू."

"कमॉन सॅम, काल तर आले मी इथे आणि किती वर्षांनी भेटतो आहोत आपण! जवळ जवळ चार वर्षांनी."

"तरीही जाणवतं आहे सारखं. तुझ्या बोलण्याच्या सुरात आहे ते."

"असेलही!" राही खांदे उडवत म्हणाली.

"पण का?"

गप्प झाली ती क्षणभर. मग म्हणाली, "काल तुला म्हणाले ना मी मोठ्या लोकांची चार पावसाळ्याची मिजास आपल्यात न्यूनगंड निर्माण करते म्हणून. तेच कारण असावं कदाचित. मला घरात कायम इन्फिरिअर वाटायचं आई-बाबांच्या तुलनेत, इतर चुलत-आते भावंडांच्या तुलनेत."

"पण अभ्यासात चांगलीच होतीस तू राही."

"तेवढंच पुरेस नसतं सॅम. आत्मविश्वास येण्यासाठी आणखीही अनेक गोष्टी असतात. त्या नव्हत्या माझ्यात असं वाटायचं मला. अगदी कॉलेजात जाईपर्यंत. मग मी कुठंतरी वाचलं स्वत:वर प्रेम करायला शिकलं तर आपोआप आपण आपलाच सन्मान करायला लागतो. प्रथम ठरवून करायला लागले स्वत:वर प्रेम. मग हळूहळू सवय झाली त्याची. स्वत:ची काही मतं तयार होत गेली माझी वाचनातून, माझ्या भोवतीच्या माणसातून, अनुभवातूनही. त्यावर ठाम राहायला लागले मी. अनेकदा त्या मतांना छेद देणारं काहीतरी घडत गेलं आयुष्यात. तरीही आपणच बरोबर असल्याचं पटवत राहिले स्वत:ला. स्वत:तला न्यूनगंड काढण्यासाठी असेल पण मी माझं बाह्य रूपही बदललं. तुला आठवणारी ती दोन वेण्या चापूनचोपून बांधलेली राही ठरवून संपवून टाकली मी."

"पण ती खरंच संपली का?"

"संपली."

"मला नाही वाटत तसं, राही. नाही मारू शकलीस तू स्वत:ला."

"डोण्ट नो. पण मी प्रयत्न करत राहिले सतत. कधी समाजाच्या तर कधी आई-बाबांच्या विरोधात जाऊन स्वत:ला प्रूव्ह करत राहिले. पण त्यांना नाही पटायचं माझं काहीच. मी सतत चुकीचे निर्णय घेते आहे असं वाटत राहायचं त्यांना. त्यामुळे कायम युद्धाच्या भूमिकेतच असायचे ते."

"तुझ्या आई-बाबांचं यात काही चुकलं असं नाही वाटत मला. ते जे काही वागले ते इतरांच्या आई-बाबांपेक्षा वेगळं नाही. सगळेच आईबाप तसे वागतात. आणि मला तर तुझे आई-बाबा जास्त सेन्सिबल वाटतात. राकेशच्या आणि तुझ्या प्रेमाला स्वीकारलं होतं त्यांनी. ते नाही निभावता आलं तेव्हा ठामपणे उभे राहिले तुझ्या मागे. तुला एकटं राहण्याची परवानगी दिली होती त्यांनी."

"तसे चांगले आहेत ते. माझ्यावर त्यांचं प्रेम आहे हे मला माहीत आहे. पण ते प्रेमच मला बेडीसारखं वाटत असतं सारखं."

"पण काही बेड्या स्वीकारायला काय हरकत आहे?"

राहीने चमकून पाहिलं सॅमकडे.

"खरं सांगतोय राही. इतक्या वाईट नसतात बेड्या. जर त्या बांधून ठेवण्यापेक्षा काळजी करणाऱ्या असतील तर काय हरकत आहे त्यात राहायला? आणि अशा बेड्या पुरुष म्हणून मलाही आवडतात. कारण कितीही स्वातंत्र्याचा विचार मांडला ना आपण तरी त्या हव्या असतातच सगळ्यांना. त्यात स्त्री-पुरुष असा भेद नाही करणार मी."

"हे बोलायला सोपं आहे. पण पुरुषांच्या पायात नाही घातल्या जात अशा बेड्या. त्या बाईच्याच पायात घालतात लोक."

"एकूण समाजात तसं असेल, राही पण तुझ्या बाबतीत तसं नव्हतं."

"नव्हतं असं कसं म्हणतोस तू? अभयबरोबर माझं लग्न न करता राहणं आवडलं नव्हतं त्यांना!"

"नव्हतंच आवडलं. पण तुझ्या बाबतीतच नाही तर त्यांना मुलगा असता आणि त्याने असा निर्णय घेतला असता तरी त्यांना नसतं आवडलं ते."

"कोण जाणे!"

"राही, मला माहीत आहे आपल्या समाजात मुलीच्याच नाही, तर मुलाच्याही बाबतीत आईबाप नाही विचार करू शकत असा."

"म्हणूनच नव्हतं सांगितलं मी त्यांना काही. पण कळलं कुठून तरी शेवटी."

"एक विचारू तुला, राही? अभयबरोबर सस्टेण्ड नाही करू शकलीस ही रिलेशनशिप म्हणून आत्महत्या करायचा प्रयत्न केलास की आणखी काही कारण होतं?"

"आणखी काय कारण असणार?"

"मला नाही वाटत हेच एकमेव कारण असेल असं."

"नाही वाटत तर ठीक आहे, तुझा प्रश्न आहे."

राही गप्प बसली मग खूप वेळ. सॅम पाहत राहिला एकटक तिच्याकडे. तिने नजर फिरवली. शेवटी डोळे मिटून घेतले.

कशासाठी पुन्हा उकरून काढतो आहोत आपण आपला भूतकाळ? कशासाठी सॅमकडे झालो मोकळे? एवढे दिवस स्वत:पुरतं ठेवलेलं आपलं जगणं इतक्या सहज कसं काय वाटून घेतलं सॅमशी? आता सगळंच सांगावं लागेल का त्याला? नाही, काहीच नाही सांगायचं. आणि काय आहे सांगण्यासारखं? तसं काहीच नाही. इतकं उलटंपुलटं होऊन गेलं सगळं आणि आपल्याला कळलंच नाही. कळण्यापूर्वीच तसं हातातून निसटत गेलं आयुष्य. अभयबरोबर तरी मार्गी लागेल असं वाटलं होतं पण नाही जमलं. तेही निसटत गेलं. सारंच निसटत गेलं, सारंच. कबूल करत नसलो आपण तरी माहीत आहे आपल्याला खूप त्रास दिला आपण आई-बाबांनाही. त्यांनी कसं वागायचं आपल्याशी हे आपण ठरवत गेलो. सतत दुखावत गेलो त्यांना. कोणालाच खूश करता नाही आलं आपल्याला. स्वत:वर प्रेम करताना इतरांवरही करायचं असतं हेच विसरून गेलो.

तिच्या नकळत डोळे वाहायला लागले राहीचे. पण त्यातलं पाणी खाली ओघळायच्या आधीच टिपलं गेलं. तिने चमकून डोळे उघडले. सॅम डोळे पुसत होता तिचे. तिने असहायपणे पाहिलं त्याच्याकडे. त्याने थोपटलं डोक्यावर आणि जवळ घेतलं. मग खूप वेळ रडत होती ती हमसून हमसून. कधीतरी शांत झाली. तेव्हा त्याच्या खांद्यावर मान होती तिची आणि तो थोपटत होता शांतपणे.

मग हळूच म्हणाला, "एक विचारू. काय शोधते आहेस नेमकं? खरंच स्वातंत्र्य हवंय तुला की आतून बंधनच हवंय? आणि स्पेस हवी असतेच ग प्रत्येकाला. ती मिळत नाही म्हणून करवदतेस की आणखी काही हवंय जे तुझं तुलाच कळलं नाही अजून?"

क्षणभर पाहत राहिली ती त्याच्याकडे. कशी ओळखली सॅमने आपली ही गोची?

"सांग ना."

"मला काही कळत नाही सॅम, गेली काही वर्षं मी काहीतरी शोधण्याचा प्रयत्न करते आहे आणि नाही सापडत ते. आई-बाबांचं प्रेम आहे माझ्यावर. पण कायम दडपण असायचं मनावर. त्यांना हवं तसं जगण्याच्या प्रयत्नात कायम अयशस्वी होत गेले. काहीतरी चुकत राहिलं आणि त्यासाठी काय ऐकावं लागणार या विचारातच लहानपण गेलं. कोणाशी बोलावं मोकळेपणाने असं नाही भेटलं कोणी. अभ्यासाचं दडपण, वागण्या-बोलण्याचं दडपण, नेमकं कसं वागायचं याचं टेन्शन. त्यांचं कधी काही कळलंच नाही मला. ते मोकळ्या विचारांचे होते पण तरीही वागण्या-बोलण्याच्या पद्धती त्यांनी ठरवलेल्या होत्या. ते नाही जमायचं मला आणि गोची व्हायची माझी. कधी कधी वाटायचं आपण जगूया आपल्या मनाप्रमाणे पण तसं जगण्याचीही परवानगी घ्यावी लागायची. मग ते मोठ्या मनाने परवानगी देणार

आणि वर 'किती स्वातंत्र्य देतो आहोत तुला! आणखी काय पाहिजे?' असं म्हणणार.''

''कदाचित त्यांचीही गोची होत असेल, राही. आधुनिक आईबाप म्हणवून घ्यायला आवडतं सगळ्यांना पण त्या आधुनिकतेचे परिणाम भोगायची तयारी नसते. किंवा त्याहीपेक्षा जास्त मला वाटतं मुलांची काळजी वाटत असते त्यांना! काही विपरीत घडू नये म्हणून काळजीत असतात ते. कदाचित या काळजीपोटीच स्वातंत्र्य देत नसतील तुला.''

''असेलही तसं. पण माझ्या लक्षात नाही आलं ते.''

''मुलांच्या लक्षात नाहीच येत ते. 'आई झाल्यावर कळेल तुला' असं म्हणाली होती तुझी आई तुला. ते खरंच आहे, राही. अनेकदा त्या त्या माणसाच्या सदऱ्यात शिरल्याशिवाय त्याचं दुखणं नाही कळत आपल्याला.''

''माझ्या सदऱ्यात कुठं शिरत होते ते?''

''नसतीलही. पण कमीतकमी तुझ्या वयातून गेलेले तर होतेच ना?''

''हं, म्हणजे चार पावसाळ्यांचा अनुभव वगैरे.''

''थट्टेत नको घेऊस ते, राही. अनेकदा अनुभवही माणसाला नाही शिकवत काही. पण आपण आपल्या वयात काय केलं होतं किंवा काय केलं नव्हतं ते आठवून माणसं सजग होतात मुलांच्या बाबतीत.''

''हो, पण अनेकदा आपण सर्व करायचं आणि मुलांनी मात्र काहीच करायचं नाही अशीही भूमिका असते या चार पावसाळे जास्त पाहिलेल्या लोकांची.''

''असेलही पण तुझे आई-बाबा त्यातले नव्हते असं मला तरी वाटतं.''

''असेलही तसं! पण सतत दबावाखाली राहिल्याने कॉलेजला गेल्यावर बऱ्यापैकी मोकाट सुटले मी. म्हणजे वरून दिसत नव्हते मी तशी पण मनात हवं तसं वागण्याची प्रचंड इच्छा असायची. घरी आपोआप खोटं बोलायला लागले. आईने कधी मित्र नाही करू दिले शाळेत असताना म्हणून मग मित्र जमवायला लागले. पण तेव्हा हे कळलं नाही, कपड्यांच्या, खाण्यापिण्याच्या बाबतीत जेवढी सिलेक्टिव्ह होते तशी मित्रांच्या बाबतीत नाही राहिले. माझ्याभोवती जे जमले त्यातूनच निवडलं कोणीतरी. कारण मला सतत कोणीतरी आपल्याला समजून घेणारं हवं असं वाटत राहिलं. मग दोन शब्द प्रेमाने बोलणाऱ्या मुलांनी आपल्यावर उपकारच केले की काय असं समजून त्यांना समजून घेत राहिले. मनीष, विवेक, राकेश साऱ्यांना मी हवी होते. कोणी मला त्यांचा पॉकेटमनी म्हणून वापरलं तर कोणी आपण हिला पटवूच अशी बेट लावली म्हणून जवळ केलं. राकेशचं प्रेम होतं माझ्यावर पण त्याच्यात काही सापडतच नव्हतं मला हवं ते. सगळं गणितच बिघडत गेलं जगण्याचं. मी बदलले, माझे विचार बदलले पण माझ्या आजूबाजूची मुलं नाही

बदलली. मी आवडत होते सगळ्यांना पण माझे विचार नव्हते पोचत त्यांच्यापर्यंत. पारंपरिक चौकटीत बसणारी मुलगीच हवी होती सगळ्यांना. त्यांचा पुरुषी अहम् जपणारी, त्यांच्या मनाप्रमाणे वागणारी. स्मार्ट पण नवऱ्याचं ऐकणारी, शयनेशु रंभा पण इतर वेळी सतीसावित्री.''

''हे तुझ्या बाबतीत होतं आहे हे जाणवत होतं त्यांना.''

''तुझ्याशी बोलले ते?''

''हं.''

''मला कधी नाही म्हणाले ते तसं. त्यांना जाणवत होतं तर बोलायचं होतं तसं.''

''ऐकण्याच्या मन:स्थितीत होतीस तेव्हा? ते काही बोलायला लागले तर आपल्या आयुष्यात लुडबूड करताहेत असं वाटायचं तुला. अभयच्या आधी तुझ्या आयुष्यात आलेल्या साऱ्या मुलांनी काय दिलं तुला नेमकं? केवळ मनस्ताप.''

''मी दोष नाही देणार त्यांना. मला त्यांच्या सहवासात आनंद मिळाला काही वेळेसाठी. म्हणून मीही गेलेच ना त्यांच्याकडे? त्यामुळे दोष त्यांचा नाही. वागले ते वाईट माझ्याशी. पण मी स्वत:हून ओढवून घेतली ती परिस्थिती.''

''म्हणून सगळ्यांना माफ करत गेलीस? एकटी सोसत राहिलीस?''

''हं.''

''त्याचा ताण किती असतो, राही याचा विचार नाही केलास तू तेव्हा. अभय निमित्त झाला पण या साऱ्याचा ताण घेऊनच जगत होतीस. त्यामुळे तो जाणार म्हटल्यावर कोलॅप्स झालीस.''

''मला वाटायला लागलं आपण कोणालाच कसं नाही आनंदात ठेवू शकत? मला भेटलेली मुलं चुकीची होतीच. पण रांगेत तीन-चार मुलं चुकीची भेटल्यावर 'आपणच तर नाही ना वाईट,' असा विचार मनात यायला लागला. अभयशी खूप जुळवून घेण्याचा प्रयत्न केला मी. अगदी टिपिकल बायकोसारखी वागत होते त्याच्यासाठी. शेवटी तर लिव्ह इन रिलेशनशिपची कल्पना डोक्यातून काढून टाकली आणि लग्न करूया रीतसर असंही म्हटलं मी त्याला.''

''मग?''

''नाही झाला तयार. त्याला झेपणारी नव्हते मी. त्याला टिपिकल संसार करणारी बाईच हवी होती, पल्लवीसारखी.''

''पल्लवी?''

''लग्न केलं त्याने आत्ताच.''

''ठीक आहे. आपण दुसऱ्यावर कशासाठी लादायचं स्वत:ला. गेला सोडून तर गेला. केलं लग्न तर केलं. त्याच्यासाठी आपला जीव गमावण्याचा विचार कशासाठी करायचा?''

"हातात काहीच उरत नाही तेव्हा सारं संपवावंसं वाटतं सॅम. आज मागे वळून पाहते तेव्हा वाटतं. इट वॉज अ वीक मोमेंट इन माय लाइफ. गेला आता तो! पुन्हा नाही वागणार तशी. मी घेतलेले अनेक निर्णय चुकलेत आणि त्याचे परिणाम मीच भोगलेत पण ते भोगताना अनेक गोष्टी शिकलेही. त्यामुळे नो रिग्रेट्स."

सॅम काहीच बोलला नाही. फक्त थोपटलं त्याने. मग म्हणाला, "आता यानंतर पुन्हा हा विषय नाही काढणार मी. इथे आली आहेस ते नवं आयुष्य सुरू करण्यासाठी. त्यामुळे पुन्हा भूतकाळाकडे वळून पाहायचं नाही आणि पश्चात्तापही करायचा नाही. मी तुझ्यावर कसलं बंधन नाही घालणार, राही. तुला जगायचं तसं जग. जेवढे दिवस राहायचं तेवढे दिवस राहा. हवं तर कायमची राहा इथे. नो प्रॉब्लेम. पण कधी नाही आवडली एखादी गोष्ट तर सांगेन मात्र, कधी रागावेन, समजावेनही. तेव्हा मात्र 'माझे आई-बाबा होऊ नकोस' असं नको म्हणूस."

"नाही म्हणणार," ती हसून म्हणाली.

"गुड. आणि हो, कधी काही वाटलं तर शेअर कर माझ्याशीही."

"नक्की."

"यापुढेही स्वत:साठी जगच पण दुसरं कोणी तुझ्यासाठी जगत असेल तर त्याच्यासाठीही जगण्याचा प्रयत्न कर. अर्थात त्यासाठी तुझी मतं, तुझे विचार यांना मुरड नको घालूस. मुख्य म्हणजे तुझं स्वातंत्र्य जप. कोणासाठी त्याचा बळी देण्याचा विचार आणू नकोस मनात."

"येस्. थँक्स."

"गुड नाइट."

"गुड नाइट."

राही खोलीत आली तिच्या. खूप मोकळं वाटत होतं तिला. सॅमशी एवढ्या मोकळेपणाने आपण बोलू असं वाटलंही नव्हतं कधी. तिने वॉशरूममध्ये जाऊन खळखळून तोंड धुतलं. बाहेर येऊन लॅपटॉप उघडला. दरम्यान फोन केला घरी. बराच वेळ बोलली आई-बाबांशी. सगळं व्यवस्थित असल्याचं सांगितलं. आणि मग फेसबुकवर जाऊन मुंबईतल्या सगळ्या मित्रांना भेटली. फेसबुकवरचाच एक कोट काढून स्क्रीनवर टाकला. 'व्हॉट डिफाइन्स अस इज हाऊ वेल वुइ राइझ आफ्टर फॉलिंग.' 'काळ सारंच भरून काढत असतो. फक्त त्यालाही वेळ द्यावा लागतो.' हा आपला स्वत:चा 'कोट' तयार करून तिने फेसबुकवर टाकला. आणि हसली. तिला माहीत होतं खूप लाइक्स येणार होते या कोटला!

***

FCW - #0059 - 061026 - C0 - 216/140/12 - PB - 9788179919040 - Matt Lamination